છોરાંવછોઈ

વિચ્છિન્ન માતૃત્વનો મહિમા કરતી વિશિષ્ટ જાનપદી કથા

હંસરાજ સાંખલા

પ્રાપ્તિસ્થાન

ગૂર્જર સાહિત્ય ભવન

રતનપોળનાકા સામે, ગાંધીમાર્ગ, અમદાવાદ 380001

ફોન : 079-22144663, 22149660 ◆ e-mail: goorjar@yahoo.com

ગૂર્જર સાહિત્ય પ્રકાશન

102, લેન્ડમાર્ક, સીમા હૉલ સામે, 100 ફૂટ પ્રહ્લાદનગર ક્રોસ રોડ, આનંદનગર

સેટેલાઈટ, અમદાવાદ-380015 ફોન : 26934340, મો. 9825268759

કિંમત : ₹ 225 પહેલી આવૃત્તિ : 2016

CHORAN-VACHHOI
by Hanshrajbhai Sankhla
Published by Harsh Prakashan, Ahmedabad-380 007 (India)

© લેખકના

કુલ પાનાં : 28+196

ISBN : 978-93-85260-40-7

નકલ : 800

પ્રકાશક : **હર્ષ પ્રકાશન**
અલકાબહેન પંકજભાઈ શાહ : 403, ઓમદર્શન ફ્લેટ, 7, મહાવીર સોસાયટી,
મહાલક્ષ્મી ચાર રસ્તા, પાલડી, અમદાવાદ-380007. ફોન : 079-22144663
e-mail : goorjar@yahoo.com

ટાઇપસેટિંગ : **શારદા મુદ્રણાલય**
201, તિલકરાજ, પંચવટી પહેલી લેન, આંબાવાડી, અમદાવાદ-6. ફોન : 26564279

મુદ્રક : **ભગવતી ઑફસેટ**
સી/12, બંસીધર એસ્ટેટ, બારડોલપુરા, અમદાવાદ-380 004

અર્પણ

એવી માતાઓને કે જેમને ભાગ્યવશ
પોતામાં બાળ તરછોડવાં પડ્યાં છે
ને પારકાં બાળકોમાં પોતાનું
માતૃત્વ રેડી ધન્ય બની છે.

બે શબ્દો

વર્તમાનમાં જ્યારે પણ હું કોઈ છોરાં-વછોઈ મા વિશે સાંભળતો અને તેને મળતો ત્યારે તેની આંખોમાં એક પ્રકારની લાચારીયુક્ત અકથ્ય મૌનમૂક વેદના વાંચતો. પછીના એકાન્તમાં એ રતનના હૈયાની કાલ્પનિક પીડા મારા હૈયાને હચમચાવી નાખતી. મને એમ પણ થતું, આ વાર્તાની 'રતન'ની અને કેટલીયે હયાત રતનોની વેદનાને વાચા ન આપી, મારા જીવનસિદ્ધાંતમાં પલાયનવાદી બની હું મારી જાતને છેતરતો હોઉં એવું લાગતું.

જાતની છેતરપિંડીની પીડાથી બચવા, રતનને શ્રદ્ધાંજલિ આપવા અને હયાત છોરાં-વછોઈ માના રડતાં દિલનો સંદેશો "યંત્ર માનવ"ના દિલ સુધી પહોંચાડવાનો પ્રયાસ કરી આત્મ-સંતોષ પામવા વહાલપની વેદનાને શબ્દરૂપ આપ્યું, તે છોરાંવછોઈ.

રતનના હૈયાની વેદનાને શબ્દરૂપ આપવાની પ્રેરણા અને માર્ગદર્શન આપનાર અને મારી પ્રૌઢ ઉંમરે મને સાહિત્યનો 'સ' ઘૂંટાવનાર મા. ડૉ. કેશુભાઈ દેસાઈસાહેબ, કલ્પેશભાઈ પટેલ અને પૂજ્ય સ્વામી ડૉ. ગૌરાંગશરણ દેવાચાર્યજીનો વંદન સાથે આભાર માનું છું.

સાવ નાના ગામડાની નાની હાઈસ્કૂલના આઠમા ધોરણના પેપરમાં મેં લખેલ 'દુષ્કાળનો દાવાનળ' નિબંધ વાંચી મારામાં ભાવિ શક્યતાઓ નિહાળી, મારા મગજમાં માતૃભાષા-ભક્તિ અને સાહિત્ય સેવાનાં બીજ વાવનાર મારા શિક્ષક મા. નારાયણ જોષી 'કારાયલ'ને કેમ ભુલાય ?

પ્રૂફ રીડિંગની તકલીફની વાત નીકળતા સામેથી ઉત્સાહ બતાવનાર પ્રો દિનેશ પટેલ, આબિદ ભટ્ટ અને મનુભાઈ ભટ્ટસાહેબને પણ આદર સાથે યાદ કરું છું.

પ્રૂફ રીડિંગ દરમિયાન રતનની વેદના જેના હૃદય સુધી પહોંચી અને રતનના હૃદયની વાત અને વાર્તા ગમી જતાં મને ફોનથી પ્રોત્સાહન આપનાર પ્રો. રક્ષાબહેન સોની (અમદાવાદ)ના શબ્દોએ મને વધુ લખવા હિંમત આપી.

જટાયુવૃત્તિધારક મારા જંજાળીજીવને લખવા માટે અનુકૂળતા કરી આપનાર મારા સંયુક્ત પરિવારનાં સભ્યોને તો કેમેય ન ભુલાય.

મારી આ નવલકથાને ઉત્સાહપૂર્વક પ્રકાશિત કરવાની હિંમત દાખવી તે બદલ મનુભાઈ શાહ ગૂર્જર પ્રકાશનનો આભાર માનતાં આનંદ અનુભવું છું.

તા. ૮-૫-૨૦૧૬
માતૃદિન

હંસરાજ સાંખલા
મહેતાપુરા, હિંમતનગર
મો. ૯૮૨૫૦૭૦૪૧૦

સંતાનો માટે વલવલતી નારીની કથા

ગુજરાતના કચ્છી પટેલોની ગતિ અને પ્રગતિનો અભ્યાસ સામાજિક અને આર્થિક દૃષ્ટિએ કરવા જેવો છે. આ પ્રજાએ વિગત વર્ષોમાં ગુજરાત જ નહિ, દેશના ખૂણેખૂણામાં જઈને ખેતી અને ઉદ્યોગ-ધંધામાં નોંધપાત્ર વિકાસ કર્યો છે. કચ્છી પટેલોની વિશેષતા એ છે કે, એ લોકો પોતાનો ભૂતકાળ નથી ભૂલ્યા તેમ વારસો – પરંપરા અને સંસ્કારોને પણ નથી વીસર્યા. જ્ઞાતિગૌરવ, વતનપ્રીતિ, પરિશ્રમ, સાહસવૃત્તિ અને 'સ્વ'ને સંભાળીને 'પર'ને મદદ કરવાની દક્ષતા ઉપરાંત ધાર્મિક પરંપરામાં અખૂટ શ્રદ્ધા પણ આ પ્રજાનો વિશેષ છે. કચ્છી પટેલો વિશે કોઈ સંશોધન કરે કે ન કરે, પરંતુ એમને વિશેની – એમના જીવન અને જગતમાં ડોકિયું કરતી નવલકથા 'છોરાંવછોઈ' લઈને હંસરાજ સાંખલા આવ્યા છે. આ નવલકથા રસપ્રદ વાર્તા બનવાની સાથે દસ્તાવેજી પણ બની શકી છે. વળી, તેમાં પ્રમાણભૂતતા પણ છે; કારણ કે, લેખક પોતે એ જ સમાજ-જ્ઞાતિમાંથી આવે છે.

હંસરાજભાઈની આ કથા વિશે જાણતાં પહેલા સ્વયં હંસરાજભાઈ વિશે જાણવું રસપ્રદ થઈ પડશે. કચ્છના નખત્રાણા તાલુકાના ખિરસરા (નેત્રા) ગામે ૩-૧૦-૧૯૫૫માં જન્મેલા હંસરાજભાઈને ઔપચારિક શિક્ષણ ઝાઝું પ્રાપ્ત નથી થયું. એ બાબતનો એમને વસવસો જરૂર છે પણ એથી કાંઈ એ હતાશ કે નિરાશ નથી બન્યા. ઓછું ભણેલા પણ વધારે ગણેલા હંસરાજભાઈએ લોહીનું પાણી કરીને ઘર-પરિવારનો ઉત્કર્ષ કર્યો છે. આજે તો તેઓ લેમિનેટ ઈન્ડ., ટીમ્બર, હાર્ડવેર એમ એક કરતાં વધારે વ્યવસાયો સાથે સંકળાઈને સાચા અર્થમાં શ્રીમંત બન્યા છે, પરંતુ કચ્છી ગ્રામ્ય સાદગી ને ભોળપણ આજે પણ તેમનામાં અકબંધ છે, જે હરખાવા જેવી વાત છે. હિંમતનગરમાં વસતા આ સજ્જન હવે ધંધો સંભાળતા નથી, દીકરા-ભત્રીજાઓને બધુ સોંપી દઈને પોતે વડીલ તરીકે હૂંફ અને જરૂરી માર્ગદર્શન આપતા રહે છે. પોતે હવે સેવાકીય ધાર્મિક-સામાજિક-સાંસ્કૃતિક પ્રવૃત્તિઓ માટે સમય ફાળવે છે.

આપણે ત્યાં મોટી ઉંમરે લખતા થયેલા લેખકો ઓછા નથી. જોસેફ મેકવાન, પ્રાગજીભાઈ ભામ્ભી અને ધ્રુવ ભટ્ટ અને આબિદ ભટ્ટ તરત યાદ આવે ! હંસરાજભાઈનું નામ એ યાદીમાં ઉમેરવું પડે ! આ નવલકથા લખી એ પહેલાં તેમણે પ્રેરક નિબંધોનું એક પુસ્તક : 'ઓગન' લખ્યું છે. જેમાં તેમણે પોતાના જીવનમાં બનેલા કેટલાક પ્રસંગોને લોકભોગ્ય શૈલીમાં આલેખ્યા છે.

આ નવલકથાની પૃષ્ઠભૂમિ કચ્છ પ્રદેશની છે. અગાઉ કીધું તેમ નવલકથાનું

કથાવસ્તુ કચ્છી પાટીદારોને સ્પર્શે છે. નાનાં-મોટાં ૩૬ પ્રકરણોમાં વિસ્તરેલી આ નવલકથાનાં બસો જેટલાં પૃષ્ઠો છે. લેખકે અહીં મુનશી – ર. વ. દેસાઈના સમયગાળાની પરંપરાને અનુસરીને દરેક પ્રકરણને અલાયદું શીર્ષક આપ્યું છે. કથા નાયિકાપ્રધાન છે. નાયિકાનું નામ રતન છે. જે અભણ, ગભરુ પણ રૂપાળી કન્યા છે, જે કન્યા મટી કોઈની પત્ની બને છે, બચરવાળ થાય છે અને જીવનના સંઘર્ષોમાં તવાતી રહે છે. સંયોગોની વિષમતા એના છૂટાછેડા કરાવે છે. બીજું ઘર માંડતી રતન સામે ત્યાં પણ જીવન તનાવપૂર્ણ છે. બાહ્ય સુખ-સગવડોની ભીતર સોરાતી એક અભાવગ્રસ્ત અને પોતાનાં સંતાનોથી પરાણે દૂર કરાયેલી માતાની આંતરિક વેદના-સંવેદના આ નવલકથાનો મુદ્દો - મુસદ્દો છે.

કથા ઘટનાપ્રધાન છે તેમ પાત્રપ્રધાન પણ છે. લેખક માંડીને વાત કહે છે. જરૂર પડચે વચ્ચે આવીને અભિપ્રાય પણ આપી બેસે છે. બધું કહી દેવાની તેમની તમન્ના અને ઉતાવળ કથાપ્રવાહમાં વિક્ષેપ ઊભો કરે છે એ ખરું, પરંતુ લેખકનો આ પ્રથમ પ્રયત્ન હોવાથી ક્ષમ્ય જ ગણાય. કથા સુરેખ ગતિએ આગળ વધે છે. લેખકની ધાટી પરંપરાગત નવલકથાકારો જેવી છે. ત્રીજા પુરુષ એકવચનમાં વાર્તા – સર્વજ્ઞની રીતિથી આગળ વધતી જાય છે, વાચકને વિશ્વાસમાં પણ લઈ લે છે. બે-ત્રણ પ્રકરણ પછી તો વાચક રતનનો હિતેચ્છુ થઈ જઈને એના સુખ-દુઃખનો સાથી બની રહે છે. રતનની આ કથા હું માનું છું ત્યાં સુધી લેખકને કોઈ સત્ય ઘટનામાંથી પ્રાપ્ત થઈ હોવી જોઈએ. ભારતીય પરંપરામાં ક્યાંક-ક્યાંક સ્ત્રી માટે પ્રશસ્તિ વાક્યો વાપરીને એને ઊંચું સ્થાન આપ્યાનું ભલે જોવા મળતું હોય પરંતુ હકીકત જુદી છે. ભારતીય વર્ણવ્યવસ્થા શૂદ્રો અને સ્ત્રીઓ માટે તો અભિશાપ જ છે. એનાં સારાં પાસાં વિશે વારંવાર કહેવાતા ધાર્મિકો કે પરંપરાવાદીઓ ભલે ભાષણો કરે પરંતુ વર્ણવ્યવસ્થા વાસ્તવમાં તો બ્રાહ્મણને શ્રેષ્ઠતમ, ક્ષત્રિયને શ્રેષ્ઠતર, વૈશ્યને શ્રેષ્ઠ અને શૂદ્રને અધમ માનનારી અમાનવીય વ્યવસ્થા હતી. જેને માટે સ્ત્રી પણ અધમ જ હતી. નવલકથાની નાયિકા જે કાંઈ પીડા ભોગવે છે એના મૂળમાં પણ ક્યાંક આ પ્રકારની પુરુષવાદી – જુનવાણી કટ્ટર વિચારસરણી જ છે. લેખકે ઘણી જગ્યાએ કળાને અળપાવા દઈને પણ પોતાની સામાજિક પ્રતિબદ્ધતા પ્રગટ કરી છે.

રતન મણિલાલને પરણી છે. મણિલાલ ધંધાર્થે કલકત્તા રહે છે. રતન એક પછી એક કન્યાસંતાનને જન્મ આપતી રહે છે. મણિલાલ શરૂ-શરૂમાં નિયમિત પૈસા મોકલતો રહે છે. બીમાર મણિલાલને ટી.બી. જેવા રોગમાંથી રતન જ બહાર આણે છે. પરંતુ કલકત્તાનું એકાકી જીવન મણિલાલને દારૂના રવાડે ચડાવે છે. ફુઆની દુકાનની નોકરી છોડીને અન્ય શેઠને ત્યાં 'કટર'ની નોકરી કરતાં મણિલાલ સહકર્મીની

પત્ની સાથે આડા સંબંધ બાંધીને પગારની આવક વેડફવા લાગે છે. આ બાજુ વતનમાં પત્ની રતન આર્થિક ભીંસની સ્થિતિમાંથી ઊગરવા આકાશ-પાતાળ એક કરતી રહે છે. એની એકમાત્ર સખી નાનબાઈ અને નાનબાઈનો પતિ મનસુખ પટેલ થાય તેટલી મદદ કરતાં રહે છે. બીજી બાજુ દેવું વધતું જાય છે, દીકરીઓનાં પાલન-પોષણ માટે થઈને મજબૂરીથી રતન કરિયાણાનો વેપાર કરતા જગા સાથે સંબંધ બાંધે છે. અહીં લેખકે રતનના મોંમાં મૂકેલા સંવાદ એના પાત્રને વેંત ઊંચું કરી મૂકે છે. જુઓ – "હું કંઈ ન બોલી, તો ઈ કે નો'તાં આવતાં, નો'તાં આવતાં તોય આવવું તો પડ્યું ને ? આયાં તૈયે તક્કડ (ઉતાવળ) કાં કરોર્યાં, ભાભી ?' તો મેં કેધું - જગાભાઈ ! તમે ભૂલો ર્યાં ! આ તમારી રતનભાભી નથી આવી. ભૂખી દીકરીયુંનાં પેટ ભરવા એક લાચાર મા આવી હે. તમને ખબર નથી પણ આજ મારા ઘરમાં ધાનનો એક પણ દાણો ન'તો એનો રસ્તો કાઢવા આવી હૌ" (પૃ. ૧૦૬) વારંવાર પોતાને અભણ તરીકે ઓળખાવનાર રતનમાં કોઠાસૂઝ અભરે ભરી છે. પતિને બચાવવા ભૂત-ભૂવા કર્યા પછી એની નિરર્થકતા સમજાઈ જતાં એ તરત જ એમાંથી બહાર આવી જઈને પતિને ટી. બી.ના દવાખાને લઈ ચાલે છે. એટલું જ નહિ, ડૉક્ટરની સૂચના મુજબ પતિને ઈંડું ખવરાવવામાં પણ આનાકાની કરતી નથી.

સંજોગોની શિકાર બનેલી રતનને દહાડા રહી ગયા પછી તો તેનું વસમું જીવન ઓર વસમું બની જાય છે. તેની સખી નાનબાઈ પતિ મનસુખની મદદ લઈને કશોક નિકાલ કરવા વિશે તો વિચારે છે પણ નાછૂટકે મણિલાલને બોલાવવો જરૂરી સમજે છે. મણિલાલ કલકત્તાથી આવી જાય છે. વિધિની વિચિત્રતા તો જુઓ, આ વખતે રતન દીકરાની મા બને છે. મણિલાલ દીકરાને પોતાનું નામ આપવા તૈયાર થઈ જાય છે પણ સમાજના પંચાતિયાઓ આ ઘટનાને કડક શબ્દોમાં વખોડીને રતનના છૂટાછેડા કરીને ગામમાંથી વિદાય કરવાનો કઠોર ને અંતિમ નિર્ણય લે છે. રતનને ઘર-ગામ છોડવાં નથી, તેનાં સાસુ અને શુભચિંતક મરઘાંમા તેની છેક સુધી મદદ કરે છે પણ અંતે તો એ પણ મજબૂર થઈ જાય છે. રતનની છેડાછૂટ થાય છે અને તેને સંતાનો વિના જ લગ્નવિચ્છેદ ગ્રાહ્ય રાખવો પડે છે. અહીં એક ઘટના મને મનોવૈજ્ઞાનિક રીતે યોગ્ય જણાતી નથી. રતનનો જગાથી થયેલો પુત્ર પણ મણિલાલ આસાનીથી રાખવા શી રીતે સમ્મત થઈ જાય ? જગાને પુરુષ હોવાને અધિકારે (?) પુરુષવાદી આગેવાનો પૂછવા-ગાછવા પણ ના બોલાવે એવું કદાચ બની શકે, પરંતુ પોતાની પત્નીને થયેલું સંતાન અન્ય પુરુષનું છે, એ જાણવા છતાં તેને આસાનીથી સ્વીકારવા લંપટમાં લંપટ પુરુષ પણ જલદી તૈયાર ન જ થાય. માન્યું કે મણિલાલને ત્રણ-ચાર દીકરીઓ પછી એક દીકરાની વાંછના

હતી જ. હું માનું છું કે, આવું દર્શાવવાથી કથાની ચોટ આંશિક રીતે ઘટી જાય છે. અલબત્ત, લેખકે પોતાની આંતરસૂઝથી અહીં કામ લીધું છે.

છ-સાત મહિના પિયરે બેઠા પછી રતનને અન્યત્ર વળાવવામાં આવે છે. આ બીજો ગોળ છે, તેથી રતનનો ભૂતકાળ ભાગ્યે જ કોઈને ખબર છે. શામજીભાઈ બીજવર છે અને ત્રણ સંતાનોના પિતા છે. રતન બહુ જલદી જ સૌનાં દિલ જીતી લે છે. એમાંય દીકરી જ્યોતિકાની તો એ મા જશોદા જ બની રહે છે. જોકે, તેને પોતાનાં વછોયાં સંતાન એટલાં જ યાદ આવે છે. ક્યારેક તો પોતે એમને જોશે એવી આશાએ તે નવી સાસરીમાં સૌની બનીને દિવસો વિતાવે છે. આ બાજુ તેની પહેલા પતિથી થયેલી મોટી પુત્રી જ્યોતિને પણ પોતે મા સાથે જે-તે સમયે કરેલા અણછાજતા વર્તન માટે પસ્તાવો થાય છે, તે નાનબાઈનો સંપર્ક કરીને પોતાની માતા રતનને મળવાનું આયોજન કરે છે. જોકે, એ લોકો રતનને ત્યાં પહોંચે છે ત્યારે જ રતન મૃત્યુ પામી હોય છે અને તેની અંતિમક્રિયાની તૈયારી ચાલતી હોય છે. લેખકે રતનના આ એકાએક થયેલા મૃત્યુની કોઈ તાર્કિકતા રજૂ કરી નથી. અને વાચકને વધુ એક ઝાટકો આપ્યો છે. કદાચ, પુત્રી સામેથી મળવા આવી રહી છે એવા સમાચારના આનંદમાં જ એનું હૃદય બેસી ગયું હોય ! કારણ કે, નાનબાઈએ તેને ફોન પર આગોતરી જાણ કરી હોય છે. શક્ય છે કે, અગાઉના પતિથી થયેલી પુત્રી અહીં મળવા આવવાની હોય એ વાત શામજીભાઈ તથા અન્યોને ન ગમી હોય અને કશી ચણભણ થઈ હોય એના કારણે રતનને લાગી આવ્યું હોય અને તેણે કોઈ અંતિમ પગલું ભર્યું હોય. જોકે, બીજી શક્યતા નહિવત છે. રતનને જીવનમાં મરી જવાના વિચારો અનેક વાર આવ્યા છે, પણ તેણે હારી ખાધું નથી. મક્કમતાથી એ મૃત્યુને અતિક્રમી જાય છે. પરંતુ સાથે-સાથે એમ પણ કહી શકાય કે, તેની અંદર એક મૃત્યુચેતના પણ છે જ. ભલે એ દર વખતે તેને દબાવતી હોય પણ છેલ્લી વેળા એ મૃત્યુચેતના તેની પર હાવી થઈ ગઈ હોય !

નવલકથામાં પાત્રબાહુલ્ય છે. ઘણાં પાત્રો આવી હાજરી પુરાવી ચાલ્યાં જાય છે. લેખક મૂળે રતનના પાત્ર પર એકાગ્ર થયા છે. મરઘાંમા અને નાનબાઈ શક્તિશાળી સ્ત્રીપાત્રો છે. જ્યોતિ-જ્યોતિકા પણ મહત્ત્વનાં નારીપાત્રો છે. મણિલાલનું પાત્ર પૂર્વાર્ધમાં ધ્યાન ખેંચે છે. ઉત્તરાર્ધમાં કશેય દેખાતું નથી. એવું જ જગાનું પાત્ર છે. લેખકનું સમગ્ર ધ્યાન રતનના પાત્રને વધારેમાં વધારે વિપત્તિઓમાં તવાતું બતાવવામાં છે. એમ કહેવામાં તેમની ભાવુકતા નવલકથાના કળાપક્ષને હાનિ કરે છે.

અહીં કચ્છી પટેલ સમાજનું પાંચેક દાયકા પહેલાનું ચિત્ર મળે છે. વળી, આ સમાજની બોલીનો અહીં પ્રચુર માત્રામાં ઉપયોગ થયો છે. લોકબોલીને ઓછી સમજતા વાચકને અહીં અવબોધનો પ્રશ્ન થાય, પરિણામે રસક્ષતિ અનુભવાય એમ

બને. પરંતુ લેખકે સંવાદકળામાં તાકાત બતાવી છે એ તો સ્વીકારવું જ રહ્યું. લેખક પહેલવહેલી નવલકથા લખી રહ્યા હોવાથી ઘણું બધું કહી દેવાની ઉતાવળમાં મુખર બની બેસે છે. બીજી એક મુશ્કેલી એ પણ છે કે, પાત્ર કચ્છી બોલી બોલે એ તો ઠીક પણ લેખકના કથન-વર્ણનમાં તો બોલીનો પ્રયોગ શી રીતે શક્ય બને? લેખકે ત્યાં માન્ય ગુજરાતી ભાષા વાપરવી જોઈતી હતી. રતનની કથાના માધ્યમથી જે સરસ રીતે કહેવાઈ રહ્યું હતું છતાં લેખક ઘણે સ્થળે પોતાનું જીવનદર્શન સીધેસીધું રજૂ કરે છે. ત્યારે નવલકથા નવલકથા નહિ, પ્રચારસામગ્રી બની રહે છે. પૃષ્ઠ-૧૮૦ પરના એક ફકરામાં લેખક સીધેસીધા ઇન્વોલ્વ થઈ જાય છે આવું, બીજે પણ છે.

જોકે, આવી-તેવી નબળાઈઓ ભલે હોય, પરંતુ આ નવલકથા એક તાજગીસભર નવલકથા વાચનનો સંતર્પક અનુભવ કરાવે છે. લેખક પાસે સાદગીનું સૌંદર્ય છે. જિવાતા જીવનનો પ્રત્યક્ષ અને ઊંડો અનુભવ છે. વળી, તેમને કથાને મલાવતાં પણ આવડે છે. સાહિત્યના પ્રવાહો, વાદો અને સિદ્ધાંતોથી પર રહીને પોતાના જીવનની નક્કર મૂડીથી કથાલેખન માટે ઉદ્યુક્ત થયેલા આ કચ્છીમાડુને બહોળી શુભકામનાઓ.

૨૨૭/૨, કિસાનનગર **કલ્પેશ પટેલ**
સે-૨૬, ગાંધીનગર

ગ્રામમાતાના વાત્સલ્યનું ઉપનિષદ

લેખક થવા માટે શિક્ષણક્ષેત્ર સાથે સંકળાયેલા હોવું ફરજિયાત નથી. ઉત્તમ સર્જકો શિક્ષણેતર સમુદાયોમાંથી પણ મળતા રહ્યા છે. પન્નાલાલ પટેલનું ઉદાહરણ આપણી નજર સામે છે. વાર્તાક્ષેત્રે અવિસ્મરણીય પ્રદાન કરનારા કચ્છી માડુ ડૉ. જયંત ખત્રીથી લઈ આ લખનાર સુધીના દાખલા ટાંકી શકાય. વળી લેખક બહુશ્રુત જ હોય તે પણ જરૂરી નથી. એની સંવેદનશીલતા જ સૌથી મોટી અસ્કામત ગણાય. હિંમતનગરમાં વસી જઈ અનેકવિધ વેપારધંધા સાથે સંકળાયેલા કચ્છી પાટીદાર હંસરાજ સાંખલા પાસે મોટા ગજાના સર્જકની સંવેદનશીલતા છે. તેઓ સાહિત્યની દુનિયામાં શરમાળ નવોઢાની જેમ ડોકિયું કરી રહ્યા છે ત્યારે એમની આ પહેલી જ નવલકથા ગુજરાતી સાહિત્યમાં ભાષાશૈલી અને લોકબોલીના સફળ વિનિયોગ જેવા મુદ્દે જુદી જ ભાત ઊપસાવે છે. હંસરાજ સાંખલા વેપારી કરતાં વધારે ધરતીખેડુ જ લાગે. પરિવારને ખભે ઊંચકી આર્થિક સધ્ધરતાનાં શિખરો પર પહોંચાડનારા આ અદના માનવી પાસે જીવન જીવવાની આગવી ફિલસૂફી છે. એમણે નામશેષ બની ગયેલી સંયુક્ત પરિવાર જીવનપદ્ધતિનું ઉત્તમ દૃષ્ટાંત પૂરું પાડીને ભારતીય સંસ્કૃતિનો એકવીસમી સદીમાં પણ મહિમા વધાર્યો છે.

પ્રસ્તુત નવલકથાનું કથાબીજ લેખકને પોતાના જ સમાજમાં બની ગયેલી સત્યઘટનામાંથી સાંપડ્યું છે. બે-એક વરસ અગાઉ એમણે ‘ઓગન’ શીર્ષક હેઠળ કેટલાંક સંસ્મરણો પ્રકાશિત કર્યાં ત્યારે એમણે આ કથાબીજ એમના મનમાં રમતું હોવાની વાત કરી હતી. મેં એમને જેવી આવડે એવી તળપદી ભાષામાં એ કથા લખી નાખીને બતાવવા કહ્યું હતું. એમણે એ કથાનકને શરૂઆતમાં ટૂંકી વાર્તાના સ્વરૂપમાં ઢાળવા પ્રયાસ કર્યો, પરંતુ મને એમાં વિશિષ્ટ જાનપદી નવલકથાની સંભાવના વરતાતાં મેં એ જ ‘વાર્તા’ને ‘નવલકથા’ સ્વરૂપે વિકસાવવાનું સૂચન કર્યું. હંસરાજભાઈ માટે નવલકથા એ મોટી હરણફાળ હતી. પરંતુ મને પેલા જાંબવંતની જેમ આ હનુમાનની અંતર્નિહિત ક્ષમતાનો તાગ મળી ગયો હતો. એમના પ્રેરણામૂર્તિ પૂ. ડૉ. ગૌરાંગશરણ દેવાચાર્યે પણ મારી વાતમાં સૂર પુરાવ્યો એથી એ પ્રોત્સાહિત થયા. શરમાળ પ્રકૃતિના હોઈ એક એક શબ્દ

વિચારી વિચારીને લખવા લાગ્યા. એમણે જે પાત્રોને નજરોનજર જોયાં હતાં, એમને એ જ સ્વરૂપે ચીતરવામાં ઝાઝી તકલીફ ન પડી. તળપદની કચ્છી પાટીદારોની બોલીમાં જ આખી કૃતિ સંઘેડાઉતાર રચાતી ચાલી. ત્યાં સુધી કે – લેખક તરીકે પોતે જે વર્ણન-વિવરણ કરવાનું આવ્યું એમાં પણ કચ્છી પાટીદાર લોકબોલીનું જ વ્યાકરણ ખપમાં લીધું. આથી તો કૃતિ ઊલટાની વધુ સંતર્પક બની. શુદ્ધ ગુજરાતી વાંચવા ટેવાયેલા શિષ્ટ વાચકોને એક નવી, તળ ધરતીની સોડમ ધરાવતી વાનગી ઉપલબ્ધ થઈ. અત્યાર સુધી આવા સભાન પ્રયોગોમાં સાબરકાંઠાના જ વતની અને મુંબઈમાં સ્થાયી થયેલા નાટ્યવિદ્ સર્જક અમૃત બારોટે દિવંગત પત્નીની સ્મૃતિમાં લખેલી અદ્ભુત નવલકથા 'વડમામી'નું ઉદાહરણ સ્મૃતિવગું છે. અમૃત બારોટ તો નીવડેલા કળાકર્મી છે. હંસરાજ સાંખલા પાસે એવો નહોતો કોઈ અનુભવ કે નહોતું એમને માર્ગદર્શન આપે એવું કોઈ કળાક્ષેત્રી વ્યક્તિત્વ. એમણે જે કંઈ કર્યું તે જાતે જ કર્યું છે. એ બધું સાવ સ્વાભાવિક ઘટનાની જેમ ઘટી ગયું છે. જગતની યાદગાર પ્રશિષ્ટ કૃતિઓ આવી સહજ ઘટના સ્વરૂપે જ મળી છે.

હંસરાજ સાંખલાની આ કૃતિ જીવનનું તાદશ નિરૂપણ કરતી દસ્તાવેજી કૃતિ છે. ગુજરાતીની જાનપદી નવલકથાઓમાં એના અવતરણથી એક નવું મોરપિચ્છ ઉમેરાયું છે. એમાં કચ્છી કડવા પાટીદાર સમાજનાં સુખદુઃખ, હરખશોક અને રૂઢ પરંપરાઓ વચ્ચે પિસાતાં નરનારીનું હૃદયંગમ બલકે હૃદયદ્રાવક ચિત્ર મળે છે. અત્યાર સુધી આપણા સાહિત્યમાં સાવ જ અજાણ્યાં રહેલાં આ વિશિષ્ટ ધરતીનાં છોરુંને હંસરાજ સાંખલાએ પ્રકૃતિદત્ત પ્રતિભાના બળે કલમબદ્ધ કરીને એક નવા જ પ્રદેશ અને પરિવેશને રમતો મૂક્યો છે. પ્રમાણમાં નાનું છતાં અતિશય મૂલ્યવાન એવું આ પ્રદાન ગુજરાતી સાહિત્યમાં યાદગાર ઉમેરણ લેખાશે.

લેખકે રતન નામની એક ઝુઝારુ કચ્છી પાટીદાર મહિલાના જીવતર અને જણતરની કથા આલેખી છે. શરૂઆત રતનની જેની સાથે સગાઈ થયેલી એ મુરતિયાના અકાળે થયેલ મરણની ઘટનાથી થાય છે. રતન માંડ પંદરેક વરસની છે. ખાધેપીધે સુખી કુટુંબમાં સંબંધ કર્યો પણ કુદરતને મંજૂર નહોતો. એ આઘાતમાંથી ઊગરવા મથતા વડીલો માટે હવે દીકરી માટે સારું ઘર અને વર ગોતવાનું કામ અઘરું બની ગયું, કારણ કે એ જમાનામાં મોટા ભાગનાં છોકરાંના સંબંધ નાનપણમાં જ – લેખકની ભાષામાં 'ઘોડિયામાં હૂતાં હોય ને થઈ જતા.' છ મહિનાની શોધખોળ પછી પણ મેળ ન બેઠો એટલે રતનના કાકા વિચારે છે : આપણા સમાજની ઘણીબધી દીકરીયું ગુજરાતમાં ઊંઝા બાજુ દીધીયું હે. તો જો સારું સુખી ઘર ને છોકરો ભરાભર હોય તો શું વાંધો ?

કચ્છી પાટીદાર સમાજ આજીવિકાની શોધમાં વહાલું વતન છોડી દૂર-દૂર જ્યાં સરખાં વરસાદપાણી હોય એવા 'ગુજરાત'ના અંતરિયાળ વિસ્તારોમાં ફેલાયો છે. પરંતુ કચ્છી પાટીદાર એની દીકરીને બને ત્યાં સુધી કચ્છ બહાર આપવાનું પસંદ નથી કરતો. રતનને ઊંઝા તરફ આપવાની એના કાકાની દરખાસ્તનો ગામના ડાહ્યા વડીલો વિરોધ કરે છે : 'આવું વિચારાતું હશે નારણ ? જો રતનની જગ્યાએ તારી દીકરી હોય તો તું ગુજરાત દે ?'

આમ શરૂથી જ પ્રાદેશિક અસ્મિતાની ધજા ફરકાવતી કથા સહજ ગતિએ આગળ વધે છે. એક દિવસ ઓચિંતી જ રતનના માસા બાપાની ટપાલ આવે છે. લેખકનું વર્ણન જુઓ :

કાકાએ સાંજે કંડેલના લાલ અજવાસમાં જીવાંમાને અને બધાંને વાંચી સંભળાવી. છોકરાની વાત હતી એટલે રતનના કાન ચોસા (સાવધાન) થયા. એ ઓસરીના પેલે છેડે મજૂસ પાસે બેઠી હતી. છતાં કાનોરો (સાંભળવા માટે ધ્યાન) દઈને સાંભળવા લાગી.

'માસીને માલમ થાય કે છોકરાવાળાનું ઘર ઊભું હે પણ છોકરો ભરાભર હે. છોકરાનાં માબાપ નેનકડેથી ગુજરી ગ્યાં હે. છોકરો એના મોટા બાપા ને મોટી મા કને મોટો થ્યો હે. એની વાડી નથી પણ ખેતર-બેતર હશે. જો તમને જચે તો આપડી બાઈ દુઃખી નીં થાય. છોકરો કલકત્તે એના ફુઆ કને કામ શીખેર્યો. ફુઓ એને ઠેવરો કરી દેનારા હે, એવી વાત હે – ને પાંચ ચોપડી જેવું ભણેલો હે.'

રતને તરત જલારામબાપાને મનોમન પ્રાર્થના કરી. 'હે જલાબાપા, ગમે તેમ કરીને આ ગોઠવાઈ જાય એવું કરજો. નૈ તો મને ગુજરાતનાં ઝાડવાં જોવાં પડશે.'

જલારામબાપાએ રતનની પ્રાર્થના સાંભળી હોય એમ કચ્છમાં રહેતાં છોકરાની મોટીમાને હથવારા હાથે રતનના કાકાએ હોપારી મોકલી દીધી. સગપણ નક્કી થઈ ગયું ને વરહાળે (ચોમાસે) બારેથી બધા આવશે તૈયેં ગોળટીલું (ચાંદલો) કરીશું.

– આ જ ધારામાં આખી વારતા વહેતી રહે છે, ક્યાંય ખોડંગાયા વગર. આ સહજ ધારાપ્રવાહ એની અસલી લોકબોલીને લીધે સમસ્ત પરિવેશને આબેહૂબ પ્રત્યક્ષ કરે છે એટલું જ નહીં – એમાં કચ્છી પાટીદાર સમાજનો અને એનાં રતનથી લઈ એના માથે પડેલા પતિ મણિલાલ કે રતનની સગી તથા ઓરમાન દીકરી જ્યોતિ તથા જ્યોતિકાનો બલકે મરઘાંમા અને નાનબાઈ જેવાં ગૌણ પાત્રોનો પણ અસલી મિજાજ પ્રગટતો રહે છે.

લેખકે આ નવલકથા લખતી વખતે અને પ્રૂફ લેવલે મને સતત પૂછ્યા કર્યું છે : આમાં મેં તો અમારી પટેલોની ભાષા જ વાપરી છે. એને શિષ્ટ સાહિત્યવાળા સ્વીકારશે ખરા ? મેં એમને એ જ ભાષા જાળવી રાખવા પ્રોત્સાહિત કર્યા, જેથી કચ્છની ધરતીની કેસર કેરી જેવી સોડમ અળપાય નહીં. નવલકથાના બીજા જ પ્રકરણનું શીર્ષક છે : 'સખીઓ સાથે લગ્ન પહેલાંની યાંણ' આ 'યાંણ' શબ્દ સ્વાભાવિક રીતે જ ગુજરાતી વાચક માટે અપિરિચત લાગે. પણ લેખક કૌંસમાં એનો પર્યાય મૂકીને વાચકની મુશ્કેલી હળવી કરી દે છે. યાંણ (ગોઠડી). આમ લગભગ સરેરાશ વાચક માટે કથાની ભાષા થોડા પ્રયત્ને જ સમજાઈ જાય એવો ઉપક્રમ રચાયો છે. – એ સમય અને સમાજની અભણ દીકરીઓનાં સગપણ તો ખૂબ કાચી વયે થઈ જતાં પણ પછી મુગ્ધવયની બાળાઓ વચ્ચે ક્યારેય નહીં જોયેલા 'માંટુડા' વિશે રમણીય વાર્તાલાપ થયા કરતો. લેખકની જીવંત રજૂઆતનો નમૂનો જુઓ :

એના જેવી જ ઘણી ઓળખીતી છોરીયું કને પૂછા કરી પણ પાંચમાંથી એકનો પણ માંટુડો બારેથી આવ્યો જ ન'તો. તો પછી મેળામાં ક્યાંથી મળે ? ત્યાં રતનની ફઈજીની દીકરી હેંજાબાઈ મળી. એણે કહ્યું, 'અમારા મણોભાઈ તાં આઠમથી બે-ત્રણ દી વેલા આવશે. વેલા આવે તો કાળા થૈ જાય, એટલા હારુ. ન કાં મારી ધોળી ભોજાઈનાં પાંહાંમાં (બાજુમાં) શોભશેય નહીં.' કહી એણે રતનના ગાલે ચૂંટલી ભરી. એ જતી રહી. * * *

"વાતુડી, કાંક બોલ તાં ખરી. આમ તો વાતુંમાં વારોય ન દે ને જમાઈની (માટુંડાની) વાત આવે તૈયેં જેણે (જાણે) તેલમાં માખ પડી. "xxx" તેં ભલેને જમાઈ ન જોયા હોય. મેં જોયા હે. શેકાવી શેકાવીનેય તને લૉટરી લગાડી હે તારા જલાબાપાએ."

'તોય તમારા જેવાં વાડીવાળાં થોડાં હે. હે તો મજૂરિયાં જ ને ?'
સોહાગરાતનું સંયત વર્ણન જુઓ :

મણિલાલે વાતની શરૂઆત કરી. શરૂમાં રતન માથાના ઇશારાથી હા-ના કહેતી હતી. પછી ટૂંકા જવાબથી કામ ચાલ્યું ને પછી તો બીક અને શરમ મટતી ગઈ. અજાણ્યા તોય મણિલાલ એનું પોતાનું માહણ હતું ને ? * * *

હું તો શરમાઉં પણ ભાઈમણ થઈને ઈ શરમાય ઈ કેવું ? હું થોડું હામેથી કહું. xxx સાંજ વહેલી પડી જતી. તેથી રાત પણ ધજ મોટી થતી'તી. છતાંય દરરોજ દી આથમે રતનને થતું : રોજ પછાડના સૂરજદાદો પોતાની હલંગ ધીમે કાં કરી નાખેર્યો ? એને સાંજનો સૂરજ ઉતાવળ વગરનો, ટાઢાં ઠીબડાં જેવો લાગતો. એ ઘડી ઘડી સૂરજ સામે જોતી ને થતું – ક્યારે સાંજ

પડે ને અંધારું થાય ને અમે મલીયે ને...

લેખક સૂક્ષ્મ સંવેદનશીલતા અને તીક્ષ્ણ નિરીક્ષણ ક્ષમતાનો પાને પાને પરચો આપતા રહે છે. સમાજસુધારક તરીકે પણ હંસરાજ સાંખલાની મૂઠી ઊંચેરી પ્રતિષ્ઠા છે. હકીકતમાં એમનું પ્રારંભિક લેખન તો સમાજની પ્રસ્થાપિત કુરૂઢિઓ વિરુદ્ધ ઊંડી સમજદારી સાથેના વિદ્રોહની જ સીધી-સપાટ રજૂઆત હતી. એ પહેલી વાર મળ્યા હિંમતનગરની ભાગોળે શબ્દપીઠ સ્થાપીને બેઠેલા ગૌરાંગશરણ દેવાચાર્યની નિશ્રામાં. એ વખતે સમાજસુધારા વિશેનાં લખાણોની વાત કરેલી ત્યારે મેં એમને સંસ્મરણાત્મક નિબંધો લખવાનું સૂચન કરેલું. 'કુલટા' શીર્ષક હેઠળ હંસરાજભાઈએ લખેલી આ વાર્તાની મૂળ સ્ક્રિપ્ટ હજી મારી પાસે સચવાયેલી છે. એને મઠારીને નવલકથા સ્વરૂપમાં ઢાળવાનો એમનો પુરુષાર્થ ખરે જ પ્રશંસનીય છે.

રતનને નાનબાઈ 'સરખી' લાજ કાઢવાની સલાહ આપે છે.

'થોડી હરખી લાજ કાઢતી હો તો ?'

'કોની ?'

'મારા બનેવીની.'

– ધણીની તે વળી લાજ કેવી ? પણ ગામડામાં તો કાઢવી પડે. નાનબાઈ કહે છે : 'રાતનું તને જેમ કરવું હોય એમ કરજે ને, આગળિયો દૈને. પછી કોઈ આડું નીં આવે. બાકી દીનું માહણ વાતું કરે એવું ન કરતી. આ ગામડું હે. નખત્રાણા જેવું શહેર થોડું હે.'

લેખક સમાજસુધારાના પ્રખર હિમાયતી હોઈ લાજ વિશે વિસ્તારથી વિવેચન કરે છે : 'ડોસીયું કેતીયું – બેલોડિયાંના બે ભાઈ હોય તોય નાનાની વહુને મોટાની લાજ કાઢવી પડે. શાસ્તર એમ કેર્યાં.'

રતન મણિલાલને કલકત્તા જવા દેવા નથી માગતી. 'બારે નૈં જાઉં તો આપે ખાશું શું ?' એવા સવાલના જવાબમાં રતન કહે છે : ઇયાં જ કામ કરોને. તમે ક્યાંક વરહોંદી ભરજો ને હું છૂટક મજૂરીએ જઈશ. હોખદોખમાં ચાર આંખું ભેળિયું તો ખરીયું.

ફુઆ મણિલાલનું રીતસર શોષણ જ કરે છે એ સમજી ગયેલી રતન વહેવારુ દલીલ કરે છે : બીજે કામ કરત તો ફુઓ દેર્યા એના કરતાં પગાર તાં વધારે મળત. ફુઆ કરતાં ડબલ પગાર દેવાનું ઓલ્યા વીરજી પટેલવાળા તમને નો'તા કે'તા ?'

પરંતુ મણિલાલ શરમાળ માણસ છે. એને ફુઆને છોડીને બીજે કામ કરતાં અપરાધબોધ લાગે છે. જોકે આખરે રતનની શંકા સાચી પડે છે.

રતનને ઘરસંસાર કેવો મીઠો લાગે છે એનું લેખક એક જ લસરકે હૃદયસોંસરવું ચિત્ર ખેંચે છે. મણિલાલ 'સાતમ' કરવા નહીં આવે એવી મજાકને ગંભીરતાથી લઈ એ નાનબાઈ આગળ રાવ નાખે છે :

'બાઈ, આ વળી કેવું - ઈ હાતમ કરવાય ના આવે ! આ આપડો અવતાર કેવો ?'

'કાં એમ કો'રી ?'

'તો શું કૌં ? એમ તાં મારા બાપને ઘરે હું શું ખોટી હતી ? મારા બાપને ઘેર ખાવાનું તો ઘણુંય હતું. તોય મને પૈણાવી કાં ?'

આવા માર્મિક સંવાદો અને હૃદયસ્પર્શી પ્રસંગોની હારમાળા આખી નવલકથામાં ગૂંથાતી ચાલે છે. વાચકને એ નજર સામે ભજવાઈ રહ્યા હોય એવું મહેસૂસ ન થાય તો જ નવાઈ. લેખક પાસે આ કથા હૃદયવગી છે. જે સગી નજરે જોયું છે ને સરવા કાને સાંભળ્યું છે – એ જ એમણે નિખાલસતાપૂર્વક કાગળ પર ઉતાર્યું છે. તેથી રતન અને મણિલાલની સંસારકથા આટલી ટકોરાબંધ બની આવી છે. ગોવર્ધનરામની ગુણસુંદરી જેવી જ રતન ઘરરખ્ખુ ગૃહિણી છે. ગોવર્ધનરામની ગૃહિણી ભદ્ર વર્ગના વૈભવ વચ્ચે ઘરસંસારની ખાટીમીઠી માણે છે. હંસરાજ સાંખલાની રતન માટે એના અભાવો જ વૈભવ બની રહે છે. માંદા ધણીની સારવાર માટે એ કેવાં કેવાં જોખમો ખેડે છે! પોતે ગ્રામીણ પરંપરાનો પુરસ્કાર કરનારી અભણ સ્ત્રી. મણિલાલને ટીબી હોય તો દવા કર્યા છતાં મટ્યો કેમ નહીં ? એને લાગે છે કે 'જરૂર તમને કાંઈ આડીઅવળી હશે ને કાં કોક તમારા ભેગું કામ કરતું હશે એણે વેર વાળવા કાંક કાળું-ધોળું કર્યું હશે.'

અને પછી મણિલાલની નાઉપરવટ જઈ એ ભૂવાજતિના ચક્કરમાં પડી જાય છે. ગામડિયાં અબુધ લોકને આ અષ્ટઘંટ ભૂવા-ભોપા કેવા કેવા નુસખા બતાવે છે, કઈ હદે બીવડાવી મૂકી એમનાં ખીસાં કાતરી લે છે – એનું ચોટદાર ચિત્રણ કાળજું કંપાવી દે છે. ખાટલે પડેલા મણિલાલને વહેલામાં વહેલી તકે બેઠો કરવાની નેમ સાથે ઝઝૂમતી ગ્રામ્યામાં પતિવ્રતા ભારતીય નારીની ઝલક વરતાય છે. પૈસેટકે ઘસાઈ ગયેલ હોઈ વળતી સાતમે ગામડે આવેલ કમાઉ નાતીલા એને મદદરૂપ થવા ઉત્સુક છે. મણિલાલે તો એમની મદદ કદાચ મૂંગે મોંએ સ્વીકારી લીધી હોત પણ સ્વમાની રતનને શરમ આવે છે : 'બાપા, અમે થોડી મજૂરી વધારે કરશું પણ ધર્માદાનું નીં ખાઈએ.' આખરે મરઘાંમા એને સમજાવે છે : 'લઈ લ્યો વઉ. સમાજ માબાપ કે'વાય.' સગવડ થયે પાછા આપવાની શરતે એ પૈસા સ્વીકારે છે. આવી ટેકીલી રતન ધણીને ટીબી જેવી જીવલેણ બીમારીમાંથી સાજો કરવા ઊંચા જીવે 'રોજ સવારે ત્રણ ગાઉ ચાલીને

જોગમૈયાનાં દર્શન કરવા જતી ને એ બહાને એક ડબરિયામાં કપડામાં વીંટાળી તાજું ઈંડું લઈ આવતી.' ગામલોક એને સતી સાવિત્રી ગણવા લાગે છે. શુદ્ધ શાકાહારી અને જીવ હિંસામાં નહીં માનનારી રતન એના બીમાર ધણી ખાતર કંઈ પણ કરવા તૈયાર છે. મણિલાલ સાજો થઈ કલકત્તા કમાવા પાછો ફરે છે. ફુઓ એનું શોષણ કરે છે તે વાતની પ્રતીતિ થતાં એ ઝઘડો કરીને જુદો પડે છે. દરમિયાન એને ચોથી દીકરી અવતર્યાના સમાચાર મળતાં એ સાવ જ નાસીપાસ થઈ જાય છે. ફુઆના જ બંગાળી મિત્ર શાહા શેઠની સૉ મિલમાં કટર તરીકે જોડાયો હોઈ સંસ્કારનું આવરણ હટી જાય છે. એ દારૂની લતે ચડે છે અને પરસ્ત્રીગમનની તક મળતાં ચાર દીકરીઓની મા એવી પતિવ્રતા પત્નીને ભૂલી જાય છે. બિચારી રતન હાથમજૂરી કરીને એનું અને બાળકોનું માંડ ભરણપોષણ કરે છે.

લેખક એમની તળપદી બાનીમાં બદલાયેલા મણિલાલનું સ્વરૂપ વર્ણવતાં લખે છે :

મણિલાલ ઉપર નાનપણમાં એના બાપનું દબાણ ન'તું. તે મરઘાંમાના વધુપડતા ચાગથી એ થોડો ફેરચાકલ થઈ ગયો હતો. એનું ફેરચાકલપણું ફુઆ પાસે કંટ્રોલમાં હતું પણ હવે ફુઆનું દબાણ ઘટતાં એ ફરીથી છૂટ થઈ ગયો. તેથી ફરી પાછો એ ફેરચાકલ થતો ગયો.

શિષ્ટ ગુજરાતી વાચક માટે અઘરા પડે એવા શબ્દો, પરંતુ કચ્છી પાટીદાર સમાજની વાસ્તવિક છબી એની નરવાઈ-ગરવાઈ સાથે એક જ લસરકામાં કેવી ઊપસી આવે છે ! ભાષાની જે અંતર્નિહિત તાકાત છે એ લોકબોલીમાં જ સચવાયેલી છે. હંસરાજ સાંખલાએ અજાણતાં જ આ જગતસત્ય પાને પાને પ્રગટાવી ગુજરાતી ભાષાના આ ખૂણે કણસતા શબ્દભંડોળને સર્વસુલભ કરાવી આપણને ન્યાલ કરી દીધા છે. લોકબોલી સાથે પરંપરાગત લોકમાન્યતાઓનો પણ અહીં અંબાર ખડકાયો છે. એક જ ઉદાહરણ પૂરતું થઈ રહેશે. ફુઆને ત્યાં કામ કરતો મણિલાલની બીજી ફુઈનો દીકરો કાંતિ એને મળવા આવે છે અને કહે છે :

"ભાઈ, મને અષાઢી બીજ કચ્છમાં કરવાનો વિચાર હે. હુરધન બાપાના ડોભ (ઉત્સવ) માથે પોંચી જવું હે."

મણિલાલ કચ્છ જવાની આનાકાની કરે છે ત્યારે કાંતિ સમસમી ઊઠે છે :

'હાલતું હશે ? બાર મહિનામાં એક વાર તો જવું જ ખપે ! મારી ભાભી ત્યાં વાટ જોઈ બેઠાં હે મણાભાઈ, ત્યાં આંગણાના લીમડા માથે કાગડો બોલે કે તરત તમને બારે જોવા નીકળેર્યાં.'

– આ સહજ ભાષા, એના તળપદની આગવી છટા સાથે આપણને પહેલી જ વાર કચ્છથી દૂર વસીને સતત કચ્છીયતની મૂક આરાધના કરતા રહેતા એક અદના 'સૉ-મિલધારક' પાટીદાર પાસેથી સાંપડે છે. મહદંશે સત્યઘટનામાં કલ્પનાનું આછુંપાતળું રસાયણ ઉમેરી લખાયેલી કથાનાં નાયક અને નાયિકા બેઉ પ્રત્યે અપાર અનુકંપા અનુભવતો વાચક બેઉની ભૂલોને માનવસહજ અને નિયતિ નિર્મિત સ્ખલન સમજી ઉદારતાપૂર્વક ક્ષમ્ય જ ગણશે. બલકે એમની એ ભૂલોને કારણે સ્તો આખી કથા આટલી સંતર્પક બની છે. સૌંદર્યશાસ્ત્રીઓએ જેનો મહિમા ગાયો છે અને ભવભૂતિએ જેને રસરાજ ગણી ઉપાસ્યો છે તે 'કરુણ' કોઈ પણ પ્રકારની ચતુરાઈ કે વેવલાઈ વગર અહીં સ્વાભાવિક રીતે આલેખાયો છે. કલકત્તામાં કટર તરીકેની નોકરી દરમિયાન મણિલાલ સુભાષ અને મંજુ જેવાં નવાં પાત્રોના પરિચયમાં આવે છે. ચાર-ચાર છોકરીઓનો બાપ મણિલાલ મંજુની માતૃત્વભૂખ ભાંગવા એની સાથે યૌન સંબંધો સ્થાપી બેસે છે. દારૂની લતે ચડેલા સુભાષને એનો અણસાર પણ ન આવે એમ એના જ ઘરમાં મણિલાલનો નવો ઘરસંસાર શરૂ થઈ જાય છે. મણિલાલ પતિવ્રતા પત્ની અને વ્યભિચારિણી મંજુ વચ્ચે એવા સંજોગોમાં મુકાયેલા કોઈ પણ પુરુષની જેમ કેવી સમાધાનકારી સરખામણી કરે છે !

'... આમ તો બધી બાઈમણુયે એમ જ વર્ત્યું ખપે. ન કો તો એવું હતું – આયો માલ નાખો વખારમાં. ને એની હામે ઈયાં મંજુ ભેગી કેવી મજા આવેરી? થાયર્યું જિંદગી ઇંયાંજ કાઢી નાખું. ઉતાં કાંય બાઇમણ કેવાય? રતનની થોડી વધી ગયેલી કોથ (પેટ), લચી પડેલાં પયોધર. જ્યારે મંજુ તો નછોરી સ્ત્રી હતી. તેની પાતળી કમર, ચુસ્ત સ્તન. તેની આકર્ષક ફિગર. સાથે દારૂના સંગને લઈને મણિલાલ મંજુની પાછળ ગાંડો થવા લાગ્યો અને મંજુ મણિલાલની પાછળ.'

ત્યાં મણિલાલ જલસા કરે છે અને અહીં રતનના જીવને પૂછ્યે ખબર છે કે કેટલી વીસુંએ સો થાય છે! એક સાંધતાં તેર તૂટે તેવી સ્થિતિમાં રતનને કાકા પાસેથી છૂપી મદદ મેળવવામાં કે નાનબાઈ પાસેથી અનાજ સ્વીકારવામાં ભારે અપરાધબોધ મહેસૂસ થાય છે. એનો ધણી આઠ મહિનાથી પાઈ પણ મોકલતો નથી. આવા કપરા સંજોગોમાં આ ચાર છોકરીઓની મા 'છોરીયુંને આછીપાતળી રાબ પાવા હારુ વ્હેલી હવારના અંધારામાં દરશન કરવાના બહાને મંદિરે ગૈ ને કોય ન દેખે એમ મંદિરના ઓટેથી માહણે પંખી હારુ નાખેલા ચણ' વાળીને લઈ આવે છે. કેવી કરુણતા! પરંતુ કરુણતાની પરાકાષ્ઠા તો પેટનાં જણ્યાં ખાતર એ દુકાનદાર જગાને વશ થાય છે તે પ્રસંગમાં વરતાય છે :

જગો મને પૂછવા મંડ્યો : તમને હાચાહાચ મજા નથી આવતી ભાભી ?

'જગાભાઈ, મજાની વાત ક્યાં કરોર્યાં ? આ તો મારી મજબૂરી હે એટલે આવી હૌં... તમને ખબર નથી - મારી દીકરીયુંને બે દી થ્યા હું પેટપૂરતો લૂખો રોટલોય નથી દઈ હકી. એના પેટની ભૂખ મટાડવા હારુ આવી હઉં. મારી જ્યોતિને કામે ન લગાડવી પડે ને એ આગળ ભણી હકે એના હારુ આવી હઉં. હવે તમે તક્કડ (ઝટ) કરો.'

જગો કહે છે : ઉવાં મારો ભાઈ તાં બંગાળી બાઈમણ ભેગો રોજ મજા કરેર્યો પછી તમને મજા કરવામાં શું વાંધો ?... આયાં તૈયે તક્કડ (ઉતાવળ) કાં કરોર્યાં ભાભી ?

રતનનો જવાબ સાંભળીને પથ્થરદિલ માનવીની આંખ પણ આંસુ ખેરવશે –

'જગાભાઈ, તમે ભૂલોર્યા. આ તમારી રતનભાભી નથી આવી. ભૂખી દીકરીયુંનું પેટ ભરવા એક લાચાર મા આવી હે. તમને ખબર નથી પણ આજ મારા ઘરમાં ધાનનો એક પણ દાણો ન'તો એનો રસ્તો કાઢવા આવી હૌં.'

પોતાની વિશ્વાસુ બહેનપણી નાનબાઈ આગળ એ પોતાના સ્ખલનની નિખાલસ કબૂલાત કરે છે :

બાઈ, હું ખરેખર એનો રસ્તો કાઢવા જ ગી'તી. મારી છોરીયુંને આખો દી છાય જેવી આછી રાબ પીતાં હું ન જોઈ હકી, એટલે આ પગલું ભરવા હું લાચાર થૈ ગી. xxx હું હારી ગી બાઈ, હું નેઠ હારી ગી. તને આ વાત કીયા મોઢે કૌં ? મને શરમ થતી'તી.

પોતાને પેટ પેલા દુકાનવાળાનું બીજ પાંગરી રહ્યું છે. પોતે પાપ કર્યું છે પણ પેટનાં જણ્યાંના પેટ ખાતર કર્યું છે. ઝેર ઘોળીને મરવાનું મન થાય છે પણ પાછળ એની ચાર-ચાર દીકરીઓનું કોણ ? નાનબાઈ એને આશ્વાસન આપે છે. મણિલાલને પણ સમજાવી દે છે. લટકામાં ચાર બહેનો પાછળ ભઈલો જન્મે છે, પરંતુ એને કોઈ મણિલાલનો દીકરો ગણવા તૈયાર નથી. દરેક પરિવારમાં ક્યાંક ને ક્યાંક મંથરા હોય જ છે. 'મરઘાંમાની નાની વહુ લીલા આગલ્યા જનમની વેરી થઈ. બહારવટે ચડી ગઈ.' લેખકે ઢાંકપિછોડો કરવા માગતાં શાણાં સ્વજનોને એક જ સ્ત્રીની અદેખાઈને કારણે પારોઠનાં પગલાં ભરતાં બતાવ્યાં છે. સમાજમાં આવું બનતું રહ્યું છે. રતનની દુખતી રગ લીલા જાણે છે અને એનો છડેચોક પ્રચાર કરીને એના છૂટાછેડા કરાવીને જંપે છે. મરઘાંમા જેવું ગૌણ પાત્ર એના ઠાવકા શાણપણથી કેવું ઝળકી ઊઠે છે ! એ દુખિયારી રતનવહુને ચોવટિયાઓના સકંજામાંથી બચાવવા જે દલીલો કરે છે તે કચ્છી પટલાણીની પરિપક્વ સમજણની પરાકાષ્ઠા દર્શાવે છે. એ ધરાર સંભળાવી દે

છે : હું બાઈમણ હૌં. બાઈમણની આવી વાતની પીડા બાઈમણ જ હમજી હકે. ઈ તમને શું ખબર પડે ચોવટિયાઓને. એનાથી કોંક કારણસર કદાચ ભૂલ થઈ હશે તો આપણે પણ બધાં માહણ હેયે. આપડામાંથી કેટલાંયની ગાંડું ગુવાળીયું હે ઇ તાં કાં પોતે ને કાં ભગવાન જાણે.

– આટલી કડક રજૂઆત છતાં જ્ઞાતિનું પંચ રતનને માફ કરવા તૈયાર નથી. મણિલાલ શરૂમાં ઉદાર વલણ દાખવતો લાગેલો પણ ઘરને નાતબહાર મૂકવાની વાત સાંભળી એનાય હાંજા ગગડી ગયા. ન્યાય પણ કેવો ! વહુ એના પિયરિયાંને સોંપાઈ ગઈ અને ધાવણા બાળક સહિત ચારે દીકરીઓ સાસરીમાં મૂકી, માથે કાળી ટીલી સાથે રતનને એનો ઘરસંસાર છોડવો પડ્યો. એક માતાની વેદના લેખકે કેટલી વશેકાઈથી વ્યક્ત કરી છે ! મા બધું છોડવા તૈયાર છે, બધી સજા ભોગવવા સહમત છે, પણ એને પેટનાં જણ્યાંને છોડવાં પડે છે તે સહન નથી થતું. એણે પાંચ પૈકી ફક્ત બે બાળકો પોતાની સાથે લઈ જવા દેવાની વિનંતી કરી હતી તે પણ ફગાવી દેવાઈ. ધાવણા લાલિયાને ધવરાવતાં એ વિચારે છે : એક બાજુ એમ કેર્યાં કે આ ગગો એનો નથી. તો એને કાં દીધો ? મને કાં નથી દેતા ? બે ભાઈબોન મને દીધાં હોત તો હું એના આધારે જીવી હકત. હું કેના આધારે જીવીશ ? ને કેના હારુ જીવીશ ?

આવી કકળતી આંતરડી લઈ નીકળેલી રતનને તાબડતોબ ઠામ બેસાડાય છે ત્યાં પણ એની ભીતર ધબકતી માતા કશીય અપેક્ષા વિના નર્યું વાત્સલ્ય જ વરસાવતી રહે છે. નવા ઘર અને વર સાથે ગોઠવાતાં થોડું અણસોરું તો લાગે છતાં એ આગલાં પરણેતરની દીકરીને 'બેટા' કહી લાડથી સંબોધી એનું દિલ જીતી લે છે. જ્યારે એની પેટની જણીએ તો પરંપરાગત ખાનદાનીના ખોટા ખ્યાલોથી દોરવાઈ જઈ બાળકો ખાતર જાત વેચવા તૈયાર થયેલી મજબૂર માતાનો પક્ષ લેવાને બદલે એને કુલટા કહી તમાચો વીંઝ્યો હતો ! કેવી વિડંબના !

પરંતુ અહીંથી જ કથાનો ઉત્તરાર્ધ શરૂ થાય છે. નવું ઘર શહેરમાં છે. સુખ સાયબીવાળું છે. પોતાનાં જણ્યાંને સાથે નહીં લાવી શકેલી માને ભર્યોભાદર્યો તૈયાર ઘરસંસાર અને પરિવાર મળી જાય છે. શરૂ શરૂમાં અતડાં રહેતાં ઓરમાન બાળકો નવી માનો અઢળક પ્રેમ પામી સંતોષ અનુભવે છે. એમાંય જ્યોતિકાને તો નવી મા સ્વરૂપે જશોદામૈયા મળી હોય એટલો રાજીપો છે. યોગાનુયોગ રતનની પહેલા ખોળાની દીકરીનું નામ પણ જ્યોતિ હતું, એટલે એ આ ઓરમાન દીકરીમાં પેટની જણીનો જ ચહેરો નિહાળતી રહે છે. જ્યોતિકા કૉલેજકન્યા છે. રતન તદ્દન અભણ છતાં અનુભવે ઘડાયેલી પરિપક્વ માતા છે. એ એની ઓરમાન દીકરી માટે માતા ઉપરાંત ફ્રેન્ડ, ફિલોસૉફર અને

ગાઇડ બની રહે છે.

કચ્છી પાટીદાર સમાજ કચ્છ ઉપરાંત આજીવિકાર્થે આખા દેશમાં પથરાયેલો છે. લેખકે સમાજના જુદાજુદા પાંચડાનો અછડતો ઉલ્લેખ કર્યો છે. રતન ઘરગરણું કરીને જ્યાં ગઈ છે તે એનાં પિયરિયાં અને સાસરિયાં કરતાં જુદા પાંચડાનાં લોક છે. એમને એકમેક સાથે ખાસ કશી ઓળખાણ કે સામાજિક સંબંધો પણ નથી. નવા ઘરવાળાની મા જીવતી હતી એટલે એને પુનર્લગ્ન કરવાનું મન નહોતું, પરંતુ માને પાછળથી અચાનક કેન્સરની ગાંઠનું નિદાન થતાં શામજી માટે બીજું લગ્ન કરવું જરૂરી બની ગયું. વચેટિયા મનજીબાપાએ રતન માટે આ સુખી ઘર શોધી આપ્યું એથી રતનને ભૌતિક સુખસુવિધા પાર વગરની બલકે એની કલ્પના બહારની મળી ગઈ. પણ એનું માનું હૈયું તો પેટનાં જણ્યાં ખાતર વલવલતું જ રહ્યું. એણે પોતાની સાથે નિયતિએ કરેલા અન્યાયની રજેરજ બાબત નવા ધણીને જણાવી દીધી. જ્યોતિકા એની દુખતી રગ નથી જાણતી અને પૂછીને એની 'જશોદામા'ને વધુ દુઃખી કરવા પણ નથી માગતી. પણ એનાં લગ્ન વખતે રતનને પોતાની દીકરી સાંભરી આવે છે, એથી એ મંગળપ્રસંગે બેહોશ થઈ જાય છે. જ્યોતિકાને સગી દીકરી જેટલાં જ લાડ કરતી હોવા છતાં એને પેટની જણી જ્યોતિ કે જેણે લીલા જેવી ઈર્ષાળુ બાઈની ચડવણીથી પોતાને 'કુલટા' કહી અપમાનિત કરી હતી – એ ભૂલી ભુલાતી નથી. એને બીજાં બાળકોની પણ ચિંતા સતાવ્યા કરે છે. પોતાના નવા ઘરસંસારમાં સંસ્કારી સ્ત્રી તરીકે પોંખાતી હોવા છતાં એને પેલું કલંક સતત ડંખ્યા કરે છે. જુદા પાંચડામાં પુનર્લગ્ન કરીને આવી હોવાથી એ વાત એના ધણી સિવાય બીજું કોઈ જાણતું નથી છતાં એને સતત એ મુદ્દે ફડક રહ્યા કરે છે.

નવલકથાના ઉત્તરાર્ધમાં કથાપ્રવાહ થોડો મંદ પડી જાય છે અને લેખક પર સમાજસુધારક હાવી થઈ જતો વરતાય છે. નવાં પાત્રો અને નવા પરિવેશમાં રતનનો રોલ અલબત્ત, માતાનો જ રહે છે, પરંતુ 'છોરાંવછોઈ' માતા એના ભૂતકાળના ભાર તળે કણસતી રહે છે.

અહીં એને બધી વાતે સુખ છે. નથી કોઈ ખાવાપીવાની મુશ્કેલી, નથી પરિવારનાં ઓરમાન સંતાનો તરફથી કશી ફરિયાદ. ઉંમરમાં દસેક વરસ મોટા બીજવરથી લઈ ઓરમાન દીકરાઓની વહુઓ સાથે સુમેળ છે. બલકે એક વેરાન થવાના આરે આવેલો ભર્યોભાદર્યો પરિવાર રતનના આવવાથી નવપલ્લવિત થઈ ગયો છે. પણ એનો ભૂતકાળ એને નળની પાછળ કળજુગ પડ્યો હોય એમ પજવતો રહે છે. જ્યોતિકાના લગ્ન વખતે બબ્બે મોસાળ તરફથી મામેરાં આવ્યાં છે. રતનના માવતર તરફથી એના પરિવારના મોભી નારણકાકા આવ્યા છે.

એમને કુમકુમતિલક કરતાં રતનને ચક્કર આવી જાય છે. લેખક પાસે માનવીય સંવેદનાનો ઊંડો અનુભવ છે. આવા સંજોગોમાં આવું જ થાય.

જ્યોતિકાને તો એણે પેટની જણી જ્યોતિ કરતાં વધુ લાડ લડાવ્યાં હતાં, છતાં એની જ લગ્નવિધિ ટાણે એ અસ્વસ્થ થઈ ગઈ. પારુકાકીને એ કહે છે : એમ મને કાંય થ્યું નથી. મને થોડું ઓલી છોરીયું – ને જૂનું યાદ આવી ગ્યું.

નવા ઠેકાણે રાજપાટ જેવી જાહોજલાલી છે પણ પેલું 'પેટ' તે થોડું વીસરે – તેય રતન જેવી વહાલપના માંડવા જેવી માને ? જ્યોતિકા તો રતનને કોઈ એની ઓરમાન મા તરીકે ઓળખાવે તે પણ સહી નથી શકતી. પણ એની વહાલસોઈ જશોદામા ઉદાસ રહ્યા કરતી હતી એનું ખરું કારણ તો જ્યોતિકા પણ ક્યાં જાણતી હતી ? લેખક રતનના ભીતરમાં ભભૂકતા દાવાનળને મલાવી મલાવીને રજૂ કરતા રહે છે. રતનનું આ મનોગત જુઓ :

જે ભૂલનું પરિણામ ગગો હતો, તે ગગો એને સ્વીકાર્ય હે તો એ ગગાને જન્મ દેનારી અને સંતાનોના પ્રેમ માટે તડપતી માનો આવડો બધો વિરોધ શા માટે ? આવી બાઈમણ ગામમાં રે ઈ ગામનું કલંક કહેવાય. તો ઈ ભૂલ કરાવનાર જગાને કંઈ ઠપકોય નીં. એનો વિરોધે નીં ને દંડે નીં ? ભૂલના પરિણામરૂપ ગગો આપી દેવો હતો ને ! એ ન આપ્યો. ઇયાં બોનુંને ભાઈ ખપતો'તો ને !

– તો એક માને પોતાના કાળજાના કટકા જેવાં બાળકો નીં ખપતાં હોય ?

એ ન્યાય કરવાવાળાએ એક માના હૃદયની વેદના કેમ ન વાંચી ?

રતનના મુખે લેખક પોતે બોલતા હોય એવું જરૂર લાગે. પરંતુ આ લેખક મૂળભૂત સ્વરૂપે તો સમાજસુધારક જ છે. એમના કચ્છી પાટીદાર સમાજની દુખતી રગ પર આંગળી મૂકીને એમણે સમાજમાં રતન જેવી ભલીભોળી સ્ત્રીઓ પર થતા જુલમ સામે લાલબત્તી ધરી છે. રતનના હૈયે એનાથી વિખૂટાં પડેલાં 'છોરાં'ને મળવાની ઝંખના-તાલાવેલી વર્ષો પછી પણ આગની જેમ ભભૂકતી રહી છે : 'લાગેર્યું મારા હૈયાની ઈ આગ હવે સોનપરીમાં જ ઠરશે.' સોનપરી એટલે સ્મશાન.

લેખક અહીં જ કથાના કરુણાંતનો સંકેત આપી દે છે. રતનને એનાં છોકરાંનાં મોઢાં જોવાની એક તક મળતાં મળતાં રહી જાય છે. આ ઘણો જ કરુણ પ્રસંગ છે. 'હુરધનબાપા'ની માનતાના બહાને પંદરેક દિવસ માટે કચ્છના પ્રવાસે આવેલ પરિવારની માતા રતન એના પતિ શામજીની રજા માગે છે : આટલે આવ્યાં હૈયેં તૈયેં નાનબાઈ કને છોરાંના હાલહવાલ જાણી આવું. બિચારાં મા વગર હુખીદુખી કેમ હે – ઈયે જાણી આવું ને ગામમાં હોય તો મોંય જોઈ

આવું. કેટલાં વર થઈ ગ્યાં. બૌ હાંભરેર્યાં...

રતનના હૈયાની આરત સમજવાને બદલે ધણી તો એના પર સીધો જ આક્ષેપ કરે છે : છોરાંનાં મોં તાં ઠીક પણ એમ કે ને – ઓલ્યાનું મોં જોવું હે. હું હમજ્યુંર્યો – તને છોરાં નીં પણ ઈ હાંભરેર્યો !

– આથી વધુ ચોટ બીજી કઈ હોઈ શકે ? બાકી રહી ગયું હોય એમ એ શિખામણ આપતાં ઉમેરે છે : આવડું બધું થૈ ગ્યું પછીયે હજી તું એને ભૂલતી નથી. તું તાં હવે હધ કરોરી. તારો તો જોલમ હે. હવે તું નેનકડી નથી. ગેઢી થઈ ગેઢી. તોય હજી તને ઈ બધું હાંભરેર્યું. એના નજીક આયાં એટલે તને ચળ ઊપડી. એના કરતાં બેહી જવું'તું ને એના ઘરમાં.

રતનના જીવતરની આ કારુણિકા (ટ્રેજેડી), અંતે એની દીકરી જ્યોતિનો માંહ્યલો ઊઘડે છે અને તે એને શોધતી શોધતી એના ઘરે પહોંચે છે ત્યાં જુદી રીતે સમાપ્ત થાય છે. જ્યોતિ તો મૂએલી માનું મોઢું જોઈ રડી શકે છે, પણ રતન હવે આ દુનિયામાં ક્યાં રહી હતી કે પેટની જણીને બાથમાં લઈ દિલ હળવું કરી શકે ?

કથાનકમાં ઓરમાન દીકરી જ્યોતિકાનું પાત્ર મૂઠીઊંચેરું સર્જીને લેખકે ઓરમાન માતાનાં અધૂરાં અરમાન પૂરાં કરાવવાની યોજના ઘડી હોય એમ લાગે. પરંતુ નિયતિને એટલું પણ ક્યાં મંજૂર હતું ?

પતિના ઠપકા પછી હતાશા (ડિપ્રેશન)માં સરી પડેલી રતનનો આ વલવલાટ વાંચનારના હૈયે પણ ઉઝરડા પાડી દે એવો છે : એને આપઘાત કરવો છે, પણ એથી તો ઊલટાની સમાજને વધુ એક કલંક લગાવવાની તક મળી જશે. 'લોકવાણીની બીકમાં હું જીવી તો ન હકી અને હવે શાંતિથી મરવું હે તૈંયે ઈજ લોકોની વાતુંની બીકમાં હું મારી રીતે મરી પણ નથી હકતી.'

ધણીએ કહેલાં આકરાં વેણ પુત્રવધૂ શારદાએ સાંભળ્યાં હતાં. લેખક મનોવિજ્ઞાનના જાણતલ છે. કદાચ એકલપંડે ઠપકો સાંભળી લીધો હોત તો રતન આટલી હદે હતાશ ન થઈ હોત. પરંતુ આટલાં વર્ષો લગી ગુપ્ત રાખેલું રહસ્ય વહેમીલા પતિએ ક્રૂરતાપૂર્વક વહુની હાજરીમાં જ ખુલ્લું કરીને રતનની લાગણીને એવી ઠેસ પહોંચાડી હતી કે એને જીવતર ઝેર ન થાય તો જ નવાઈ. આ કારી ઘા ખમી શકે એવું એનું કાઠું જ નહોતું. આખરે એ ભાંગી જ પડી, તે એ હદે કે દીકરી જ્યોતિકાએ દોડી આવીને એને સંભાળી લેવાનો પ્રયાસ કર્યો છતાં એમાંથી એ પૂરેપૂરી રીતે બહાર ન જ આવી શકી. જ્યોતિકાએ એની જશોદામાની આંખોમાંથી દડતાં આંસુ અટકાવવા મનગમતી મીઠાઈ નહીં ખાવાનું વ્રત રાખ્યું. એના પિતાને પણ તે કેવા લબડધક્કે લે છે : 'હવેથી

તમારી કોઈ વાતથી મારી માને ખોટું લાગશે કે એની આંખમાં આંસુ આવશે તો બાપુજી, હું તમારા ઘરનો ત્યાગ કરીશ. આટલામાં હમજી જજો !'

હંસરાજ સાંખલા પાસે પરિસ્થિતિ અને પાત્રોનું આલેખન કરવાની અદ્ભુત કળા છે. આ કળા એમણે યુનિવર્સિટીઓમાંથી નથી શીખી, એ એમની ઊંડી નિરીક્ષણશક્તિ અને માનવી માત્રને અત્યંત સંવેદનશીલ થઈ ઓળખવાની મથામણની ફળશ્રુતિ છે. એમની પાસે જે કંઈ છે તે પોતીકું છે. આ આખી કથામાં આપણને લેખકે કશું પણ બહારથી ઉધાર લીધું હોય એવું નહીં લાગે. એમની શૈલી પણ પૂર્વપણે મૌલિક છે. એના પર ફલાણા કે ઢીંકણા પૂર્વસૂરિનો લેશ માત્ર ઓછાયો નથી. જાનપદી સૃષ્ટિના સર્જક તરીકે એ કચ્છની ધીંગી કલમો કરતાં સાબરકાંઠાના પન્નાલાલથી વધારે નજીકના લાગે. જોકે અત્યાર લગી તદ્દન 'અનટચ્ડ' – અસ્પૃશ્ય રહેલા કચ્છી પાટીદાર સમાજના તળપદા વાસ્તવને પહેલી જ વાર આટલી સશક્ત રીતે કથાબદ્ધ કરીને એમણે પોતાનો અલગ જ પાટલો માંડ્યો છે. પહેલી જ નવલકથાથી એ ગુજરાતી કથાસાહિત્યમાં આગવી ઓળખ ઊભી કરે છે. મોટી ઉંમરે કલમ ઉપાડનારા કચ્છીમાડુ પાસે સર્જકતાનાં ખૂબ થોડાં વર્ષો બચ્યાં છે અને ખજાનો ઘણો મોટો છે. આપણે ઈશ્વરને પ્રાર્થના કરીએ કે આવનારાં વર્ષોમાં એમની સર્જકતાનો મબલક મોલ લણી લેવા એમને સાજાનરવા રાખે. પહેલી જ નવલકથાથી એમણે ઊંચી અપેક્ષાઓ જગાડી છે. મને યાદ આવે છે મારી પહેલી નવલ 'વન વનનાં પારેવાં' ભગવતીકુમાર શર્માએ 'ગુજરાત મિત્ર'નું આખું પાનું ભરીને એની સમીક્ષા કરતો લેખ કરેલો. એનું શીર્ષક બાંધ્યું હતું : 'મોટી અપેક્ષાઓ જગાડતી માંસલ જાનપદી નવલકથા.'

આવી સંઘેડાઉતાર જાનપદી નવલનો પ્રારંભ અને અંત મરણપ્રસંગથી થાય છે. આરંભ જેનું મોં પણ નહોતું જોયું અને ઘરડેરાંએ એની સાથે બાળવયે જ સગાઈ કરી દીધી હતી તેવા મુરતિયાના મરણના માઠા સમાચારથી થાય છે. નવલકથાનો અંત નાયિકા રતનના મૃત્યુથી થાય છે. નિયતિ પણ કેટલી ક્રૂર છે! પેટની જણી જ્યોતિને એકાદ વાર શાંતિથી મળવા માગતી મા આખી જિંદગી વલવલતી રહી. એના નવા ઘરસંસારની ઓરમાન દીકરી જ્યોતિકા એને બરાબર સમજી શકી, પરંતુ પોતાનાં પેટનાં જણ્યાં સાથે એ મેળાપ કરાવી શકે તે પહેલાં એના શ્વાસ પૂરા થઈ ગયા. બનવાજોગ કે માને મળવા દોડી આવતી દીકરી જ્યોતિ એનું ઘર શોધતી શોધતી સોસાયટીના નાકે પહોંચે ત્યાં જ એને કોઈના મરણના ભણકારા સંભળાય અને આખરે એ મૂએલી માતાનો જ ચહેરો જોઈ શકે – એને પોતાની અણસમજમાં કરાયેલ માતાના અપમાનનો

પસ્તાવો કરવાની પણ તક ન મળે – એવી કથાગૂંથણી કોઈને તાલમેલિયા કે ફિલ્મશાઈ લાગે. પરંતુ મરણથી શરૂ થયેલી વાર્તા મરણ સાથે જ સમાપ્ત થાય, એમાં કર્તાની કળાસૂઝ પણ વરતાવી જોઈએ ! જેવી જોનારની દૃષ્ટિ !

મને તો એક મુગ્ધવાચક તરીકે આ કૃતિ વાંચતાં એવી જ સુખાનુભૂતિ થઈ જેવી ક્યારેક કનૈયાલાલ મુનશીની 'પૃથ્વી વલ્લભ' અને પન્નાલાલની 'ફકીરો' અથવા મડિયાની 'વ્યાજનો વારસ' તથા મુન્શી પ્રેમચંદની 'નિર્મલા' કે 'સેવાસદન' વાંચતાં થઈ હતી. હું વિવેચક નથી. નવલકથાકાર જરૂર છું. મારી પંગતમાં મોટી વયે નવલકથાકાર બનેલા સહૃદય લોકધર્મી સર્જકનો પાટલો મંડાતો જોઈ મન કળાયેલ મોર બની ગયું છે. મને ખાતરી છે કે હંસરાજ સાંખલા પાસેથી હજી ઘણું વધારે કથાસાહિત્ય સાંપડવાનું છે. આ તો હજી પાશેરામાં પહેલી પૂણી છે. છતાં પુત્રનાં લક્ષણ પારણામાં ન્યાયે પહેલી જ કૃતિમાં એમણે જે સજ્જતા અને પાકટતા દર્શાવી છે તે જોતાં એમની પાસે મોટી આશાઓ રાખવાનો આપણને અધિકાર પણ છે.

૧૫ જૂન, ૨૦૧૬ **કેશુભાઈ દેસાઈ**

૧૩- ઐશ્વર્ય-૧, પ્લોટ ૧૩૨
સેક્ટર ૧૯, ગાંધીનગર-૩૮૨૦૨૧
મો. ૯૮૭૯૫૪૩૧૩૨

અનુક્રમ

છોરાંવછોઈ

❐

હંસરાજ સાંખલા

૧. રતનના પતિનું મૃત્યુ અને નવો સંબંધ

ઘરમાં થતી વાતોનો સાર પંદર વરસની રતનને સમજતાં વાર ન લાગી; પરંતુ ન એને કોઈએ ચોખેચોખું મોઢામોઢ કહ્યું કે ન એ કોઈને એ બાબતે કંઈ પૂછી શકી. જ્યાં કોઈને જે સમાચાર વિશે પૂછી ન શકાય ત્યાં એ ગુસપુસ સમાચારના આધારે રોવા જેવા આઘાતજનક સમાચાર, છતાં એવી વાતોના આધારે એ જાહેરમાં કઈ રીતે રડી શકે ?

બધાં એના સાસરાને ઘેર પાણી લેવા લોકાચાર ગયાં. જતી વખતે પારુકાકીએ એના પગનાં સાંકળાં ને નાકનો હીરો ઉતારી લીધાં એટલે એને હવે બનાવનું ચિત્ર ચોખું દેખાવા લાગ્યું. એણે પણ રૂમના એક અંધારે ખૂણે જઈ થોડું રોઈ લીધું એકલીએ. કોઈ ન દેખે તેમ.

એ દિવસોમાં રાત્રે એની આંખ ઊઘડી જતી ત્યારે એ બધું યાદ આવતાં ઓશીકાનો આધાર લઈ છાનું-છપનું રોવાઈ જતું એનાથી. એ જલાબાપાને મનોમન કહેતી, “બાપા મારો કાંય વાંકગુનો નૈને મારા જ નસીબમાં આવું કાં થ્યું ?”

એ સાવ નાસમજ ન હતી. એ દિવસોમાં એની ઉદાસીનો વર્તારો એના ચહેરા ઉપર પણ સ્પષ્ટ દેખાઈ આવતો. (એની) કાકીમાએ રતનને ઉદાસ જોઈને કોઈ નતું ત્યારે થોડી વાત કાઢી તો એ ઓશરીમાં મજૂસનો ટેકો લઈને રોઈ પડી ને રૂમના અંધારામાં જતી રહી. એનાં કાકી એની પાસે ગયાં ને આશ્વાસન આપ્યું. “બેટા ! દુખતાં બધાંને થાયર્યું. પણ થાય શું ? જન્મ-મરણ આપડા હાથમાં ક્યાં હે ? ભગવાને ઈ બધું પોતાના હાથમાં રાખ્યું હે. ભગવાનને જે ગમ્યું ઈ હાચું. આપડી એના હાથે લેણાદેણી નીં હોય, ને એનાં હાંડલાંમાં તારી પાંતિ (ભાગ) નીં હોય ઈ જ. બીજું શું ? એમાંય જલાબાપાને આપડું કાંક હારું કરવું હશે તૈયે જ આમ કર્યું હશે.

થોડું વિચારી પારુકાકી બોલ્યાં, “બેટા, હમણાંથી આ ઉંમરમાં કાયમ હાજા-માંદા રેવાવાળા માહણની નાવ હામે કિનારે કેમ પોચી હોત ? મધદરિયે ઈયે ડૂબત તો તનેય ડુબાડત. એના કરતાં જલાબાપાએ આપુંને એમાંથી છોડાવ્યાં

એમ હમજ. રતન હવે તું જરાકે જીવ ન બાળજે ને ચિંતાયે ન કરજે. તારા હારું જીવ બાળે એવું આખું કળસી કુટુંબ થ્યું હે. પછી તને ઢીલું થવાની જરૂર નથી. આપડી સમાજ નેનકડી થોડી હે? ને છોકરાય ઢગલો પડ્યા હે. આપડા જેવાં ખાનદાન ઘરની દીકરી માટે ચિંતા થોડી કરવાની હોય. તું કાંય વિચારતી નૈં. બધું ભરાભર થૈ જશે.'

એ બનાવના બે-ત્રણ મહિના પછી તેના સંબંધ માટે નવું ઘર જોવાનું ચાલુ કર્યું, તો તેના કાકાને થયું. 'આ ઉંમરની દીકરી માટે હખર ઘર ને વર મલવાં સહેલાં નથી. મોટા ભાગનાં છોકરાંના સંબંધ નાનપણમાં જ; અરે ઘોડિયામાં હુંતાં હોય ને થઈ (ગોઠવાઈ) જતા. આ ઉંમરે કાં આવું બનેલું હોય, ઈ હોયને. કાં અસામાન્ય કારણસર રહી ગયેલું હોય ઈ હોય. પણ એવાં માટે આપણે આપણી પસંદગીમાં કાંક બાંધછોડ કરવી પડે એવું હતું.

છ મહિનાના પ્રયત્ન પછીયે જ્યારે કાંય વેત ન પડ્યો તો તેના કાકા વિચારવા લાગ્યા. 'આપણા સમાજની ઘણીબધી દીકરીયું ગુજરાતમાં ઊંઝા બાજુ દીધીયું હે. તો જો સારું સુખી ઘર ને છોકરો ભરાભર હોય તો શું વાંધો?'

"આવું વિચારાતું હશે નારણ? જો રતનની જગ્યાએ તારી દીકરી હોય તો તું ગુજરાત દે?"

"પણ એમાં ખોટું શું હે? સંજોગો એવા હોય તો વિચારવુંયે પડે."

"જમાઈ મરી ગયો એમાં કીયા સંજોગો બદલાઈ ગ્યા? દીકરી ઈ જ હે. તમે માબાપ ઈજ હો. બધું ઈજ હે. તો પછી જો તો ખરો, જૂના વેવાઈ કેવી મોટી ધોર હતી? (મોટો પૈસાદાર પરિવાર) તમે ઇજ હો. દીકરી ઇજ હે. તો પછી? આવું નીચું કાં વિચારોર્યા? થઈ જશે. ઉતાવળ કરવાની કાંય જરૂર નથી."

થઈ જશે... થઈ જશે... કરવામાં બાર મહિના થવા આવ્યા. એ બાબતે બારેથી કાગળ આવ્યો ને જીવામાએ પણ કહ્યું, 'હવે તો એક વર પછે વીવા કરવા જ પડશે" વાતેય સાચી હતી. આ તો સાપના ભારા. ઘરમાં થોડા હંગરાય. પ્રયત્ન તો કરવા જ પડે.' ગુજરાતનું વિચાર્યા કરતાં ઇયાં જ જોને! હલકું ભારે.

"એમ તાં પછી ગુજરાતવાળા બધા કાઢી નાખવા જેવા થોડા હશે. પણ જરા જોવું પડે."

"ફઈના ઘરવાળાંએ શું નોતું જોયું? તોય કેવું ભટકાઈ ગ્યું!"

"ઈ તો દલાલથી કર્યું તું ને? પોતે ટિકિટભાડાની બીકમાં ગુજરાત ક્યાં જોવા ગ્યાતા? દલાલના ભરોસે ર્યા. દલાલ પર ભરોસો થોડો રખાય? ઈ અંધાથૈને ભરોસેર્યા તેયે તાં મેઘવાળનું ઘર આવી ગ્યું. ઊભું ઘર હાલે,

છોકરામાં ક્યાંક થોડી થકી ખોડખા પણ હોયતોય હાલે પણ ખપેતાં પટેલનું જ ઘર. આતો હાવ મેઘવાળનું ઘર આવી ગ્યું. મેઘવાળને ઘરે દીકરી દેયે તો ઈ દીકરીની શું હાલત થાય? એની આંતરડી કેવી કકળે? ના...ના વાટ જોશું પણ ગુજરાતમાં તો નથી જ દેવી. ક્યાંક આઘું પાછું હોય તો ઇ બિચારીનું ઉંવા કોણ? ના મારે ગુજરાતનું તો વિચારવું જ નથી.

આ તો આપણા હગાની દીકરી હતી તૈયે હાચી વાતની ખબર પડી. નૈતો આવી રીતે છેતરાઈને કેટલીયુયે બિચારિયું ગાય જેવી ગરીબ દીકરીયું કંહાઈને ખીલે બંધાઈ ગ્યું હશે. બધાંય કે'ર્યાં ઇ ગુજરાતના પટેલિયાંને આપણા જેવી મેર ન પડે. આપડે તો દીકરી વિવા કરીને ગઈ એટલે એનાં હાહરાંવાળાં એના માટે જીવ બાળતાં થઈ જાય. આપડો સમાજ તાં આપડો સમાજ હે.

તૈયેં તાં ગુજરાતના પટેલિયા આપડા કને પૈસા નથી તોય આપુંને ખૂબ માનથી જુએર્યાં. આપડાંમાં એવું કાંક હે તૈયેનાં? હાચું તાં ઈ હે જૈયેં આપડામાં હખ્ખર સંસ્કાર હે તૈયેં જ ઈ માનથી જુએર્યાં. બાકી હોશિયાર તો ઈ વાણિયાને વેચી આવે એવા હે, ધ્યાન ન રાખે તો."

ક્યારેક ક્યારેક ગુજરાતમાં સંબંધની વાત નીકળતી ત્યારે રતન જલારામ બાપાને પ્રાર્થના કરતી, 'હે જલાબાપા ગમે તેવું હોય પણ ઈયાં જ ગોઠવાય એવું કરજો. ઈ તાં જેમ આપણે ગાયભેંહ વેંચાતી લઈએ એમ ઈ પૈસા દઈને વેંચાતી લઈ જાય. ઈયે વચમાં દલાલ રાખીને. પછી તો બધું વસૂલ કરે જ નાં. એને મેર(દયા) થોડી પડે. અને એને પોતાના ઘરનું માણહ કોય ન ગણે. એને તાં ગુલામ કે નોકરડી ગણે. પછી ત્યાં એને પ્રેમ થોડો મલે?

"રતન, સોદો કરીને લીધેલા માલથી પ્રેમ કરવાની વાત જ નથી આવતી. તો પ્રેમ વગરનું જીવન, જીવન કેમ કે'વાય? પૈસા ઓછા-વધુ હોય તો પ્રેમ અને હૂંફના આધારે જીવન જીવી જવાય. પણ પ્રેમ વગર ખાલી પૈસાને આધારે ક્યારેય જીવી ન હકાય." : ક્યારેક રાતના આવા વિચારો આવતા ત્યારે રતનને ઊંઘ જ ન આવતી. ને પડખાં ફેરવવામાં જ સવાર પડી જતી.

દિવસો પર દિવસો વીતવા લાગ્યા. કરશનબાપાના ઘરનાં બધાંને રતનના સગપણ બાબતે ચિંતા થતી હતી.

ત્યાં એક દિવસ રતનના માસા બાપાની (પિતાજીના માસાની) ટપાલ આવી. કાકાએ સાંજે કંડેલના લાલ અજવાસમાં જીવાંમાને અને બધાંને વાંચી સંભળાવી. છોકરાની વાત હતી એટલે રતનના કાન ચોસા (સાવધાન) થયા. એ ઓસરીના પેલે છેડે મજૂસ (લાકડાનો પેટારો જેને નીચે નાના લાકડાનાં જ

પૈડાં હોય છે.) પાસે બેઠી હતી. છતાં કાનોરો (સાંભળવા માટે ધ્યાન) દઈને સાંભળવા લાગી.

'માસીને માલમ થાય કે છોકરાવાળાનું ઘર ઊભું હે પણ છોકરો ભરાભર હે. છોકરાનાં માબાપ નેનકડેથી ગુજરી ગયાં હે છોકરો એના મોટાબાપા ને મોટીમા કને મોટો થ્યો હે. એની વાડી નથી પણ ખેતર-બેતર હશે. જો તમને જચે તો આપડી બાઈ દુખી નીં થાય. છોકરો કલકત્તા એના ફુઆ કને કામ શીખેર્યો. ફુઓ એને ઠેવરો કરી દેનારા હે. એવી વાત હૈ.' ને પાંચ ચોપડી જેવું ભણેલો હે.'

રતને તરત જલારામબાપાને મનોમન પ્રાર્થના કરી, 'હે જલાબાપા, ગમે તેમ કરીને આ ગોઠવાઈ જાય એવું કરજો. નૈ તો મને 'ગુજરાત'નાં ઝાડવાં જોવાં પડશે.'

જલારામ બાપાએ રતનની પ્રાર્થના સાંભળી હોય એમ કચ્છમાં રહેતા છોકરાની મોટીમાને હથવારા હાથે રતનના કાકાએ હોપારી મોકલી દીધી. સગપણ નક્કી થઈ ગયું ને વરહાળે (ચોમાસે) બારેથી બધા આવશે તૈયેં ગોળટીલું (ચાંદલો) કરીશું.' રતને તો ઠીક પણ ઘરનાં કોઈએ છોકરો જોયો નતો. છોકરાને કે છોકરીને જોવાનો કોઈ રિવાજ નતો. આ બધું સગાના અભિપ્રાયથી વિશ્વાસે ગોઠવાતું.

આ સગપણથી રતન અને ઘરનાં બધાં ખુશ હતાં.

કોઈની પાસેથી એનો(છોકરાનો) પરિચય જાણવા ન મલ્યો પણ એનું નામ રતનને બહુ ગમી ગયું : "મણિલાલ નામ કેવું હખ્ખર મીઠું ને સુધરેલું હે? ઇયે સુધરેલા જ હશે. વળી કલકત્તે રેર્યા. એટલે હોશિયાર ને રૂપાળાયે હશે. એને લીધે કે'દીક કલકત્તેય જવા મળશે. કલકત્તો તો કલકત્તો હે. ઈ તાં જેનાં નસીબમાં હોય એને જ મળે. હોનાનું બંગાળ કેવાય ને એનું મોટું શેર ઈ કલકત્તો.

જુઓને! આપણા કલકત્તાવાળા કારીયા શેઠની કેવી જાહોજલાલી હે. માણહ કેર્યા: "એકબાજુ આખા ગામની કમાણી ને એક બાજુ એની એકલાની કલકત્તાની કમાણી. આપડે જેટલું કમાતા નીં હૈયેં એટલું તો ઇ દાનપૂન કરેર્યા!

- જોયા વગર કલકત્તાની વાતું કરીને આટલી કાં હરખાવ રી રતુડી?

- હવે મને ગુજરાતનાં ઝાડવા તો નીં જોવા પડે. જલાબાપાની મેરબાની થી.' એણે ફરી જલારામ બાપાને હાથ જોડી મનોમન આભાર માન્યો. ગરીબ તો ગરીબ ઊભું ઘર હે તોય શું થ્યું. છે તો આપડા કણબી જ ને?

સગપણ નક્કી થયું. ચોમાસે ગોળટીલું કર્યું ને લગ્ન કઢાયાં. આવતી અખાત્રીજ પછીની આઠમનું વિવાનું (લગ્નનું) નક્કી કરી. રતનના બાપુજી ભાણજીભાઈ બારેં ગયા. એ બધું નક્કી કરવામાં એ ન હોય તોય ચાલત. ભાણજીભાઈ બહુ સાદા માણસ હતા. એના ઘરેથી રતનની મા પણ સીધાંસાદાં કહોને... બંને ભગવાનનાં માણસ હતાં. બંને માણસ બતાવેલું કામ મન દઈને કરે. પણ કાંય બાધછોડ ન કરી શકે.

એના પરિવારની બધી બાંધછોડ એના નાનાભાઈ નારણભાઈ કરતા. નારણભાઈ અને એના ઘરેથી પાર્વતીબેનની આ બેય માણસ તથા એનાં ત્રણેય છોકરાં પ્રત્યે બહુ લાગણી હતી. પરંતુ...

૨. સખીઓ સાથે લગ્ન પહેલાંની ર્ચાણ(ગોઠડી)

ચૈત્રે માસનો ટાઢી તેરસનો શીતળામાનો મેળો આવ્યો.

રતન મોટા ઘરની દીકરી અને થોડી બોલકાર એટલે સખીઓમાં તેનો પ્રભાવ હતો. એ સખીઓના મેળાપનું કેન્દ્રબિંદુ હતી.

'કાલે મેળામાં આપડે એક કામ હરુભરુ કરવું હે. જેના પણ માટીડા આવ્યા હોય એને આપડે મલવું નક્કી. ન કો લકાઈ લકાઈ (છુપાઈ-છુપાઈને) ને પણ જોવા તા ખરા જ.'

'તક્કડ કાં કરોર્યું, આમે પછે જોવા તાં હેજ ને?' મુખીબાપાની પોત્રી મંજુએ કહ્યું.' આમ જોવા જતાં કોક ઓળખીતું માહણ જોઈ જાય તો કેવું લાગે?

'કેવું લાગે?' એક સખીએ કહ્યું, 'તું કેવી વાત કરોરી ? આપડે તો ખાલી મો જોવું હે, વાતું થોડી કર્વ્યું હે? એના ભેગી.'

'હું તો કૌંરી ખાલી મો ન જોવાય. મલવુંયે ખરુંને એની પટીયે પાડવી. રતને કહ્યું, "મેળામાં ઓલ્યા ચીનુ મારાજનાં ભજિયાં કેવાં વખણાયર્યાં. ઈતાં ખાવાં જ એના ઢીંગલે."

"જો જો માટીડાનાં ભજિયાં ખાવા જતાં ઘરે ભજિયાં ન દે આપડી માંઉ (માતાઓ).' મંજુએ મલવા સામેના જોખમથી સાવધાન કર્યાં. લાલબત્તી બતાવી.

'અરે આ તાં છટારી હાવ ફૂંસર (બીકણ) હે. કેનીકે મા વઢે તો મારું રતનનું નામ લઈ લેજો. હું પોતે જવાબ દઈશ.'

આવા આવા અભરખા લઈને પાંચે બેનપણિયું ખૂબ આશા અને ઉત્સાહથી મેળામાં પોચ્યું. એ પાંચ સખીમાંથી એક પણ સખીએ બહેનપણીના તો ઠીક પણ પોતાના માંટુડાનેય જોયા નોતા. પછી ઓળખવાની તો વાત ક્યાં રહી. હા એક સખી ગંગાબાઈ કેતીતી: "મેં મણિલાલ પટેલને બે-ત્રણ વરહ પેલાં એક વાર જોયા હે." નહીં તો એના ગામનું કોક આવે તો પૂછી પૂછીને ગોતવાની વાત હતી. એમ કરતાં ગોતવામાં ને ગોતવામાં બપોર થઈ ગયા.

એના જેવી જ ઘણી ઓળખીતી છોરીયું કને પુછા કરી પણ પાંચમાંથી

એકનો પણ માંટુડો બારેથી આવ્યો જ નતો. તો પછી મેળામાં ક્યાંથી મળે? ત્યાં રતનની ફઈજીની દીકરી હેંજાબાઈ મળી, એણે કહ્યું.

"અમારા મણોભાઈ તાં આઠમથી બે-ત્રણ દી વેલા આવશે. વેલા આવે તો કાળા થૈ જાય. એટલા હારુ. ન કાં મારી ધોળી ભોજાઈનાં પાંહાંમાં (બાજુમાં) શોભશેય નહીં." કહી, એને રતનના ગાલે ચૂંટલી ભરી, એ જતી રહી.

"હાં. એની જ બીક હશે અમારા બનેવીને. વળી તું નપાસ કર તો? તું ધોળી ને રૂપાળી હોં એટલે ચામત તો રાખવી પડે ને એને!" ત્યાં ગંગાએ કહ્યું, "ઈ નકામાં બીયેર્યાં એના હારું તો રતને કેટકેટલ્યું માનતાઉં કર્યુંત્યું!"

"તમને બધીયું ને હું ને મારા ઇ જ દેખાયર્યાં? હરુભરુ મારી જ વાત ખણોર્યું તે." રતનને પોતાની ને એની વાત થાય ઇ આમ તો ગમતી જ હતી પણ ખોટે ખોટું સારું લગાડવા કહ્યું. 'હું એકલી કાંય નથી પેણનારી (પરણનારી) તમેય બધીયું પેણનારિયું હો. (પેણોર્યું)'

એકેય બેનપણીના લાડાના હમાચાર ન મલ્યા. એટલે પછી મેળામાં ઝાઝો રસ ન પડ્યો. બધી વહેલી જ પાછી આવી ગઈ. આજે કોઈને ચરોચાર કરવા પણ વાડીએ જવું નતું એટલે સાંજે પાછી વહેલી જ મળી.

આજે રતનની સખીઓને સરસ નવો વિષય મળ્યો હતો ચર્ચા માટે. 'રતનનો માંટૂડો કાળો ન થૈ જાય એટલા હારુ બારેથી મોડા આવશે.'

આમ તો લગભગ દરરોજ રાત્રે મલ્ત્યું ને એકબીજાની મશ્કરી અને ચોલાણા કર્ત્યું.

"રતન અમારાં બધાં કરતાં તું નસીબવાળી હો. ઇ હાચું. ભગવાનને તાં તને ગુજરાતનાં ઝાડ વતાવવાં હતાં પણ શીયાણું (શું જાણે) તે શું કર્યું? બચી ગઈ! વળી તને માંટુડોય કેવો શાખીન મલ્યો. તારી લાગણીનો ખ્યાલ રાખે તેવો ને પાછો કલકત્તે રેવાવાળો.

રતને એનો કંઈ જવાબ ન દીધો.

"વાતુડી કાંક બોલ તાં ખરી. આમ તો વાતુમાં વારોય ન દે ને જમાઈની (માટુંડાની) વાત આવે તૈયેં જેણે (જાણે) તેલમાં માખ પડી."

રતનના ગાલ ઉપર મીઠી ચૂંટલી ભરતાં ગંગા બોલી. "તેં ભલેને જમાઈ ન જોયા હોય. મેં જોયા હૈ. શેકાવી શેકાવી (તરસાવી-તરસાવી)ને ય તને લોટરી લગાડી હે તારા જલાબાપાએ."

'તોય તમારા જેવાં વાડીવાળાં થોડાં હે. હે તો મજૂરિયાં જ ને? રતને થોડા નિરાશાનાભાવે કહ્યું. રોજ કેનીક વાડીયુંમાં મજૂરેં જ જવું ને એકલીએ.

ને એનેય બારે કેનાક કનેજ કામ (નોકરી) કરવું પડશે ને. પોતાની વાડીએ બે માહણને ભેગું કામ કરવાની કેવી મજા આવે. બે માહણ ભેળા કામ કરતાં હોય તો થાકેય શેનો લાગે? ખેલ મશ્કરીમાં દી કેમ જતો રે ઇયે ખબર ન પડે. ને લાગ મળે તૈયેં હાથમસ્તીયે (હાથ મશ્કરીયે) કરી લેવાય.' રતને કહ્યું.

"હાથ મસ્તીમાં એકબીજાને ગલગલિયાં કરાય બીજું શું થાય ?" મુખીબાપાની મંજુએ કહ્યું.

"કરવું હોય તો બધું થાય. બીજું બધું શું થાય ઇ કેવાય થોડું!" - રતન

'જધ્ધી, એવું થોડું હેકે વાડીવાળાં હોય ઇ હાંમી જ મોડે (હંમેશાં) બે માહણ ભેળાં કામ કરે! અને વાડીવાળાંય ક્યાં એકલી ખેતી માથે બેહી રેર્યાં? ઇયે વારાફરતી બારે જાય જ ર્યાં ને?"

"આપડા પટેલવાળાંની ખેડ (વાડી) કેટલી મોટી હે તોય બે ભાઈ ઇયાંને ત્રણ ભાઈ બારે જ હે ને.? પાછા છડા. (પત્ની-પરિવાર વગર એકલા)

'આ છડા રેવાવાળી પ્રથા ગેઢેરાએ (સમાજના આગેવાનોએ) કાયદો કરી કાઢી ન નાખી ખપે?' પદ્દુબાઈએ કહ્યું.

"વિવા કરીને જા પછી કેજે તારા એને. તું તો ગેઢેરાની વઉ થઈશને."

આવી તરેહ તરેહની મશ્કરી ને ચોલાણાં કર્ત્યું. ને એકબીજાને તાળી દેતી, એકબીજાના હાથ દબાવતી છૂટી પડત્યું.

લગ્નના દિવસો જેમ જેમ નજીક આવતા ગયા તેમ તેમ એ બહેનપણીઓની મુલાકાતો વધતી ચાલી. લગભગ તો એ રોજ રાત્રે ફળિયાના નાકે મળતી. એ રોજ મળતી તોય એની વાતો ખૂટતી જ નહીં. એ એવી વાતોએ વળગતી કે ક્યારે મધરાત થઈ જતી એ ખબરેય ન પડતી. ત્યાં એકાદ બહેનપણીની ભાભી આવીને કહેતી.

'છોરીયું, તમને તાં ઉજાગરાય નથી નડતા. હવારેંયે (કાલે) હાંજ પડશે. આ હવે ર્યાણ મોટી કરો. (પૂરી કરો) જધ્ધીયું જુવો તો ખરીયું, હેણું ને કતીયું ક્યાંય આવી ગ્યું હે.' આકાશ સામે આંગળી ચીધતાં લીલાભાભીએ કહ્યું.

"ભાભી જુઓને ઇયે ભેળીયું બેહીને ર્યાણ જ કરેરીયું. ઇયે ક્યાં હુઈ ગ્યું હે?" આકાશ સામે જોતાં રતન બોલી.

'વાત હાચી હે. લાગેર્યું તમારી જેમ એનેયે ઊંઘ નથી આવતી" - લીલાભાભી.

"ભાભી વીવાતાં થૈ ગ્યા હે એના તોય કાં જાગેર્યું?" - પદ્દુબાઈ

"ઇ એના ઘરવાળા (ધણી) ભેગી ર્યાણ કરતીયું (કર્ત્યું) હશે." - લીલાભાભી

"તો તાં એની ર્યાણે મીઠી હશે, નૈં?" રતન

"તો તમારી ચાંણ શું મોળી હે?" - લીલાભાભી

"આવી ચાંણને મીઠી ચાંણ થોડી કહેવાય" - રતન

"હવે મને હમજણ પડી તમે મીઠી ચાંણ કેને કો'ર્યાં? તો હવે મોળી ચાંણ મોટી કરોને હુવો. થોડાક દી પછી મીઠી ચાંણ કરજો. હમણાં ખોટા ઉજાગરા યું કરો"- લીલાભાભી

"ભાભી તમે તમારા વીવા (લગ્ન) થ્યાતા તૈયેં કેટલા ઉજાગરા કરતાંતાં. આજ કો કેટલા વાગ્યા હોદી જાગતાં તાં?" - રામબાઈ (બહેનપણી)

"રામલી વિવા પેલાં કે વિવા પછીની વાત કરોરી? પેલી એની ચોખ કર ભાભીને"- રતન

"હું તો બેય વખતનું પૂછુંરી. અમને કેટલું જાગવું ઇ ખબર તાં પડે." - રામબાઈ

"ઇ કાંય ઊભાં ઊભાં એટલી વારમાં જવાબ થોડો દેવાય? એના હારું નિરાંતે મલવું પડે ને ગુરુ દખણાય દેવી પડે.

"લ્યો બેહો (બેસો) ઓટે' કહેતાં ઓટલે બેઠેલી પદુબાઈ નીચે ઊતરી ગઈ 'કેતાં હોતો ખોળામાંય બેહારું. દખણામાં તમે કેશો ઇ દેશું."

"જુઓ ભાભી આજે હેણું ને કતીયું કેવી નિરાંતે ચાંણ કરેર્યું" - રતન

"ઇ નિરાંતે ચાંણ કરેર્યું કે એના ભાઈમણ બારે કામ કરવા ગ્યા હે તે એની યાદમાં ઊંઘ નીં આવતી હોય. તૈયે જાગતીયું હશે, તોય તમારા જેવીયુંને ઇ ચાંણ કર્ત્યુંજ દેખાતીયું હશે." - લીલાભાભી

"ના અમને તાં એકલીયું એકલીયું રૂવેરીયું એવું દેખાયરીયું."

"મઈના પેલાં તમને ભલે અકેલીયું અકેલીયું રોતીયું દેખાતીયું હોય. પણ હવે તમને ચાંણ કર્ત્યું દેખાવ્યું ખપે". - લીલાભાભી

"ભાભી અમે કતીયું ને કતીવાર ચાંણ કરાવીને આવીયેં રીયું. તમે જાઓ મારાભાઈ વાટ જોતા હશે."

"તમે ભાઈને ભોજાઈની ચિંતા કરોરીયું પણ ઘરે તમારી માઉં (માતાઓ) ચિંતા કરે રીયું"- લીલાભાભી

લીલાભાભીને આડી અવળી વાતો કરાવી રવાના કરી દીધાં.

એને તાં છૂટા પડવાનું મન જ થતું ન હતું. એ ફરી વાતે ચડ્યું. ત્યાં રામભાઈના ભાભી લક્ષ્મીભાભી દેખાયા એ જરા બોલકાર હતાં. બધાં એને ઝાંસીની રાણી કહેતાં.

"કાં ભાભી તમે હજી હુતાં નથી?"

"હુવા જતીતી ત્યાં મારી મોટી હાહુએ કેધુ એટલે બાઈજીના હુકમ માનવા જ પડે."

"રામબાઈ જોઈ તારી બહાદુર ઝાંસી કી રાણી લક્ષ્મીભાભી" - પદુબાઈ

"ખમો તાં ખરીયું થોડાક દી. તમારી બાઈજીયું તમારી કેવી ખૂટી ખણેરીયું. ઇ તૈયે ખબર પડશે, તમારી બહાદુરીની. હાલો હવે અધરાત થૈ. માહણની અડધી ઊંધુંય થૈ રીયું હશે. ને આપે હજુ હુતાંય નથી" - ભાભી

"હુસો તોય તમને તાં ઊંઘ નીં આવતી હોય. મારા ભાઈ નથી (આવ્યા) તે!"

"મને તો ઠીક પણ તમને ઊંઘ નીં આવતી હોય ઇ હાચું. તમને બધીયું ને બૌ હોંહ (હોશ ઉમંગ) હશેને? વળી ઊંઘ આવતી હશે તોય હોણાં (સપના) ઊંઘવા નીં દેતાં હોય તમને!"

"તમને શું ખબર?" - પદુબાઈ

"ઇ એના અનુભવ કેર્યા. હમજતી નથી. બે વર પેલાનું એટલા દીમાં થોડું ભૂલી ગ્યાં હોય" - રતન

"હું તો બધું ભૂલી ગઈ હૌં. આવા ઢેડામાં (મજૂરીમાં)શું યાદ રે. તમારા ભાઈ ઉવાંને હું ઇયાં. આ વાત આવતાં બધી બેનપણી પોતપોતાની રીતે એનાં ચોલાણા કરવા મંડી." આજે લક્ષ્મીભાભી ચોલાણાંના યુદ્ધમાં બરાબરની ઘેરાઈ ગઈ. આમ તો એકલી બધીને પોંચી વળે તેવી હતી. છતાં આજે એની હાલત 'ઝાઝે કાગડે ઘુવડ લાધો' જેવી કરી નાખી.

છેલે "લ્યો તમે જીતીયું હું હારી. ખમો તાં ખરીયું તમારી હાલત પણ એક દી મારા જેવી ન થાય તો કેજો."

એની ખેડ (વાડી) મોટી જ હતી. છતાં એક ભાઈ ખેતી કરતા હતા. ને બે ભાઈ વારા મુજબ બારે કમાવા જતા. હાલમાં તેના પતિનો વારો બારે જવાનો હતો.

કચ્છમાં ઢોરના ચરોચારનાં કામ, સવાર-સાંજ છાણ વાસીંદાનાં કામ, તળાવેથી પાણી ભરવા જવાનાં કામ, વહેલી સવારે દેંણાં દળવાનાં કામ, રાંધવાનાં કામ અને માલિકીપણાના ભાવ સાથે દિવસ આખો વાડીમાં ખેતીના કામ કરવાં. આ કામરૂપી અદ્ભુત અફીણને લઈને એના શરીરમાં રહેલો પેલો 'કામ' કુંભકર્ણની નિદ્રામાં એવો સૂઈ જતો કે વરહાળામાં જ્યારે એના પતિ દેવ (ઘરવાળા) આવીને છંછોડી છંછોડીને જગાડતા ત્યારેય એ 'કામ' માંડ માંડ જાગતો.

એ કામ માંડ જાગતો ત્યાં પાછા એના પતિદેવ જાણે મહિનામાહની નોકરી પૂરી થતાં કમાવા બારે ભાગતા. છડા ને છડા.

આમ તો આ છડા રહેવાની પ્રથા સમાજવ્યાપી હતી. આ પદ્ધતિ માત્ર વાડી વગરનાને લાગુ નો'તી પડતી. જેની વાડી મોટી હોય ને બે ત્રણ ભાઈ હોય તો એક ભાઈ વડીલો સાથે ખેતી કરતા ને બાકીના ભાઈઓ બારે કમાવા જતા.

કોઈ છૂટી નોકરી કરતા, કોઈ ઠેવરાની આશાએ સગાંવહાલાંને ત્યાં નોકરી કરતા, કોઈ લેબરમાં સૉ મિલ ચલાવતા તો કોઈ દશ પંદર સગાંવહાલાં કે હેતુસંતોષી ભેગા થઈ પોતાનો ધંધો (સૉ મિલ)કરતા.

બારે જતા એ તમામ ભાઈઓ માટે છડા રહી, કંપનીના રસોડામાં કે વીશી જમવાની થિયરી અમલમાં હતી. જે માનસિક રીતે સમાજ સ્વીકૃત અને સ્વમાનભેર વેવાર સાચવવા કરકસરવાળી આબરૂદાર પદ્ધતિ હતી.

તત્કાલીન સમયમાં એ પદ્ધતિ સામે કોઈ પણ સ્ત્રી-પુરુષને ફરિયાદ કે અસંતોષ પણ ન'તો. જોકે ક્યાંક એકલદોકલ કે નવપરિણીત દંપતીને થોડો અંદરથી અસંતોષ થતો. પણ આ પદ્ધતિ એક પરંપરા બની ગઈ હતી અને એ પરંપરાને લઈને જ્ઞાતિના દરેક સ્ત્રી-પુરુષની માનસિકતા એ રીતે જ કેળવાઈ ગઈ હતી. જેથી તેની સામે કોઈને ફરિયાદ કે દુઃખ નતું.

આ રીતે આખી સમાજની આબરૂદાર સંસ્કારી પરંપરામાં ક્યાંય નાનું સરખું છીંડું કે દાગ ગોત્યો જડે તેમ ન'તો. આમાં તમામ પરિવારોનાં ધર્મમય સંસ્કારી જીવનના પ્રભાવનો પણ મોટો ફાળો હતો અને એને લઈને જ એ જ્યાં જ્યાં જતાં ત્યાં ત્યાં એની જીવનપદ્ધતિ નીતિ રીતિ અને ઇમાનદારીની ખૂબ ઊંચી ઇજ્જત થતી. જે એની પેઢીઓથી વડીલોની કમાયેલી અમૂલ્ય કીમતી અનામત પૂંજી હતી.

૩. મધુરજનીની મૂંઝવણ

રતનની ગાડાંમાં આવેલી જાન એના સાસરાને ગામ છતેદી પાછી પહોંચી ગઈ.

ગામના વથાણમાં (નાકે) ઢોલના ધુબાકે વરકન્યા સહિત જાનનું સામેયું કરવામાં આવ્યું. વસુધૈવ કુટુંબકમ્ જેવી પરિવાર ભાવનાને લઈ સામૈયામાં ગામનાં હાજર બધાં જ માણસો જોડાતાં. ક્યારેક કોઈ વ્યક્તિ કોઈ વ્યસ્તતાને લઈને મોડું પડે કે ભાગ ન લઈ શકે તો તેને દિલથી અફસોસ થતો અડે, મારાથી હામૈયામાં ન જવાણું.

કોઈ પણ પરિવારના આવા સારા અને માઠા તમામ પ્રસંગોમાં ’ઇ મારા પરિવારનું ક્યાં હે?’ અથવા ‘હું એક નીં જાઉ તો શું ફરક પડશે?’ આવો ભાવ ક્યારેય કોઈના દિલમાં સહેજ પણ આવતો નહીં. આને લોકો ગામડાંની સાચી સમૃદ્ધિ અને સંપત્તિ માનતા. જે ગામમાં સંપ અને ભાવ સારો ત્યાંના વતનીની સામાજિક ક્રેડિટ ઊંચી ગણાતી ને ત્યાં રહેવાવાળાને આનો ગર્વ પણ થતો. રતન આજે આવા જ એક સંપીલા ગામમાં પરણીને આવી હતી.

ચોકમાં મંદિર આગળ જાનનાં ગાડાં ઊભાં રહ્યાં.

ગીત ગાતાં સૌ લાડાલાડીને (મંદિરે) - ભગવાનનાં દર્શન કરાવી ઘરે આવ્યાં. ઘરે બેસાડેલ ’ગણેશ પરમેસર’ને પગે લાગી સૌ વડીલોના આશીર્વાદ લીધા.

વર કન્યાને “કોડીએ” રમવાની ‘સુવાણ’ જોવા સૌ અધીરાં હતાં. એને લઈને નક્કી થતું કે ’ઘરમાં કોનું ચાલશે?’

કોડીની રમતમાં ચારે વખત ‘ચાર આની’ રતને પહેલી ગોતી લીધી. મણિલાલ સહિત સૌને નવાઈ લાગી. કોઈને ક્યાં ખબર હતી કે આના માટે રતને એની બહેનપણીની સલાહથી ઘરે પ્રેક્ટિસ કરી હતી!

આ દરેક વખતની રતનની જીતને લઈને ‘વઉ બૌ ચાલાક લાગેરી.’ આવી ગુપસુપ સાંભળી, આ રમતમાં ન જીતનાર મણિલાલ થોડો શરમાયો. સાથે એને આનંદ અને ગર્વ થયો : રતનની, પોતાના માણસની ચાલાકી ઉપર.

કાનજી બાપાના ફળિયામાં રહેતી રતનની દૂરનાં સગાંની દીકરી નાનબાઈની સાસુએ નાનબાઈને કહ્યું, 'વઉ તમારી બોનવાળાં હવે પરવારી ગ્યાં હશે. હું ભિરંજ રાંધી લઈશ તમે જાઓ તેડી આવો તમારી બોનને. બિચારી મૂંઝાઈ ગઈ હશે. થોડી મોકળી તાં થાય."

ઉનાળાના દિવસો હતા તેથી અંધારાંને હજી થોડી વાર હતી.

'ભલે જાઉરી લ્યો. આવીને હું પોતે ચોપાં (ગાય-ભેંહ) દોઈશ, તમે દોજો મા' કહી નાનબાઈએ વિચાર્યું કેવો હખ્ખર જીવ રે મારી હાહુનો. મારા જેમ એનોય કેવો જીવ બળેર્યો રતન માથે. હાચાહાચ બિચારી મુંઝાઈ ગઈ હશે. પેલું પેલું કેવું ઓખું હોય. ઓળખીતું પાળખીતું કોંય ન મળે. ઘરમાં ગુંગાંને લાજમાં અંધાં થઈ મૂંઝાઈ જવાય.'

નાનબાઈને બે વર્ષ પહેલાંનો પોતાનો અનુભવ યાદ આવ્યો. રતનને તો અઢાર વર થ્યાં હશે પોતે તાં હાવ પંદર સોળ વરે પેણીતી. હાહરેતાં નેનકડીયે વઉ ને મોટીયે વઉ. મારી હાહુની જેમ બધીયું હાહુને એમ થોડું થાય કે 'વઉને થોડીક ખીજું.' (લાગણી બતાવું)

વાડીમાં ને ઘરમાં વઉ કામ આવે. ઇ લોભમાં એટલા હારું તો દીકરાય સોળે વરે પેણાવી દેતા એટલે તાં અમારા વીવા વેલા કર્યા. નકાં મોટી થોડી થૈ ગીતી?' એવું એવું વિચારતી નાનબાઈ કાનજી બાપાને ઘરે ગઈ.

નાનબાઈ મરઘાંમાને મળી, રતનને એના રૂમમાં ઓરડામાં મળવા ગઈ.

રતનને નાનબાઈ મળતાં રતનના મોં ઉપર ચમક આવી ગઈ. રતનને અહીં 'મારું કોક મળ્યું'ની અનુભૂતિ થઈ.

રતનનાં કપડાંની થેલી તો નાનબાઈના વર મનસુખભાઈને રતનનાં કાકીએ આપી હતી. તે મનસુખભાઈ ઘરે લઈ આવ્યા હતા.

મરઘાંમાને કહી રતનને લઈ નાનબાઈ પોતાના ઘરે જવા રવાના થઈ.

રતને બંને હાથથી લાંબી લાજ કાઢી હતી.

બે હાથની પહેલી બબ્બે આંગળી વચ્ચે સાડીનો છેડો ખાસ પદ્ધતિથી દબાવી કલાત્મક રીતે લાજ કાઢી રતન નાનબાઈની પાછળ પાછળ ચાલતી નાનબાઈના ઘરે પહોંચી.

રતનને નાનબાઈના ઘરે 'માવતર પક્ષ'ના ભાવ જેવી લાગણી થઈ, થોડી મોકળાશ મળી, થોડો મૂંઝારો ઓછો થયો.

નવેણીમાં હાથ પગ મોં ધોઈ કપડાં બદલ્યાં ને નાનબાઈના રૂમમાં એ બેઠી. રૂમમાં કંડેલનું ઝાંખું ઝાંખું અજવાળું હતું. નાનબાઈ એની ગાય-ભેંસ

દોવાના કામમાં હતી.

મેલીઘેલી ને નાકમાં સેંડાવાળી નાનબાઈની નાની નણંદ રતનનું મોં જોવા કંઈને કંઈ બહાનું કાઢી બે વાર રૂમમાં આંટા મારી ગઈ. એની આ ક્રિયા જોઈ રતનને એ ઉંમરની પોતાની નાની બહેન યાદ આવી. એને થયું થોડા વર પહેલાં પોતેય આવી જ મેલીઘેલી ને ગંદી ગોબરી હતી. એવું એનાં કાકી વારંવાર કહેતાં. એ યાદ આવતાં એ મનમાં થોડી મૂરકી (મલકાઈ). એટલા દીમાં હું કેટલી મોટી થઈ ગઈ ને આજ પાછી વિવાનાં લૂગડામાં કેવી રૂપાળી લાગુંરી? જાણે રાગિણી કલા કેન્દ્રની રાગિણી કે મંજરી દેસાઈ જેવી. ઓલ્યા નાટકના કોમિકની મેનાની જેમ મારા વિવાય થઈ ગયાંને હું વઉ એ થઈ ગઈ! સમય કેમ જાયર્યો ઇ ખબર નથી પડતી!

રતનને યાદ આવ્યું. 'આજે મારા વિવાનો પેલો દિવસ હે આજ તાં મારી 'સુવાગરાત' હે. યાદ આવતાં એના શરીરમાં રોમાંચ થયો ને શરીરમાં ભયનું લખલખું પ્રસરી ગયું. પંદર દી પેલાં બધી બેનપણીયુંને કેવી હોંહ (હોશ) હતી. ઉમંગમાં ઝાલીયું ઝલાત્યું નોતી. ને આજ ઇ જ સુવાગરાતની બીક લાગેરી? બીક તાં લાગે જ ને? જે ઘર નથી જોયું. ઇ ઘરનાં કોય માહણને નથી ઓળખતી. અડે (અરે) ખુદ પોતાના માહણ (પતિ)ને ક્યાં ઓળખું રી? ખરેખર સુવાગરાત પેલાં પોતાના માહણની કમ સે કમ ઓળખાણ તો થઈ ખપે. ઇયે આવું વિચારીને મનમાં બબડી. થોડા દી વેલા આવ્યા હોત તો ઉવાં કલકત્તે એની ક્યાં લંકા લૂટાઈ જનારીતી? તો મેળામાં મળાંણુ તો હોત.

ઇ મેળામાં આયા હશે એમ વિચારીને તાં મેળામાં મળવા ધોડીયુંત્યું. પણ કાળા થૈ જવાની બીકે પાંચમાંથી એકેયનો માંટીડો નતો ઘુડાણો. હું ભલે ધોળી હૌં પણ મેં ક્યાં એવું વિચાર્યું'તું કે ઇ કાળા હશે તો મને નીં ગમે કે મજા નીં આવે. આતો મેરબાની જલાબાપાની કે ઇ ખોડખાંપણવાળા તાં નથી. નૈં તો આ ઉંમરે ખોડખાંપણવાળા જ મલે. (વાળાય કબૂલ કરવા પડે) તૈયે તાં બિચારી લખુડી શેડરને અંધાના ઘરમાં જવું પડ્યું. નકાં એનામાં એવી ક્યાં ખોટ હતી?

એના મા બાપે 'અંધો તો અંધો પણ દીકરીને - ગુજરાતમાં તો નીં જવું પડે.' વિચારી એને કાનજી અંધાને પૈણાવી. રતને વિચાર્યું, "મનેય આટલી બધી મુંઝ થાયરી તો લખુડી શેડરને ને બિચારા સુરદાસને પેલુંવેલું કેમ થયું હશે. બિચારો સુરદાસ!

વિવા પહેલાં એને બધાં અંધો કહેતાં પણ એના વિવામાં આવેલ સંત જયભગવાન બાપાએ કેધુ કે "કોઈ અંધ વ્યક્તિને કોઈએ અંધો ન કહેવું જોઈએ.

એને સુરદાસ કહીને બોલાવવા. એને અંધો કહીએ તો એના દુઃખમાં વધારો થાય. જ્યારે સુરદાસ કહીયે તો એના દુઃખમાં ઘટાડો થાય ને ભગવાન પણ રાજી થાય. ઇ જનમથી અંધ થોડા હતા. ઇ તો શીતળા માએ એની આંખુ લઈ લીધીયું હે."

સંતોના મુખેથી નીકળેલું વાક્ય બ્રહ્મવાક્ય કહેવાતું હોવાથી આખા ગામે નક્કી કર્યું. હવેથી કોઈ પણ અંધ વ્યક્તિને કોઈએ અંધ ન કહેવું. તેને સુરદાસ કહી બોલાવવું. તે વખતે ઘરે જતાં રસ્તામાં રતનને નાનાભાઈએ પૂછેલું : બાઈ મા શું આંખું લૈ લે? લે તો એને મા થોડી કેવાય. રતન આવું વિચારતી હતી ત્યાં નાનબાઈ રૂમમાં આવી.

રતનને રસોડામાં બેસાડી જમવાનું આપ્યું. એને અજાણ્યું ન લાગે માટે નાનબાઈને પણ એની સાસુએ સાથે બેસવાનું કહ્યું. બંનેએ જમી લીધું.

મોડેથી નાનબાઈ રતનને એના સાસરાને ઘરે મૂકવા ગઈ.

૪. મધુરજની અને લગ્નના નવા દિવસો

રતન અને મણિલાલે ટમટમતી ચીમની[1]ના ઝાંખાં અજવાળે મીઠી મધુરી મધુરજની ઊજવી. મણિલાલ રૂમમાં દાખલ થયો ત્યારે રતનનું હૃદય ખૂબ તેજ ગતિએ ધબકવા લાગ્યું. મણિલાલે વાતની શરૂઆત કરી. શરૂમાં રતન માથાના ઇશારાથી હા ના કહેતી હતી પછી ટૂંકા જવાબથી કામ ચાલ્યું ને પછી તો બીક અને શરમ મટતી ગઈ. અજાણ્યા તોય મણિલાલ એનું પોતાનું માહણ હતું ને?

એ મોડે સુધી વાતો કરતાં રહ્યાં. ઉજાગરો હતો તોય એને ઊંઘ નતી આવતી. છતાં રતને - દિનાં હુવા નીં મલે હવે હુશું?

'હું શું તોય ઊંઘ નીં આવે પણ હુઇયે.' કહી મણિલાલ સૂઈ ગયો.

પહેલવહેલું આ રીતે એક જ ખાટલે રતનને સૂવાનું હતું અને પાછું ભાઈમણ ભેગું. વળી ખાટલોય ભરવાવાળાએ જાણે, જાણી જોઈને ન ભર્યો હોય, ઢીલોઢફ. એકબીજાને અડ્યા વગર હુવું હોય તોય ભેગા થઈ જવાય.

રતનને લાગ્યું ઈ એમે જલદી સૂઈ ગયા ઇ એક વાતે થોડું ઠીક થયું. છતાં થોડું ગમ્યું પણ નઈ. હું તો શરમાઉં. પણ ભાઈમણ થઈને ઇ શરમાય ઇ કેવું? હું થોડું હામેથી કઉં. આમ તો હારું થ્યું એમ કરતાં ગમે તેમ થોડી ભોઈયાણી તાં થૈ. એક મીઠી મનગમતી નવી ઓળખાણ તાં થૈ. હવે પોતમાડી મૂંઝ ઓછી થતી જશે.

પણ બેનપણીયું પૂછશે તો એને શું કહેવું? - એમાં બધું કહેવાનું થોડું હોય? - ના તો બેનપણીયું શેનીયું?

- ઇયે તને બધું હાચું થોડું કેનારીયું હે.

- ઇ કે કે ન કે. ખોટું બોલીનેય ફાયદો શું? હાચેહાચું કેવું ખપે. નકાં બેનપણાંનો અર્થ ખરો? વળી એનીયે સુવાગરાત કેવી થઈ હશે? મોળી કે મીઠી? ઇયે મને ક્યાં ખબર હે?

એવું એવું વિચારતાં મોડેથી આંખ મળી ન મળી ને કંઈક અવાજથી

---

૧. ચીમની = નાનું ફાનસ - કંડીલ

આંખ ખૂલી ગઈ, તો નળિયામાંથી એકદમ અજવાળું દેખાતું હતું. જલદી જલદી ઊઠી - કપડાં સરખાં કરી લાજ કાઢી બહાર નીકળી.

દાતણપાણી ને નિત્યક્રમ પતાવ્યાં. ભગવાનના દીવાને પગે લાગી, રતન સાસુ-સસરાને પગે લાગી. મરઘાંમાને આ થોડું નવું લાગ્યું. પણ બહુ ગમ્યું. રતનને એની નણંદ લાલબાઈ સાથે બેસાડી - એની સાસુ મરઘાંમાએ સેવુંના બીરંજનું શિરામણ કરાવ્યું.

આવાં ચોખા ઘીના હખર શિરામણથી રતન ખુશ થઈ ગઈ.

એને એમ હતું ઊભું ઘર હે એટલે બધું લોભે લોભે હશે. પણ એને એવું જરાકે ન દેખાણું. રતનને એનાં દાદીમા જીવામાના શબ્દો યાદ આવ્યા. 'ઘર ગરીબ હોય એનાથી કોય ગરીબ અમીર નથી કહેવાતું પણ દિલની ગરીબીઅમીરીથી માણસ ગરીબ અમીર કે'વાયર્યું.' રતનને થયું, આ રીતે તો મારાં હાહરાનું ઘર મને અમીર લાગેર્યું. ને રતને જલારામ બાપાનું મનોમન સ્મરણ કરી આભાર માન્યો.

લગ્નના એ નવા નવા દિવસો રતનને બહુ મીઠા લાગતા'તા. એમાંય ભાઈવારી અને સગાંવહાલાંમાં રોજ નવા ઘેર વાનેલો જમવા (સગાં-સંબંધી અને કૌટુંબિક ભાઈઓને ઘેર લગ્ન પછી જમવા જવાનો રિવાજ) જવાનું. રોજ સાસુના હાથની શિરામણી તો નીતનવા ઘેર ભતાર ને વાળું. મસ્ત મસ્ત ભાવતાં દેશી મિષ્ટાન્ન. ક્યાંક સેવલિયું કે ઘઉંનો શીરો તો ક્યાંક ઊભા રોટલા (ઉભા રોટલાનો ચોળેલો દેશી ઘીમાં લચપચતો લાડુ) સાથેનાં ભોજન ને લઈને રતનના મોં ઉપર તેજ દેખાવા લાગ્યું.

પહેલેથી જ એ ધોળી ને રૂપાળી હતી ને રોજ આવા ખોરાકથી રતન થોડી ભર્યેઘાટે 'મતારી' પણ થૈ ગઈ. રતન સાસરાને ઘેર હજી મહેમાન જેવી જ હતી ને દરેક ઘેર મહેમાન થઈને જતી. આ રીતે એને દીયે ગમતો ને રાત તો એનાથીયે વધારે ગમતી.

એ દિવસોમાં રતનનું જીવન બિલકુલ ચિંતા વગરનું હતું. એ નવલી નવેલી હતી ને? હજી મજૂરે જવું કે કાંય કામ કરવું ન'તું પડતું. દિવસે જે થાય તે ઘરમાં જ કામ કરવાનું ને રાતે... ઇ અને મણિલાલ...!

બેચાર દિવસમાં એકાદ સમી સાંજે નાનબાઈ રતનને મલવા ને તેની પૂછા કરવા અવશ્ય આવતી. એ આવતી તેથી રતનનું દિલ ઘણું હળવું થઈ જતું. એ પણ રતનની જેમ ખુલ્લા દિલની હતી. થોડા દિવસમાં રતન અને નાનબાઈનાં સખીપણાં વર્ષો જૂની બેનપણીઓ જેવાં થઈ ગયાં.

નાનબાઈ આમ તો રતનના દૂરનાં સગાંની દીકરી હતી. જોકે એ નિકટનું સગું ન જ કહેવાય. છતાં માવતરના ગામનું કૂતરુંયે સાસરાંને ગામ સગાં જેવું વહાલું લાગે. એ રીતે બંનેને એકબીજાનો સહવાસ ગમતો.

ઉનાળાની રાત ભલે નાની હોય પણ ગામડામાં મજૂરિયા ઘરની (વાડી વગરનાં લોકોની) સાંજ વહેલી પડી જતી. તેથી રાત પણ ધજ મોટી થતી'તી . છતાંય દરરોજ દી આથમે રતનને થતું. 'રોજ પછાડના સૂરજદાદો પોતાની હલંગ (ચાલ) ધીમે કાં કરી નાખેર્યો. એને સાંજનો સૂરજ ઉતાવળ વગરનો ટાઢાં ઠીબડાં જેવો લાગતો. એ ઘડી ઘડી (થોડી થોડી વારે) સૂરજ સામે જોતી ને થતું ક્યારે સાંજ પડે ને અંધારું થાય ને અમે મલીયે ને...

તે વખતે દિવસે તો ધણી સાથે વાત કરવાની મનાઈ જેવું હતું. વાત તો એક બાજુ રહી પણ ખુલ્લા મોંએ એનું મોં પણ જોઈ ન શકાતું. એનું મોં જોવું હોય તો સાડીની લાજમાંથી જોવું પડતું. વળી એ સાડીયે કેવી જાડી સુતરાઉ કાપડની (શહેરના જેવી પાતળી હોય તો ખપે શું? રિવાજ હોય એનાથીયે વધારે કાઢીએ) દિવસે પતિ સાથે વાત કરવાનું વિચારી પણ ન શકાતું. અરે પતિ પણ પત્ની સાથે વાત કરવાની હિંમત ન કરી શકતો.

અરે એ જમાનો એ હતો કે પત્નીએ અન્યોની હાજરીમાં તેના પતિની પણ જડબેસલાક લાજ કાઢવી પડતી.

રતનને ક્યારેક દિવસે મોકો મળતો ત્યારે અથવા માત્ર સમોવડિયા હોય ત્યારે છાનીછપની મણિલાલની થોડી ઓછી લાજ કાઢતી તો એ નાનકડા ગામમાં પોતે ચર્ચાનો વિષય બની હતી. ત્યારે નાનબાઈએ એને ભલામણ પણ કરેલી.

"થોડી હરખી લાજ કાઢતી હો તો?"

'કેની?'

'મારા બનેવીની. ઓમ મારા બનેવીની ને ઓમ આજુબાજુવાળાંની બીજી કેની?'

મોઢા ઉપર સ્મિત લાવી રતને કહેલું. "કાઢું જ રીને? એનાથી વધુ કેટલી કાઢું?' એનાથી વધુ એની લાજ કાઢવાની થોડી હોય!"

"કૈઇયેક હરખી નીં કાઢી હોય તૈઈયે જ ગામમાં વાતું થત્યું હશે ને?"

"અમે બે માહણ ગમે તેમ કરીએ એમાં બીજાને શું?"

"રાતનું તને જેમ કરવું હોય એમ કરજેને આગળીયો દઈને. પછી કોંય આડું નીં આવે. તને બાકી દીનું માહણ વાતું કરે એવું ન કરતી. આ ગામડું ગામ હે નખત્રાણા જેવું શહેર થોડું હે."

રતને તે વખતે કંઈ જવાબ ન'તો આપ્યો. ક્યારેક એને આવા ખોટા નકામાં રિવાજો સામે બળવો કરવાનું મન થતું. પણ એ હજી નાની અને નવી હતી.

લાજ કાઢવાનાય કેવા રિવાજ? તેનાં સાસરાવાળાની લાજ કાઢવાની હોય તો ઠીક પણ આ તો આવી જ લાજ આખા ગામના ભાઈમણ (પુરુષો)ની કાઢવી પડતી. કમી-કસબીને મુસલમાન સહિત તમામ ઇતર કોમની પણ. શરૂઆતમાં પરિવારે તો નાનબાઈના પતિ મનસુખની પણ લાજ કાઢવાનું કહ્યું હતું. આમ તો મણિલાલ અને મનસુખ સરખી ઉંમરના જ હતા. માત્ર થોડા કલાક જ મનસુખ મોટો હતો. વળી નાનબાઈ તો તેની બહેન જ હતી ને? છતાં મનસુખની લાજ કઢાવતાં હતાં. બાકી ડોસીયું કેતીયું બેલોડિયાંના બે ભાઈ હોય તોય નાનાની વહુને મોટાની લાજ કાઢવી પડે. શાસ્ત્તર એમ કેર્યાં."

એમ તો રતનને લાજ કાઢવામાં ક્યાં વાધો હતો? રતનને એ જાડી સાડીની લાજમાંય જિંદગી જીવવા જેવી લાગતી'તી. એનું ઘર ગરીબ હતું પણ જ્યારે એ બે એકલાં મળતાં ત્યારે ગરીબાઈ ભુલાઈ જતી. એની બે વચ્ચેની લાગણીમાં ગરીબાઈ ક્યારેય ન'તી નડી.

પણ સમાજના કેટલાક રિવાજો નડતા હતા. તેથી જ એ રિવાજ રતનને પસંદ ન'તા. પાંચ દસ દિ' ઇયાં તો પાંચ દશ દી ઉંવા (માવતરે). પછે ભોઈયાણાં[૨] થતાં વાર તો લાગેને. વિવા પહેલાં એ મળ્યાં જ નોતાં. મળવાની વાત ક્યાં, એકબીજાનાં મોઢાંય જોયાં નોતાં. તોય થોડા દિવસમાં જ એકબીજાનાં 'પૂરા' ભોઈયાંણાં થઈ ગયાં.

ઇ બેને ભોઈયાંણાં કરનાર રાત એને ટૂંકી લાગતી'તી. ક્યારેક તો એ આખી આખી રાત (વાતો કરતાં) જાગતાં, વાતો ખૂટતી જ નહીં. ખબર ન પડે એમ સવાર પડી જતી...!

ત્યાં 'હાતમ' નજીક આવી. એના 'બાપાવાળા' એ હમાચાર મૂક્યા "હાતમ રમવા ક્યારે મૂકશો?" અને એ હાતમ રમવા પિયર ગઈ. રતનને તો એના ભેગી જ હાતમ રમવી હતી. પણ સમાજના રિવાજોમાં કોઈનાથી આઘુંપાછું ન કરાય. ડોસીયું કેતીયું આ બધા રિવાજ શાસ્ત્તર મુજબ નકી થતા હતા.

એ હાતમ રમીને આવી પછી એક રાતે મણિલાલે કહ્યું.

"ફુઆની ટપાલ આવી હે, હાતમ કરીને જલદી આવી જજે. કામની સિઝન જલદી ખૂલશે એવું લાગેર્યું. એટલે કદાચ જલદી જવું પડશે."

"હું રજા ન દઉં તો?"

---

૨. ભોઈયાં – પરિચિત

"તોય જવું પડશે ?"

"તો એમ કોને મારા કરતાં તમને કામ વધુ હખ્ખર લાગેર્યું."

"વાલું લાગે કે ન લાગે, 'બારે' નૈં જાઉ તો આપેં ખાશું શું ?" મણિલાલે જરા ગંભીર બની કહ્યું.

ઇંયા જ કામ કરોને. તમે ક્યાંક 'વરહોંદી' ભરજોને હું છૂટક મજૂરે જઈશ. હોખદોખમાં ચાર આખું ભેળીયું તો ખરીયું.

"પણ માને પૂછ્યું હે ?" - મણિલાલ

"માં કને હું રજા લઈ દઈશ."- રતન

"પણ ફુઆ કને રૂપિયા લીધા હે એનું શું ?" - મણિલાલ

"દેશું ? ના ક્યાં કઇયેર્યા." - રતન

"વેવારમાં આઘું પાછું થોડું બોલાય ? એને વ્યાજે થોડા દીધા હે. હું એને ત્યાં કામ કરૂર્યો એટલે એને આપડું કામ કર્યું હે."

"એના કરતાં બીજેથી લીધા હોત ને બીજે કામ કરત તો તો ફુઓ દેર્યા એના કરતાં પગારતાં વધારે મળત. ફુઆ કરતાં ડબલ પગાર દેવાનું ઓલ્યા વિરજી પટેલવાળા તમને નોતા કે'તા ?"

"કેતા'તા પણ ફુઆને મૂકીને બીજાકને કામ કરીયે તો કેવું લાગે ?" એમ કરીયે તો આપણે હગા શેના ? કોય કેમ ઘહાય, કોય કેમ ઘહાય."

"તો પછી ફુઓ આપણા કરતાં સાહુકાર હે. એને પગાર તો ભરાભર દેવો ખપે કે નીં તમને ? હમજતા કેમ નથી કે પેલો લાંબો દાંતો ઘહાય."

"તને ઇ ખબર ન પડે. ફુઓ મને કેતાતા તું હમણાં કામ કર પડ્યો, પછી તને ધંધાનો ઠેવરો કરી દઈશ. કાં આંમાં જ ભાગ દઈશ."

ઇ તાં શરૂઆતમાં બધાં હગાં એમ જ કેર્યાં. મારા બાપને ને કાકાને એના મામાવાળાએ આ રીતે ગોળ ગોળ વાતું કરી કોણીયે ગોળ ચોટાડી વી વર હોદી ઓછા પગારે ઢેહડ્યા. મારો ભાગ હે આમાં. મારો ભાગ હે. કૈ, રાત દી બિચારા ઢેહડાંણા. જૈયે વાડીએ મશીન બેંહારવું તું તૈયે ભાગનો હિસાબ કરવાનું કહ્યું ને પૈસા માગ્યા તો કહે, પૈસા વગર ભાગ થોડો મળે ?

છેવટે બાપાએ મામાનું કારખાનું રાજી ખુશીથી છોડી દીધું પેરે લૂગડે. આટલા વર ઓછા પગારમાં ઢહેડો કર્યો ઇ બાબતનું કાંય ન બોલ્યા.

"તો પછી બોલ્યું ખપેને ?"

"ડાડીમાને ડાડાબાપો બાપાને કાયમ ભલામણ કરતા. પૈસા હારું કોઈની જોડે સંબંધ ન બગાડજે. 'પોહાણ' ન થાય તો રાજી ખુશીથી છૂટા થઈ જવું.

મારા બાપાવાળા બોલ્યા વગર છૂટા થઈ ગયા. બીજે કામ કર્યું, તે યે પગાર ધજ મલ્યો. પછી લેબરમાં રાખી પોતાનો ધંધો કર્યો."

"જો તારા બાપની ખેતી હતી. કદાચ કોય 'તેડી' જવાવાળું ન મળે તો ખેતીમાં કામ કરત. પણ હું શું કરું કપીત[૩] જમીનમાં ?"

"હમણાં મારા મોં હામે જોઈને આપડ્યું વાતું કરો. બીજી બધી વાતું મૂકો પરા. તમારી જમીન કપીત હે પણ હું તો કપીત નથી લાગતી ને ?" કહી મણિલાલના ગાલે ચૂંટલો ભરી બખ ભરી લીધી મણિલાલને, ને મણિલાલે પણ..

૩.. કપીત - પિયત વિનાની

૫. દીકરીનો જન્મ

જુદાં જુદાં બહાનાં તળે મણિલાલ દિવાળી સુધી વતનમાં રોકાયો. ત્યાં સુધી તો ખળાં કાઢવાનાં કામ પણ પૂરાં થવા આવ્યાં હતાં.

ખેતરોમાં શિયાળામાં મૂલ મજૂરની જરૂર ઘટી ગઈ. મણિલાલ હવે ક્યા બહાને રોકાય? રોકાય તોય મહિને દોઢ મહિને રતન ફરી મોટું મળણ કરવા માવતરેં જશે. પછી મણિલાલને કોઈ પણ પ્રકારના કામ વગર કચ્છમાં રોકાવાનું કોઈ કારણ ન'તું.

રતનને રોતી મૂકી મણિલાલ બારે કલકત્તા કમાવા ગ્યો.

પોચની[૪] ટપાલ આવી પંદરેક દિવસે.

મરઘાંમા મારા જ કને ટપાલ વંચાવી આવ્યાં.

રતને ગોખલામાં ટપાલ જોઈ. એ નાનબાઈ પાસે લઈ ગઈ અને ઈ વંચાવી. વિગતમાં ઝાઝું કંઈ લખ્યું નતું. રાજી ખુશીથી પોચી ગયો છું! એટલું જ લખ્યું હતું. રતનને એમ હતું. અંદર મારા વિશે (મારા માટે પણ) મીઠી મીઠી ઘણી વાતો લખી હશે પણ એવું કંઈ નતું. એ થોડી નિરાશ થઈ ગઈ. એ મનમાં બોલી. 'ચર્યી[૫] તું હમજતી નથી ઈ કેના હારું લખે?' તને ક્યાં વાંચતાં આવડેર્યું? તું તો ઓસિયાળીને? તને તો વંચાવવાય ક્યાંક બીજાં કને જવું પડે. પછી એવું બધું થોડું લખે?

હું કેવી નસીબની ફૂટેલી જરાય ન ભણી. નેનકડી હતી તઇયે નાનાં ભાંડરુંને રમાડવાના લોભમાં બાપાવાળાએ ન ભણાવી પણ થોડી મોટી થઈ તૈયેં મારા જેવડી ઘણી બધી રાત્રીશાળાની પ્રૌઢ શિક્ષણની ઝુંબેશમાં ભણી જ હતી ને? વિશ્રામબાપાની ભાણબાઈ ને નાનબાઈ પણ ઇ રીતે જ ભણી'તી ને? ભલે બહુ ઝાઝું નોતી ભણી તોય 'પોતપાર' શીખી ગઈ. હું તો મૂઈ એટલુંયે ન શીખી.

---

૪. પોચની – પહોંચ્યાની

૫. ચર્યી - ગાંડી, મૂરખ

તે દી ક્યાં ખબર હતી કે મોટાં થશું તૈયે ધણીનો કાગળ આવડો મીઠો લાગતો હશે? નકાં ભણવામાં ક્યાં મારા પડતાતા? થોડું થકું ભણી હોત તો કૈયેંક મનની વાત તો લખી હકી હોતને? હું વાંચી હકતી હોત તો ઇયે કાગળ લખત મને.

કાગળમાં ભલે મને કાંય લખ્યું ન હોય તોય મને ઇ હાંભરેર્યાં એમ હુંયે એને હાંભરતી તો હઈશ જ. પણ કરે શું? વાંક મારો ને ઇ બિચારાને મન મારવું પડતું હશે?

હું બૌ હાંભરતી હેશ તૈયેં મારા માથે ખારે મારતા હશે. ભલે ખાર મારે - ખાર મારવાય મને યાદ તો કરતા હશે ને?"

રતન નવરી પડતી ત્યારે ટેરવાં ગણતી કે હાતમને કેટલા મહિનાની વાર હે?

"હાતમ માથે આવવાનું કૈ ગ્યા હે. તો હાતમને હજી કેટલા મૈના (મહિના) બાકી હે!?" રતન એની મોટી સાસુ મરઘાંમા ભેળી રહેતી હતી. મરઘાંમા એની સાસુ જ કહેવાય.

મરઘાંમા આમ તો ધર્જ[૬] હતાં. પણ કડક બૌ હતાં. એના કને ના ની હા ન'તી થતી. એ વાત રખ્ખાં હતાં. પોતાની જ વાત હાચી. એ કહે એમ જ થવું ખપે. શરૂ શરૂમાં તો રતનને એમ લાગતું : જાણે મારા માથે રોફ જમાવવા માગતાં હોય. પરંતુ એવું નતું, એનો સ્વભાવ જ એવો હતો પણ નેપનાં બહુ હખ્ખર હતાં.

બંને સાસુ વહુ ભેળીયું જ મજૂરે જતીયું. શિયાળામાં મૂલ મજૂર ઓછાં હાલે ત્યારે ડુંગરમાં ઇંધણાં કરવા (કાપવા) જતાં. બાર મહિનામાં ખપે એટલાં બળતણની ગંજીયું શિયાળામાં જ ખડકી લેવીયું પડતીયું. આમ ડુંગરામાં ઇંધણે જવાનું એના બાપને ઘરે રતને જોયુંયે નતું. ઘરે ખપતાં ઇંધણાં વાડીમાંથી જ થઈ રેતાં? પણ ઇયાં તાં ક્યાં એવી વાડી હતી?

શિયાળાના દિવસોમાં કુહાડા લઈ પાંચ પાંચ સાત સાતના જૂથમાં હવારમાં વેલીયું ટાઢમાં ગુડા હમા ખોળાવાળી રખાલમાં (રિઝર્વ ફોરેસ્ટમાં) ડુંગરા ચડી જત્યું. હુકી ને મોટી પાકટ ખેરું હારું ઠેઠ 'ઝરું' મા જવું પડતું. ઊંડીયું ઊંડીયું ઝરું(ખીણું)માં એકલાં હેયે તો વેંજાઈ (ખોવાઈ) જવાની બીક લાગતી કૈયેક છૂટીયું પડી જતીયું તૈયેં કોવાડાના (ઘાના) અવાજ હાંભળી ભેળીયું થતીયું.

ખેરું જાતે કાપવીયું, ટુકડા કરવા એની ભારીયું બાંધી માથે લઈ ઝરુંના ચડા ચડવા ને ડુંગરના ઢાળ ઊતરવા. કૈયેંક મરઘાંમા બબ્બે ફેરા કરાવતાં. તે

૬. ધજ : સારું

દીકરીનો જન્મ ૨૩

દી થાકીયે રેતાં ને હાથમાં નેફું પડી જતીયું. તોય મરઘાંમાને ના ન કેવાતી. એવી એની ધાક ને બીક હતી.

ગામમાં મરઘાંમાને એની 'પૂઠ પાછળ' સૌ મરઘાં 'ભકોરો' કહેતાં. પહેલી વહેલી ઝરુંમાં ઇંધણા કરવાં ગઈ ને બે ફેરા કર્યા તો હાંજે હાલી ન હકાય એવા પગ દુખ્યા'તા.

રાતે પડખું બદલાવવામાંય પગ દુ:ખે ત્યાં ઊંઘ ક્યાંથી આવે? તે દી રતનને ઇ બહુ હાંભર્યાં.

'હારું થયું બીજે દિ મરઘાંમાને લખીપર "ગુડાવાળે" (પાણી લેવા લોકાઈ) જવું'તું એટલે ઇંધણા કરવા જવાનું બંધ થ્યું, નૈં તો એ નવી વહુ ના થોડી પાડી હકવાની હતી.

મરઘાંમા કેવાં કડક?

આજુબાજુવાળીયું બધીયું બાઈમણું એનાથી બીયે. એક દી રતનને નાનબાઈ હમી હાજે છેલામાં લોટે ગીયું (જાજરૂ) તે વખતે ગામ બારે છેલાની 'ગુવાડીમાં' લોટે જવું પડતું. શહેરની આજની જેમ આંગણામાં જાજરૂની વ્યવસ્થા થોડી હતી?

વળતાં રસ્તામાં પાનુભાભીને રાધાભાભી મલ્યાં. ભેળાં ગંગાબાઈ મલવા આવ્યાં હતાં. એય મલ્યાં તો રતન એના મામાવાળાના હાલ હમાચાર પૂછતાં પૂછતાં વાતે વળગી'ગી ને ઘેર પોચતાં થોડીવાર લાગી તો પાછળ મરઘાંમા ઊંચાં નીચાં થૈ ગ્યાં.

થોડી વધુ વાર લાગી હોત તો લાકડી લૈને ગોતવાય પોચી આવત એવું કેતાં'તાં!

શરૂઆતમાં રતનને 'ઇ' બહુ યાદ આવતા. પછી ધીમે ધીમે એનું મન 'વળતું' ગયું. આજુબાજુ આખા સમાજમાં નાની મોટી બધી બાઈમણું આ રીતે જ જીવતીયું હતીયું તેથી રતનના મને પણ કબૂલી લીધું ને મન વળતું ગયું.

એ જેમ જેમ જૂની વહુ થતી ગઈ તેમ તેમ મૂલ મજૂરે વધુ જવાનું થતું ગ્યું.

'હાતમ'[૭] (જન્માષ્ટમી) નજીક આવી.

જેની જેની વાડીયું (ખેતીવાડીયું) હતીયું એના બારે કમાવવા ગયેલા દીકરા એક-એક કરીને બધા બારેથી આવવા મંડ્યા. રતન પણ હવે એના "વર"ની વાટ (રાહ) જોવા મંડી.

ત્યાં વળી એના વર સાથે કામ કરતા લાલજીભાઈ આવ્યા તો એવા

---

૭. કચ્છમાં જન્માષ્ટમી દરમિયાન સંયુક્ત તહેવારોની ઓળખ'સાતમ'ના (શીતળા સાતમ) તહેવારોથી થાય છે.

હમાચાર લઈ આવ્યા કે "મણિલાલ કે'તો તો મને રજા નીં મલે તો હાતમ રમવા (હાતમ માથે) નૈં અવાય."

આવા હમાચાર હાંભળી રતન નિરાશ થૈ ગઈ.

રાત્રે એને ઊંઘ પણ ન આવી. ને એકલી એકલી રોઈ પણ ખરી. બીજે દિવસે નાનબાઈ આગળ 'રાવ' પણ ખણી.

"બાઈ આ વળી કેવું ઇ હાતમ કરવાય ન આવે! આ આપડો અવતાર કેવો ?"

"કાં એમ કોરી ?"

"તો શુ કૌં ? એમ તાં મારા બાપને ઘરે હું શું ખોટી હતી ? મારા બાપને ઘરે ખાવાનું તો ઘણુંય હતું. તોય મને પૈણાવી કાં ?

" તારો 'ઇ' આવે એનેજ પૂછજે ને

"ઇ તાં ઓણ નથી આવનારા !"

"તને કેને કેધું... ?"

"ત્યાંથી લાલજીભાઈ આવ્યા તો એને ઘરેથી શાન્તાભાભી વાત કરતાં'તાં."

"એ તો મશ્કરાળ હે ભોળી તને ફોહલાવી હશે."

"હાચા હાચ ?" રતનના મોં ઉપર ચમક આવી ગઈ.

એ મનોમન બોલી "હે જલારામ બાપા નાનાબાઈની વાત હાચી નીકળે તો હું તમારા નામની એક માળા ને હવા આનાની પ્રસાદી કરીશ."

બીજે જ દિવસે સાંજે મણિલાલ આવી ગયો.

તે રાત વીરપસલીની જાગ્યાની રાત હતી. બીજે દિવસે વીસપસલી થતી'તી. બિચારી રતનની આજ રાતની હાલત 'ન જાલતે ન મેલતે' જેવી થઈ. એ વિચારતી હતી. શું કરું ?" જઈશ તો મજાય નીં આવે ને નીં જાઉ તો 'હખ્ખર નીં લાગે ને બધીયું 'વાતુ' કરશે. ત્યાં નાનબાઈ બોલાવવા આવી. મણિલાલ આવ્યાની એને ખબર નો'તી.

"રતન હાલોરી ચોકમાં ?"

"હા આવું બાઈ" કહી માળા કરતાં મરઘાંમાને એ કહેવા ગઈ.

"બાઈ જી હું ચોકમાં જાઉં રી"

"મારો દીકરો આયો હે તે ન ગ્યાં હોત તો ન હાલત ?"

"નાનબાઈ હાકલ કરવા (બોલાવવા) આવી હે તે ?"

"જાઓ ભલે પણ અધ વચ્ચે પાછાં હાલ્યા આવજો. આખી રાત ન રમજો."

"રમત જામશે ને મજા આવશે તો નીં આવું ?" કહી એ રવાના થઈ.

એને ખબર હતી, મજાતો નીં જ આવે. પણ કરે શું? ન જાય તો હરીખત (સરખી ઉમરની બહેનપણીયું) વાતું કરે ને ગેલી ગોપી - ગેલી ગોપી કૈ, વર્ચાવે[૮]ને ચોલાણાં કરે.

રતનના યંત્રવત્ સંસારના ધૂંધળાં વર્તમાનમાં આશાનું એક કિરણ પ્રવેશ્યું.

રતનને (માસિક ધર્મમાં આવ્યે) બે મહિના થયા. દોઢ મહિને એણે નાનબાઈને 'કેને ન કેવાની શરતે' વધામણી આપી દીધી હતી. પણ મણિલાલને કહે એ પહેલાં મણિલાલ 'બારે' પરદેશ નીકળી ગયો હતો. એ આ બાબતથી અજાણ હતો. રતનનાં મોં ઉપરની ચમક એના સારા દિવસોની ચાડી ખાતી'તી. આ વાત ચકોર મરઘાંમાથી ઝાઝા દી અછાની ન રહી.

"વહુ! તમે આ મૈને નાયાં નથી, નૈ?"

રતન થોડી શરમાઈ ગઈ. એણે કંઈ જવાબ ન આપ્યો. મરઘાંમાની ધારણા હાચી પડી. એના મોં ઉપર પણ તેજ આવી ગયું.

રતન ભલે એના પેટના દીકરાની વહુ નહોતી. પણ મણિલાલનાં મા-બાપ નાની ઉંમરે જ તેનો હાથ મરઘાંમાના હાથમાં સોંપી ગુજરી ગયાં હતાં. મરઘાંમાએ મણિલાલને પેટના દીકરાની જેમ જ મોટો કર્યો હતો.

આ "નવાજૂની"ના સમાચાર પહેલાં મણિલાલ બારે 'કમાવા' ઊપડી ગયો હતો. રતનના ચડતા દીના સમાચાર થોડા દિવસોમાં તો તેના માવતરના ઘર સુધી પોચી ગયા હતા.

એક દી રાત્રે સૂતાં સૂતાં રતને પોતાના પેટ ઉપર હાથ ફેરવતાં વિચાર્યું: આમ તો આપણે ભગવાનની કઠપૂતળી જ નાં. કેવી કમાલ રચના કરી હે મારા વાલાએ. ઓમ શરીરનું બધું આપડા હાથમાં પણ આપડા હાથમાં કાંય નીં!

આને કુદરતની કરામત ન કહેવાય?

રમત પૂતળાં કરે પણ કેવી રમત રમાડવી એ તો પોતાના જ હાથમાં. નૈં તો અજોરવાળા કાનજીબાપાના દીકરાના લગ્નને દશ વરસ થ્યાં તોય ઘરે ઘોડિયું નથી બંધાણું!

એણે સૂતાં સૂતાં આકાશમાં ભગવાન સામે હાથ જોડ્યા ને જલારામ બાપાને યાદ કર્યા. મનમાં માનતા કરી 'હે જલારામ બાપા મને હાજી નરવી પાર ઉતારજો. ગગો કે ગગી જે આવશે તેને તમારા નામનો જંડીયો રાખ્યો હોત પણ એમ કરીશ તો મરઘાંમાને 'હુરધન' બાપો બેય ખોરાશે (ગુસ્સો કરશે) એટલે હુરધન બાપાના નામનો જંડીયો રાખીશ પણ પાંચે વરસે તમનેય

---

૮. વર્ચાવે – ખીજવેના અર્થમાં

પગે લગાડી જઈશ ને હવા રૂપિયાની પરસાદી ચડાવી જઈશ.

ચડતા દી રહેતાં રતનના મનના વિચારો બદલી ગયા.

પેલા ક્યારેક એની યાદ આવતી ત્યારે એ નિરાશા અનુભવતી. હમણાં તો એના વિચારો ને કલ્પના કંઈક જુદાં જ હતાં. પેલા'તો એને એક બે વાર નાનબાઈ કને મનની વરાળેય કાઢી'તી.

"બાઈ ભગવાને આપુંને મનખા અવતાર દીધો તો ખરો પણ કણબીને ક્યાં જીવતે આવડેર્યું? કૂતરાં મિંદડાંને ચોપાંચેડાં વરમાં (વર્ષમાં) જેમ એક વાર અમુક દી 'મુંધમાં' (મોસમમાં - માસિક ધર્મમાં) આવે. તૈયે સંસાર માંડે ને આપડુંયે એવું જ. તો આપડો મનખો ચોપાં[૯] જેવો જ ને? ભગવાને ચોપાંચેડાંને મગજ નથી દીધું એટલું હારું. એટલે એને કાંય લાગણીયે નૈને દુખેય નૈ. ને આપુને રાત દી જીવ બળતરા. આ તો હમજે એને હોહ! (સમજે એને સંતાપ)

પહેલાં ક્યારેક આવા વિચારો આવતા. પણ હવે રતનને ફરી જીવવાની મજા આવવા લાગી. એને કણબીની જીવન પદ્ધતિ સામેની બધી જ ફરિયાદો મટી ગઈ. એને થયું માતૃત્વ એટલે જ સ્ત્રી.

એ રંગીન કલ્પનાઓમાં ઊડવા લાગી.

દિવસે તો એને મૂલ મજૂર જવું પડતું પણ હાંજ-હવારનાં સમયમાં એ સંતાઈને એનાં આવનાર 'છોરાં' હારું ગોદડી સીવતી. કોઈ જોઈ ન જાય એનું ધ્યાન રાખવું પડતું. ગોદડી સીવતાં કોઈ જુએ તો ગામમાં બાઈમણું વાતું કરે.

"રતન એનાં છોરાં હારુ ગોદડી સીવેરી. જધ્ધી (એક ગાળ) હાવ શરમ વગરની. એને કાંય લાજ શરમ નથી."

"પેટનાં છોરાંની ગોદડી સીવવી એમાં શરમાવવાનું શું? બાઈમણુ કમાલનીયું હે. ભલે જેને વાતુ કરવીયું હોય ઇ કરે. હું થોડું હલકું (ખોટું) કામ કરું રી કે મને શરમાવવું પડે."

એમ કરતાં રતનને છ મહિના થયા.

એને એનાં માવતરવાળાં ખોળો ભરાવ્યા પછી જ્ઞાતિના રિવાજ મુજબ થોડા દિવસે મૈના માટે મળવા તેડી જનારાં હતાં.

એક રાતે નાનબાઈને રતને કહ્યું, "બાઈ એને ટપાલતાં લખી દે નકો એને ખબરે નીં હોય ને વધામણીનો કાગળ જશે. હું જેમ વિચારું રી એમ ઇયે ભલે વિચારેને. છોરાંના નામની પાછળ નામ એનું જ લાગશે."

અને મનસુખભાઈએ મણિલાલને કાગળમાં રાજીખુશીના સમાચાર હાથે

---

૯. ચોપાં – ચોપગાં

આ બધું લખ્યું.

રતનને કોઈ દિવસ મુલ મજૂરની હાકલ ન હોય ત્યારે આઠ નવ વાગે આંગણામાં કોઈ ન હોય તો ડેલી બંધ કરી દીવાલની બાજુમાં સૂરજબાજુ (જમણું) પડખું રાખી, ઊભી રહી પોતાનો પડછાયો જોઈ ખુશ થતી ને કેટલીયે વાર જોતી રહેતી. એ પોતાના પેટ ઉપર હાથ અને પડછાયા પર નજર ફેરવ્યા કરતી.

રતનને આમ કરવામાં આનંદ અને સંતોષ થતો. વળી કૈયેંક એમ પણ થતું, "કેમ થશે? હુવાવડમાં તકલીફ તો નૈ થાય ને?" આવો તકલીફનો વિચાર આવતો ત્યારે એ જલારામ બાપાને યાદ કરતી.

એમ કરતાં હુવાવડના દિ' નજીક આવતા ગયા. ખેતીના કામની સિઝન હતી તેથી દરરોજ મૂલઈ જવું પડતું. આ રીતે છેલ્લા દિવસો સુધી કામે જવામાં કોઈને કાંઈ તકલીફ ન હતી.

તે દિવસે પણ તે મૂલઈ ગઈ હતી. આ દિવસોમાં મરઘાંમા એ જોતાં કે જ્યાં સુધી અજોરવાળાની હાકલ હોય ત્યાં સુધી છેટી વાડીવાળાંને ના કૅ'તાં. ક્યાંક ઓચિંતું ઘરે જવું પડે તો નજીક હોય તો ઠીક રહે.

સાત વાગે કામે લાગેલ સૌએ દશ વાગે રાબ પી વેરાંઢડી[૧૦] કરી. રતન સૌની સાથે બપોર સુધી કામ કરતી રહી. બપોરે સાથે લઈ ગયેલ ભતાર - (રોટલા) ખાધા પછી રતન આડી ન પડી. રતને મરઘાંમાને ધીમે અવાજે કહ્યું.

'બાઈજી ઘરે હાલશું.'

'હાલો' મરઘાંમા સમજી ગયાં.

એણે વાડીવાળાં પૂરીમાને કહ્યું, 'પુરબાઈ, અમે હાહુવહુ ઘરે જઈએર્યું.'

અને એ ઘરે ગયાં.

હાંજે ભાઈવારીમાં (કુટુંબમાં) કેવરાવ્યું 'આપણે હુંવાળા' (સુતકવાળાં) થઈ ગયાં હઈએ મંદિરે ન જજો. અમારી પોત્રી આવી.

---

૧૦. વેરાંઢડી - દસ વાગ્યે કરાતો રાબ-રોટલાનો નાસ્તો

૬. પતિની બીમારી

મરઘાંમા રતનની મોટી સાસુ થતાં હતાં છતાં ક્યારેય મરઘાંમાએ એવું ન'તું વિચાર્યું કે "રતન મારી પેન્ઢની (પોતાની) વહુ નથી ને મારા દેરની વહુ હે." સામે મરઘાંમા રતન માટે સગાં સાસુથી વિશેષ હતાં.

સાસરે મોકલાવતી વખતે રતનને એની દાદીમાએ આપેલી શિખામણ એને બરાબર યાદ હતી. તારી હાહુ મરઘાં ભલે જમાઈની સગી મા નથી તોય જમાઈને એણે જ મોટો કર્યો હે. મોટો કરનાર માનું મહત્ત્વ જણનારી મા કરતાં જરાય ઓછું ન હોય. જશોદામાનો જ દાખલો જોને. એણે ક્યાં કરશન ભગવાનને જન્મ દીધો 'તો. તોય આપણે હાતમ માથે જશોદામાની જ મૂર્તિ ભનાવીયે યાંને.'

ત્યારથી રતને મનમાં ગાંઠ વાળી હતી, "મરઘાંમા હાથે હું વઉની જેમ નીં પણ હગી દીકરીની જેમ વર્તીશ. અને એ એ રીતે જ વર્તતી. આ રીતનો સાસુ વહુનો મીઠો મધ વહેવાર જોઈ, આને કોઈ ખાનદાની સંસ્કાર કહેતું તો કોઈ આગલ્યા (ગયા) જનમની લેણાદેણી કહેતું.

જે હોય તે પણ તેના સાસુવહુપણાના ગામમાં દાખલા દેવાતા. એમ કરતાં રતનને ઘેર બીજી દીકરીનો જન્મ થયો.

રતનના સંસારનું ગાડું ખાબડ-ખૂબડ રસ્તામાંય, આ રીતે સંતોષથી સરસ ચાલતું હતું; પરંતુ જ્યારથી મરઘાંમાએ એના દીકરા નાનજીને પરણાવ્યો. ત્યારથી થોડી ઘણી અડચણ ઊભી થવા માંડી હતી.

રતન અને મરઘાંમાના પરસ્પર સંતોષી વર્તનથી નાની વહુ લીલા ખુશ ન હતી. તેને રતનની ઈર્ષા આવતી.

લીલાના મગજમાં એવી ગાંઠ બંધાતી ગઈ કે "અમારા હાહુ વઉ વચ્ચે મારી જેઠાણી અંતર ઊભું કરેર્યાં. અમારું હાહુ વઉનું બરાબર ન બને એટલા હારુ જ ઇ "મારી" હાહુહાથે હખ્ખર વર્તેર્યાં. ઇ "ફિટોડ" હે મારી હાહુને મારી વિરુદ્ધ ફિટાડેર્યાં.

જોકે રતનના મનમાં એવું કંઈ ન'તું - ઊલટાનું ક્યાંક દેરાણી લીલાની કામકાજમાં ભૂલ, અણઆવડત કે આળસ, પોતા પર લઈ અને ઢાંકતી. એને થતું. "લગન થૈ ગ્યાં તો શું થયું. ગમે તેમ તોય નેનકડી હે. શીખી રેશે એક દી."

"આવી ભૂલ કે આળસ રતન વઉથી આટલાં વર્ષોમાં ક્યારેય નતી થતી તો હવે થોડી થતી હોય." ચતુર મરઘાંમાથી આ અછાનું ન રહ્યું.

એક-બે વાર મરઘાંમાએ ચોકસાઈ કરી, તો રતન વઉંએ પોતા ઉપર લીધેલ ભૂલ ખરેખર નાની વઉ લીલાના હાથથી થઈ હતી. તો મરઘાંમાને રતનવઉ માટે અહોભાવ ઉત્પન્ન થયો ને નાની વઉને ખાનગીમાં ટકોર પણ કરી.

આ ટકોરનો પણ લીલાએ અવળો અર્થ કર્યો ને બે ત્રણ દિ મોં ચડાવીને ફરી.

મરઘાંમા માટે હવે ધર્મસંકટ હતું. એ રતન વઉંને ન્યાય આપે કે લીલા વઉંનું મન રાખે? જમાનાની તડકી-છાંયડી જોયલાં મરઘાંમાએ વિચાર્યું. ગમે તેવી તોય લીલા મારી વઉ હે. મને ગેઢપણ એના ભેળું જ કાઢવું પડશે ને? વિચારી રતનને આવતી ત્રીજા બાળકની સુવાવડ પછી રતનને રસોડો જુદો કરી દેવો. એવું મરઘાંમાએ મનથી વિચાર્યું. મોટી પોત્રી જ્યોતિ પણ હવે થોડી હાથજલી[11] થઈ રી હે. એટલે નાની ગગીને એ રમાડશે રતન મૂલ મજૂરીએ જશે. વળી હુંયે આમ તો ભેળી જ હૌં ને?

રતનને ત્યાં ગગી આવી. આ ત્રીજી દીકરી હતી. રતન થોડી નિરાશ થૈ ગૈ. વળી થયું આ તો બધું ભગવાનના હાથમાં હે. આપણે એમાં થોડું કાંઈ કરી શકવાનાં હતાં?

ગગી આવ્યે બે મહિના થ્યા એટલે મરઘાંમાએ મણિલાલને કાગળ લખ્યો. "મણિલાલને માલમ થાય કે થોડા દીનું કરીને કચ્છમાં આવ તો બે ભાઈના રસોડા ધાર કરી દઉં."

કાગળ વાંચતાં મણિલાલને નવાઈ સાથે થોડું દુઃખ પણ થયું. જરૂર ઇ (રતન) નાનજીની વઉથી કહોજાઈ[12] કરતી હશે. નૈં તો મરઘાંમા આવો વિચાર કરે જ નૈં! ભેળાંમાં બધાંને કેવી મજા હોય. વળી ભેળું કોક માવતર હોય તો આપુંને ઈયાં પાછળની ને કાંય ચિંતા નીં. ને ઉંવાવાળાને પણ એવું જ. ખાલી ખાવું પીવું ને મૂલે જવું.'

અત્યાર સુધી મણિલાલને તેનાં માબાપ ગુજરી ગયાં હતાં એવું લાગ્યું જ

---

૧૧. હાથજલી - ટેકોટેકી કરે તેવડી, મદદરૂપ થાય તેવડી

૧૨. કહોજાઈ - ઈર્ષા-અદેખાઈ

નો'તું. આજે પહેલવહેલું એવું થોડું થયું. મારા પેન્ઢનાં માવતર નથી. 'પેન્ઢના ઇ પેન્ઢના" હવે ઇ એકલી કચ્છમાં કેના ભેળી રહેશે? માને ઇ વિચાર કેમ ન આવ્યો? આવું વિચારતાં મનમાં બોલ્યો. હમણાં તો કચ્છમાં જાઉ. માએ કીધું હે તો એક વાર માનવું જ પડશે.

મરઘાંમાનો સ્વભાવ એ બરાબર જાણતો હતો. એ પોતાનું ધાર્યું કરવાવાળાં હતાં. જો કે, એની વાત ક્યારેય અવેવારિક ન હોય. એવું હશે તો હાતમ પછી એને ભેળી તેડી આવીશ ને ફુવાને કેશ કમ્પનીનો રસોડો હવે અમે કરીશું.

ઇ કંપનીનો રસોડો કરે તો ઘરનો બીજો ખર્ચો તાં ન લાગે!

છોરાં રાખવા ને રસોડો કરવો. થોડું કામ તાં થશે પણ કચ્છમાંય ક્યાં બેઠે ખાવા જડેર્યું?

એવો વિચાર કરી મણિલાલ કચ્છમાં ગયો.

રસોડો ધાર[૧૩] કરવા માટે મરઘાંમાએ લખેલ કાગળની વાત મણિલાલે રતનને કરી. તો મને આ વાતની જરીકે ખબર નથી ને માએ તમને કાગળથી એટલા હારુ જ તેડાવ્યા?

રતનને ખૂબ દુઃખ થયું.

ઘરમાં કોઈ ન'તું ત્યારે લાગ જોઈ મરઘાંમાને પૂછ્યું, "બાઈજી, અમને ઓચિંતા ધાર કરોર્યાં તે મારો કાંય વાંક હોય તો કો'ને? એવું નથી કે'તી મારી ભૂલ નીં થી હોય. ક્યાંક થઈયે હશે! અમે તોય છોરાં હૈયેં, (છીએ) ક્યાંક ભૂલ થી હોય તો મોટાંએ ખોળે ન ઘાલવું ખપે?"

"એવું નથી વઉ. તું મને શરમમાં કાં નાખેરી?" આજુબાજુ કોઈ નથીની ખાતરી કરી કહ્યું, "તું તાં મારી દીકરી જેવી હો, અટલા વરમા તને ક્યાંય એવું લાગ્યું કે તું મારી હગી વઉ નથી. એવું રાખ્યું હોય."

"એટલે જ હું પૂછુંરી?"

"એવું કાંય નથી તું તાં હમજણી હો. આટલાંમાં હમજી જાને મારી દીકરી આપે ચૂલા અલગ કરીએર્યાં. મન અલગ થોડા કરીએર્યાં? એનાથી કાંય મન થોડાં અલગ થૈ જશે? જો ભાઈના ભાઈ તાં કો'ક દિ' જુદા જુદા થાય પણ મન જુદા ન થ્યાં ખપે. તું મને ક્યાં નથી જાણતી મારી બાઈ." કહી મરઘામાએ રતનનો માથા ઉપર ને પીઠ ઉપર હાથ ફેરવ્યો.

રતનની આંખના ખૂણા પણ ભીના થઈ ગયા.

રતન બધું સમજી ગઈ. એને શાંતિ થઈ પતિ-પત્નીએ ચર્ચા પણ કરી

---

૧૩. ધાર - જુદો, અલગ

પતિની બીમારી

૩૧

ને મા જે વાસણકુસણ કે ગાભા-ગંધી દે તે પ્રેમથી લઈ લેવું, કોઈ વસ્તુ માટે વાંધો-વચકો કે તંત ન કરવો. ને મરઘાંમા કે ઈ પ્રમાણે આપણે કચ-કિલ્લો[૧૪] કબૂલી લેવો.

મરઘાંમાએ ઠામ-ઠીકરા ને ગાભા-ગંધીના સરખા ભાગ કરી આપ્યા. "ખેતરની જમીનમાં હમણાં શેઢાં નથી કરવા"એ માએ પહેલેથી જ જાહેર કરી દીધું હતું ને "બેય ભાઈને બે બે ભેણીયું કરી દઉં. (વહેંચી દઉં)"

"કઈ બાજુની ભેણીયું કેને ?" એ બાબતેં રતને નાની વહુ લીલાને "ધૂન"[૧૫] ખણવા દીધી. લીલાએ "જૂના રાંધણિયાવાળો ભાગ મને ખપશે" કહ્યું.

"ભલે કાંય વાંધો નહીં ઓસરી ભલે હળંગ રૈ." રતને કહ્યું. પણ લીલાએ આ વાત ના કબૂલી "ના વેચમાં કરો તાં ખપે જ. ભેગાભેગ હમણાં જ કરી નાખો. મૂકવો હોય તો "વચવો" મૂકવાની ક્યાં ના કૌરી? કરો ન કરીએ તો ધાર થ્યાં કેમ કેવાઇએ?

રતન મૌન રહી.

મરઘાંમાના મોંએ ચાડી ખાધી. લીલા વઉની આ માગણી એને જરાય ન ગમી. પણ એને સ્વીકારે જ છૂટકો હતો. એક જ વહુ હતી તેને નારાજ કરીને પોતાના ગેઢપણના દીમાં દુઃખ ઘોળવા નો'તા માંગતાં. મણિલાલ રસોડા ધાર કરીને હરાદ પેલાં જ બારે ઊપડી ગયો.

રતને આજે પહેલ-વહેલું એકલાપણું અનુભવ્યું.

વચેટ દીકરી પ્રેમીલા રમ્યા કરતી. નાની ગગીને જ્યોતિ રમાડતી. ને રતન મરઘાંમા અને લીલા ભેગી કામે જતી. મરઘાંમાનો પણ આગ્રહ હતો કે બે દેરાણી-જેઠાણી ભેળીયું જ કામે જાય. પણ કોણ જાણે કેમ લીલાને આ પસંદ નહોતું પડતું. પછી તો રતને પણ એના ભેગી કામે જવાનો આગ્રહ છોડી દીધો.

માગશર મહિને આવેલા કાગળમાં મણિલાલે એવું લખ્યું હતું કે, 'તબિયત થોડી નરમ ગરમ રે'રી. ખંગ મટતી નથી, દવા ચાલુ હે, પણ હાવ બેહી નથીર્યો. કામ કરૂંજર્યો. મારો શરદીનો કોઠો હે. ને વળી હમણાં શિયાળો હાલેર્યો ટાઢ ઘટશે એટલે ખંગ પોતમાડી (એનીમળે) મટી જશે. તું ચિંતા કરતી નૈ. છોરીયુંને હાચવજે મરઘાંમાને પાયલાગણાં કેજે.'

રતનને થોડી ચિંતા થઈ. "આમ તાં એની કેદી આંખેય નથી દુઃખી. એ તો શરીર છે થયા કરે. મટી જશે. પરંતુ ઇ બાજુથી જે આવે તે 'મણિલાલને

૧૪. કચ-કિલ્લો – ન્યાય-નિકાલ

૧૫. ધૂન – પસંદગી

ખંગ[૧૬] બઉ હે, આખી રાત એનું ખોં ખોં ચાલુ જ રેર્યું, ખંગ મટતી જ નથી.' એવા સમાચાર લઈ આવતા'તા.

એક વાર નાનબાઈએ રતનને કીધું 'બાઈમણુ વાતુ કર્ત્યું ત્યું. મણિલાલને તો ઘાસણી (ટી.બી.) થી હે. તો એમ કર ઇયાં જ દેશમાં તેડાવી લે. પેન્ઢતી બાઈમણ જેવી ચાકરી કોણ કરે ત્યાં ?'

"તો તમે આજ જ કાગળ લખી દયો. ને દેશમાં- આવવાનું ધબાવીને (દબાણ કરીને)લખજો. નૈ તો નીં આવે. ઈયા આવશે તો દવાદારૂ ને આરામે થશે ને કાંય આડી અવળી હશે કે કેને કાંય કર્યું હશે. તોય ઇયાં પૂછાવાય. ઉવાં પરદેશમાં ઈ બધું કોણ કરે?"

"તારી વાત હાચી હે. મનેય ચિંતા થાયરી. જલદી આવી જાય તો ધજ (સારું)".

અને મહા મહિનો ઊતરતાં મણિલાલ કચ્છમાં આવી ગયો. સરકારી દવાખાને દવા ચાલુ કરી.

ડૉક્ટરે કીધું, "ટીબી જેવું લાગેર્યું. દવા લાંબી ચાલુ રાખવી પડશે ને આરામ પણ કરવો પડશે. તમે ત્યાં દવા તો કરાવી પણ આરામ નથી કર્યો એટલે ફરક નથી પડ્યો."

રસ્તામાં રતને કહ્યું, "દવા ચાલુ હોય ને ફેર ન પડે ઇ કેવું? જરૂર તમને કાંઈ આડી અવળી[૧૭] હશે ને કાં કોક તમારા ભેગું કામ કરતું હશે એને વેર વાળવા કાંક "કાળું-ધોળું"[૧૮] કર્યું હશે!"

"મેં કેનીયે કને બગાડ્યું નથી તો મારાથી કોણ વેર વાળે!"

"ઇ તમને ખબર ન પડે. તમે તો વિશ્વાસના વેંજવેલ હો. કેનાય માથે ઇમાન નીં. શું કરે ભલા જો એમ ન હોય તો તમને ફેર કાં ન પડે?"

"અરે નય પડે. એમ જો દાક્તર બધાને હાજા કરી દે તો કોય મરે નૈં"

"તમને જે દવા કરવી હોય ઇ કરો. મને ઠીક લાગશે ઇ હું કરીશ."

"મને લાગેર્યું તું ખોટે ખોટા પૂછ પાખડમાં પૈસા બગાડીશ. તું નીં માન.

"નીં જ માનું! તમારા કરતાં પૈસા થોડા વાલા હશે." રતને મક્કમતાથી કહ્યું.

"હા કર બીજું શું? તને નીં પોચાય!"

તે સાંજે જ મરઘાંમા કને વાત કરી - મરઘાંમાએ કહ્યું મુખી બાપા કને

---

૧૬. ખંગ - ઉધરસ

૧૭. આડી-અવળી – ભૂત પ્રેતનો વળગાડ

૧૮. કાળું-ધોળું – મેલી વિદ્યા વાપરવી

પતિની બીમારી

કે એટલા (કહે તેટલા) છેડા છંડાવી આવજો. મણિયો ભની રે તૈયે એક પૂજા કરાવશું'ની માનતા યે કરી.

કાશી મારાજ કને પણ ત્રણ દી છેડો છંડાયો. એના સિવાય એ વિષયના જે જે કસબીઓ, જેને જેને જાચ્યા એને લઈ રતન પહોંચી જતી કે તેને લઈ આવતી. તે જે કહે એ બધી વિધિઓ કરતી.

મણિલાલને આ બધામાં કંટાળો તો આવતો જ હતો. તોય સંમત થયા વગર છૂટકો જ ન'તો. દવા થકી ફરક ન તો પડ્યો. ત્યારે વળી આ બધા દોરા ધાગાવાળા દરેક ભૂવા "જોતકી" કંઈ લેતા પણ નતા અને દરેક એમ કહેતા કે 'આંઉ કીં ગેનાં ન તો.હી તાં સેવા જો કમ આય. હેનમેં કી ગેના જે નાં. (હું તાં કાંઈ લેતો નથી. આ તો સેવાનું કામ છે આમાં કાંઈ લેવાય નહીં.) પણ આ વિધિ કરવાના આટલા પૈસા થશે એમ કહીને વિધિના નામે બીજા દ્વારા પૈસા પડાવતા.

એક ભૂવાએ તો ચાલુ વિધિએ વળી એમ કીધું, "આને તાં કોઈકે "મૂઠ" મારી હે એટલે જીવ લેશે. હવે આપણે ભાઈને ભચાવવા (બચાવવા) હોય તો એના હાટે ગમે તે એક જીવ દેવો પડશે."

એટલે... હાજર બધાનાં મોં ઉપર ઉત્કંઠા, જિજ્ઞાસા ને ચિંતા (ભય) દેખાવા લાગ્યાં. ભૂવા સાથે આવનાર ભાઈએ કહ્યું, "એમ ચિંતા કરવાની કે બીવાની જરૂર નથી. હલકી મૂઠ હે એટલે વાંધો નથી પણ તોય જીવ હાટે જીવ દેવો તો પડે જ. જેમ બનેં તેમ જલદી."

"તો...!" બધા વિચારમાં પડી ગયા.

"આપુંને ખબર હે ઘર થાકલ (ગરીબ) હે. એટલે નાનો જીવ એટલે કે કુકડીનો જીવ દેશું તોય હાલશે. ન કાં ગેધ્ધાનો જીવ દેવો પડે. ઇતાં જીવ હાટે જીવ લે.' બધાં એકબીજાનાં મોં સામે જોવા મંડ્યાં.

સાથે આવનાર ભાઈએ કહ્યું, "એની તમે ચિંતા ન કરો. ઇ મેડે ગોઠવણી આંઉ કરી દીધો. પણ મુકે ઈ થીયે તો હી વિધિ જીં બને તીં જલદી જ કરી વેધો - પાંજો (મણિલાલજો) જીવ સલામત થીયે.' હતાશ થયેલા સૌ હવે ભયના ઓથારમાં આવી ગયા.

સૌને સંમત થયા વગર છૂટકો જ નતો.

બીજે દિવસે એ ભૂવાજીના માર્ગદર્શન હેઠળ ઘેઘડી (સંધ્યા) ટાંણે બધી વિધિ પૂરી કરી પિત્તળના એક ત્રાસમાં વિધિનો બધો સામાન મૂક્યો. વિધિ કરવા (સાથે) આવેલ એક ત્રીજી વ્યક્તિ આ બધું સોનપૂરી (સ્મશાન) બાજુ

મૂકવા ગયો. બાકીની વધઘટની વિધિ ભૂવાજીએ બારેક વાગે પૂરી કરી.

વિધિ પૂરી થતાં સાથે આવનાર ભાઈએ માતાજીના ફોટા આગળ લગાડેલ દીવા સામે આંગળી ચીંધતાં કહ્યું.

"ઘરનાં બધાં માતાજીને પગે લાગો. આ બધું કરનાર ઈ જ હે. અમે તાં નિમિત હૈયેં. ને જશ લૈયેં. બધા ખોળો પાથરીને પ્રાર્થના કરોને ઉરમાં આવે તે માતાજી આગળ મૂકો." ઘરનાં બધાંયે પગે લાગી માતાજીના આશીર્વાદની આશાએ માતાજી આગળ ફૂલ નહીં તો ફૂલની પાંખડી પણ મૂકી. સૌએ વિચાર કર્યો "ડૉક્ટર કને જૈયે તો ડૉક્ટર ક્યાં ગોંદરેર્યો[19] આ તાં માતાજીને દેવા હે ને?" ભૂવાજીએ પૈસા ભેગા કરતાં કહ્યું. કાલથી જ ફરક પડતો થૈ જશે. મૂઠની અસર ખૂબ આગળ વધી ગૈતી. ધીમે ધીમે ફરક પડી જશે. આ તો તમે સૌ સમયસર ચેત્યાં એ સારુ થયું. નૈં તો આવામાં ક્યાંક ન ધારેલું થૈ જાય. બૌ આગળ વધી ગ્યું હતું એટલે એકદમ ઉતાવળ કરે નૈં ચાલે. તમે સાંજસવાર બતાવ્યા પ્રમાણે માતાજીનો ધૂપદીપ ચાલુ રાખજો."

ચાર દિવસ વીતી ગયા પણ મણિલાલને કંઈ ફરક ન પડ્યો. તો ગામના જ એક ભાઈ બીજા એક નામાંકિત જોરાવર ભોપાને (ભૂવાને) તેડી આવ્યા. એ આશાપુરા માના નામનું જોતા હતા.

ધેધડી ટાંણે[20] ઓસરીમાં માતાજીનો દીવો પ્રગટાવી તેણે પ્રાર્થના કરી. જુવારના દાણામાં જોયું, થોડું માથું ડગાવ્યું. પછી પાકું કરવા એણે ગળામાંથી માળા કાઢી હાથમાં લીધી.

ભોપાએ ધુમાડાથી કાળા થયેલ ફોટા સાથે ટમટમી અંધારાં સામે ઝઝૂમતો કંડેલ બારે લઈ જવાનું કહ્યું પછી માળામાં જોતા રહ્યા. અંધારામાં રેડિયમ જેવા સફેદ મણકા તાલબદ્ધ હલતા'તા (ધ્રૂજતા'તા) ધીમી ગતિએ ભોપાએ તાલબદ્ધ રીતે હકારાત્મક માથું હલાવતા રહી લાંબો નિસાસો નાખ્યો.

બધાં ચિંતાતુર દૃષ્ટિએ ભોપા સામે જિજ્ઞાસાથી જોતાં હતાં. ભોપાએ કહ્યું, 'કોઈએ કરેલું છે. ને પાકે પાયે કરેલું છે. આને કર્યે છ મહિના થૈ ગયા.'

"કેને કર્યું હે ઇ કેમ ખબર પડે?"

"અમને બધી ખબર પડે પણ અમે કેનેય કૈયે નીં."

"કા...?"

"ઇ... ન કેવામાં મજા હે...?"

---

૧૯. ગોદરેર્યા – છોડે છે

૨૦. ધેધડી ટાણે – સંધ્યા સમયે

પતિની બીમારી ૩૫

"તો ઇ તમને કેવું જ પડશે..." એક ભાઈએ કહ્યું.

"છોડો ભાઈ, આપણે આપણા કામથી મતલબ રાખો ને !"

"ના ના આજ એનો વારો, કાલ બીજાનો વારો આવે. એમ ચાલતું હશે કાંય? ઇ તો ખૂલું પાડવું જ પડે."

"ઈ ખુલ્લું ન કરાય! કેની બાંધી મુઠ્ઠી ખોલાતી હશે?" ભોપાએ કહ્યું.

"એવાને તો ખુલ્લા પાડવા જ પડે.'"

"ઈ હાચી વાત હૈ" પરિવારના હાજર એક ભાઈએ ટેકો પૂર્યો.

"ઈ આપડાં જ હોય તો...?" ભોપાએ બહુ શાંતિથી કહ્યું.

"એટલે...!"

"ઘરનાં જ..."

હકડેઠઠ ભરેલ ઓસરીમાં સન્નાટો વ્યાપી ગયો.

બધાં એકબીજાની સામે જોવા મંડ્યાં.

બધાની આંખમાં પરસ્પર શંકા દેખાવા લાગી.

"કોણ હોય...?" કોઈકે કહ્યું.

"કોય ન હોય...!" એક યુવાને નીચું જોઈ ધીમેથી કહ્યું.

"ન હોય તો આ ભોપાજીને કેમ ખબર પડે?" –આગળ બેઠેલા એક વડીલે કહ્યું.

"એને શું લેવા-દેવા? કોઈનું નામ લઈને?" બીજાએ કહ્યું.

"એને કેનાથીયે વેર નથી. પછી ઈ ખોટું થોડું બોલે?"

"બોલો બોલાવવું હે નામ?" ભોપાજીની સાથે આવનારે પૂછ્યું.

પરિવારના ન'તા એવા ભાણજીભાપાએ કહ્યું, "ભાઈ રેવા ઘો એ નામ-બામ બોલાવવાનું. આપુંને તો ફરક હાથે કામ હે નાં?"

"ભાણજી બાપો હાચી વાત કેર્યા. ઈ બધી જધ્ધમારીમાં (પીડામાં) ન પડો. ક્યાંક કુટુંબમાં કલહ થશે." બહારના બીજા એક ભાઈએ મત દીધો.

મણિલાલની ભાઈયાતવાળું કોઈ કાંય ન બોલ્યું.

હાજરમાંથી કોણ ભાણજીબાપાની અને પેલાભાઈની વાતને ટેકો આપે? જે ટેકો આપે એની સામે સૌ શંકાથી જુએ. 'જુઓ, એના જ કોકની ગાંડ નીચે રેલો આવતો હશે. એટલે નામ બોલાવવાની ના કેર્યા. એનાં જ કોકનું કારમું હશે, ઘરનાંને ઘરનાં હુજતાં જ હોયને?'

આ તમાસો જોવા આવનાર ભાણજીબાપા જેવાએ આ પ્રકરણ અહીં દબાવી આગળ વધવા ન દીધું. પણ ત્યાં સુધી તો બધાના વ્હેમીલા વિચારો

એકબીજાના ઘર સુધી કે આંગણા સુધી પોચી ગયા હતા.

પૂજાપાઠની વિધિ બતાવી એ અઠવાડિયા પછી આવવાનો વાયદો કરી માતાજીની ભેટ અને દક્ષિણા લઈ ભોપાજી ગયા.

અનુભવી ભાણજીબાપાએ ડહાપણ વાપરી એ 'કાળમું' કરનારનું એક નામ જાહેર ન કરવા દીધું. તોય પણ ભાઈયાત આખીના દરેકના મગજમાં અલગ અલગ કોઈ-કોઈ નામ ઘુમરા લેવા લાગ્યું. કોણ હશે... આ હશે? ના ઇ ન હોય. પણ આ કદાચ હોઈ શકે... ભૂતકાળના ખરાખોટા અણબનાવના બનાવો યાદ કરીને તેનાં ચોગઠાં બંધ બેસતાં કરવા લાગ્યા.

બધાંનાં મગજ કામોઢાં થઈ ધંધે લાગી ગયાં.

ભોપો ગયો પણ દરેકના મગજમાં એક એક ભૂત દાખલ કરતો ગયો. દરેકને એ ભૂતનો પડછાયો સ્પષ્ટ દેખાતો હતો. પણ ચહેરો ઓળખાતો ન'તો. એ ચહેરાને ઓળખવાની મથામણમાં મણિલાલની દવા કરાવવાનું સૌનું ધ્યાન ઘટતું ગયું.

અને મણિલાલની તબિયત ઓર બગડી.

એની વધુ બગડેલી તબિયતના સમાચાર છેક રતનના કાકા નારણકાકા અને પારુકાકી સુધી પહોંચ્યા. 'કે'જો કાલે દવાખાને આવે તૈયેં ઘરે આવે ને બપોરે ઇયાં જ જમે."

પહેલાંની જેમ ચાલીને દવાખાને જઈ શકે તેવી સ્થિતિ મણિલાલની ન હતી. એને એટલી બધી અશક્તિ થૈ ગઈ હતી કે એ બસમાં પણ બેસી શકે તેવું ન'તું.

મણિલાલને દવાખાને લઈ જવા રતને મનસુખભાઈને કહ્યું, "પટેલ તમને કાલે ગાડું લઈને દવાખાને હાલવું પડશે અને મારી બોન પણ ભલે ભેગી હાલે."

મણિલાલને લઈ દવાખાને એકલી જવામાં રતનને હવે બીક લાગતી'તી. કોણ જાણે કેમ આજે પહેલી વાર મરઘાંમાને દવાખાને હાલવાનું કહેવાની રતનને ઇચ્છા ન થઈ અને દવાખાને સાથે આવવા મરઘાંમાને ન કહ્યું. મરઘાંમાને કીધા વગર એ મનસુખભાઈના ગાડામાં મણિલાલને લઈ નીકળવા મંડી. ત્યાં રતનને જરા એમ થયું પણ ખરું કે માને નીં લઈ જાઉ તો માને માઠું લાગશે. પણ નાનબાઈ હોય તો પછી ગાડામાં હાંકડ થાય ને! તોય પાછી વળીને મરઘાંમાને કહેવા ગઈ. "બાઈજી તમારા દીકરાને ઈંજીસન દેવરાવા જાઉંરી. મનસુખ પટેલનું ગાડું લઈ જૈયેંર્યા."

'ભલે, કેધું હોત તો હું યે હાલત.

"એને તાવ નથી ઊતર્યો એટલે હુવરાવીને તેડી જવા પડશે. એટલે તમે હાલશો તો હાંકડ થશે. નાનબાઈ હાલેર્યાં!" રતને કહ્યું.

"ભલે" કદીયે નૈ ને આજે રતન વઉને મારાથી હાંકડ થશે એવું કેમ લાગ્યું?

એના મગજમાં એક વિચારે ઝબકો માર્યો. 'ભોપાના કહેવાથી રતનને કાળું ધોળું કર્યાનો વહેમ મારા માથે તો નથી ને?'

"ના હો ગામ આખું ગમે તેમ વિચારે પણ મને મારી રતન વઉ માથે પુરો વિશ્વાસ હે. ઇ મારા વિશે એવું કદીયે ન વિચારે ને મેં કાંય કર્યુંયે નથી ને? તો પછી વઉએ મને દવાખાને આવવાનું કાં ન કેધું? મરઘાંમાને થોડું ઊંડે ઊંડે એમ થયું કે બે દેરાણી-જેઠાણીનું ભનતું નથી, તો છટારી લીલાવઉએ તો આ કારમું નીં કર્યું હોય ને?"

"ના. થોડા હલકા વિચારોની હે ઇ હાચું. પણ આવું તો ન જ કરે. ગમે તેમ તોય જેઠા મુખીની દીકરી હેને? બીજુ જ કોક હશે ઈ ન જ હોય. મારું મન એમ કેર્યું."

મનસુખભાઈના ગાડામાં રતન અને નાનબાઈ મણિલાલને લઈ દવાખાને ગયાં. મનસુખભાઈએ ડૉક્ટરથી વાત કરી. અને બાટલો ચડાવ્યો. મનસુખ અને નાનબાઈ મણિલાલ પાસે રોકાયાં ને રતન તેના કાકાને ઘરે મળવા ગઈ.

તેના બાપુજી તો બારે (પરદેશ) હતા. મા વાડીએ ગયાં હતાં. રતનના કાકા અને કાકી તેની વાટ જોતાં ઘરે જ રોકાણાં હતાં.

રતનને ડેલીમાં દાખલ થતી જોઈ, કાકા ઊભા થઈ સામે મલવા ગયા.

"તું એકલી દેખાવરી તે જમાઈ ક્યાં? ઘરે ન આયા?" માથે હાથ ફેરવતાં કાકાએ પૂછ્યું.

"એને દવાખાને બાટલો ચડાવ્યો હે?"

"છે તો ઠીક ને?" આટલું કાકાએ પૂછતાં રતન કાકાને ભેટીને રીતસરની રડી પડી. કાકા-ભત્રીજીની વાત સાંભળી તેના કાકી તરત ઘરમાંથી દોડી આવ્યાં. એ પણ રતનને ભેટી પડ્યાં. રતનની આંખમાં આંસુ જોઈ જમાઇને કેમ હે પૂછવાની તેની હિંમત ન ચાલી. એની આંખમાં પણ આંસુ આવી ગયાં.

રતન હવે ડહકે ચડી ગઈ.

કાકા અને કાકી વાત સમજી ગયાં. જમાઈની તબિયત જરૂર વધારે ખરાબ હશે. "રતન એમ રોવાય નહીં બેટા બધું બરાબર થઈ જશે. તું એકલી થોડી હો. અમે બધાં હૈયે ને" નારણકાકાએ કાકી સામે જોઈ કહ્યું. "હાંભળ

તું એમ કર રતનને પેલું પાણી પા ને પછી બધાં હારું ચાય કાઢ. ચાય લૈને દવાખાને હાલીયે."

'કાકીમા, મારી મા ઘરે નથી?' આંસુ લૂછતાં રતને કહ્યું. રતન નાનપણથી પારુકાકીને કાકીમા કહીને બોલાવતી.

'ના, ઇ મજૂર હતાં એટલે વાડીયે ગ્યાં હે. મને કેધું જમાઈને રતન દવાખાને આવનારાં હે એટલે તમે ઘરેર્યો તો ઠીક રેશે. રતન તું ડાડીમાને મલી લે (આવ) ત્યાં હોદી હું ચાય બનાવી લઉ. પછી દવાખાને હાલીયે!"

રતન દાદીમા જીવાંમાને મલી. થોડી વાતો કરી. ત્યાં ચાય તૈયાર થતાં કાકા-ભત્રીજીને પાઈ, ચાય લઈ ત્રણેય દવાખાને ગયાં.

નારણકાકા મનસુખભાઈને મળી મણિલાલને મળ્યા. જોયું તો તાવ ઊતરી ગયો હતો. બધાં ત્યાં બેઠા. રતનને આજે મણિલાલનાં મોં ઉપર થોડું તેજ જોઈ સંતોષ થયો.

નારણકાકાએ ડૉક્ટરની મુલાકાત લીધી. ડૉક્ટર નારણભાઈને ઓળખતા જ હતા. ડૉક્ટરે નારણભાઈને કહ્યું:

"નારણભાઈ વાત એમ છે. મણિલાલભાઈને ટી.બી. છે. એની દવા બરાબર થઈ છે પણ એણે આરામ નથી કર્યો. હવે દવામાંય કાળજી રાખવી પડશે અને આરામ પણ સંપૂર્ણ કરવો પડશે. ખાવાની બીજી એક દવા કહું, તે ફરજિયાત કરવી જ પડશે, તો જ ઈ ઝપાટે ઊભો થશે.'

"હા હા કરશું. કરવી જ પડશે ને! તમે પૈસાની ચિંતા ન કરજો. ઇ ઝપાટે ઊભા થાય એવું કરો."

"તો જુઓ એમને આજથી જ મરઘીનાં ઈંડાં ખવરાવવાં પડશે." નારણકાકા કંઈક વિચાર કરવા લાગ્યા. આ ખોરાક સમાજમાન્ય ન'તો. સમાજમાં આ ઈંડાં ખવરાવવાની વાત લીક થાય તો શું પડઘા પડે? એ નારણકાકા વિચારવા લાગ્યા.

"આ કંઈ મોટી વાત નથી. નારણભાઈ, દવામાં બધું લેવું પડે."

"કાંઈ વાંધો નૈ! બીજું સાહેબ?" નારાયણભાઈએ સંમતિ દર્શાવી.

"નારણભાઈ, એક કામ કરો ને."

"હાં...?"

"મારું માનો તો એને એક વાર બિદડા ટી.બી. હૉસ્પિટલમાં લઈ જાઓ. હું ચિઠ્ઠી કરી દઈશ. સાહેબ ટીબી સ્પેશિઆલિસ્ટ છે. ને મારા મિત્ર છે. ઇ કેશે એ પ્રમાણે આપણે દવા કરશું. એનાથી જલદી ફરક પડશે." ડૉક્ટર સાહેબે કહ્યું.

"તો એમ કરોને તમે આજે જ ડૉક્ટરને ચિઠ્ઠી લખી આપો. અમે કાલે

જ લઈ જઈએ. હવે તાવ તો નહીં આવે ને?"

"એમ ચિંતા કરવા જેવું કંઈ નથી પણ વેળાસર ચેતવું સારું."

અને ડૉક્ટરે ચિઠ્ઠી લખી આપી.

નારણકાકાએ કહ્યું. બાટલો પૂરો કરીને ઘરે હાલીયે.

"હાલીએ તો વાંધો નથી પણ બપોર પછી થોડું ખેડવું તું" મનસુખભાઈએ કહ્યું.

"તો મોડું ન કરજો. નકાં બેની વચ્ચે ખાધા વગર રેસો."

'ના તમે અમારી ચિંતા ન કરો અમે ટેમસર પોચી જશું' મનસુખે કહ્યું.

"તો તમે જાઓ. બેટા, તારી માને અમે બધાં હાંજે આંટો મારવા આવશું. કાલે આપણે બિદડા જમાઈને બતાવવા લઈ જશું."

બિદડા દવાખાને લઈ જવાની વાત સાંભળી રતનના હૃદયના ધબકારા એકદમ વધી ગયા. એની આંખમાં ફરી આંસુ આવી ગયાં.

"ગભરાવાની જરૂર નથી. ત્યાં ખાલી ટેસ્ટ કરવા હે. ત્યાં ઇસ્પેશિયલ ઘાસણીનું દવાખાનું હે. ત્યાંના દાક્તર સાહેબના ભાઈબંધ હે. તું બીજા કાંઈ વિચાર ન કરતી. તારા બાપ બારે હે તોય શું થ્યું ? હું ય તારો બાપ (કાકો) હઉને ?' કહી રતનના વાંસા (પીઠ) ઉપર હાથ ફેરવ્યો.

રતનના આંખના ખૂણા ફરી ભીના થઈ ગયા.

પણ નારણકાકાની વાતથી રતનના હૈયામાં એક પ્રકારની હિંમતનો સંચાર થયો.

૭. ભૂવાઓના ભરડામાંથી બહાર નીકળી

બિદડા ટીબી હૉસ્પિટલની ટ્રીટમેન્ટની અસર મણિલાલના મોં ઉપર તરત દેખાવા લાગી.

નારણકાકાની સૂચના મુજબ મણિલાલ સંપૂર્ણ આરામ ઉપર હતો. અને એની દરમિયાનગીરીથી પૂછપાંખડ લગભગ બંધ થઈ ગઈ હતી. તેણે રતનને કહ્યું હતું, "બેટા, તું જોગમૈયાની દીકરી હો. એને જ શરણે જવાય. જે પોતે ભીખ માગતા ફરેર્યાં ઇ તારું શું ભલુ કરી દેવાના? જોતકી અને ભોપા તો પોતાનો ધંધો લઈને બેઠા હૈ. આપડી તો હાજરાહજુર મા બેઠી હે. એને શરણે જા. એની માનતા કર અને ઉપરવાળા ઉપર વિશ્વાસ રાખી, હાચી જગ્યાએ દવા કરાવાય. હાચી દિશાના પ્રયત્ન કર્યા પછીયે પરિણામ એના પર છોડશું તો ઇ પોતમાડું પરિણામ દેશે. આવા ધુતારાને કંઈ શરણે જવાતું હશે? એને શરણે જનાર ભિખારી જ થૈ ગ્યા. જો કાગડાને બેહવું ને ડાળને ભાંગવું એવું ક્યાંક થાય તૈયે જશ ઇ લઈ જાય ઈ હાચું."

રતનને નારણકાકાની વાત હાચી લાગી. રતને તે જ વખતે મનમાં ગાંઠ વાળીને માતાજીને પ્રાર્થના કરી. "હે મા, હું જેટલીવાર ઇંયાં આવીશ તેટલીવાર તમારા દર્શન કરીશ અને બાર મહિના આઠમના ઉપવાસ કરીશ." સાથે જલારામ બાપાને પણ પ્રાર્થના કરી. "હે બાપા એને જલદી હાજા કરી દેજો. હું એક વરસ તમારા ગુરુવાર કરીશ. ઇ હાજા થૈ રીશે પછી તમારાં દર્શન કરી જશું ને પછી જ ઉપવાસ છોડીશ એને જલદી હાજા કરી દેજો."

રતનને આજે પહેલી વાર જોતકી અને ભોપા એ બધા છેતરનારા દેખાયા. હવે એ નવરી પડતી ત્યારે માતાજીનું અને જલાબાપાનું સ્મરણ કરતી.

એક દિવસ રતને મણિલાલને કહ્યું, 'આટલા દી થયા હુસેનકાકાનો ઉમર તમારા હારુ આમલે (આમલેટ) પોચાડી જાયર્યો. પણ હું વિચારુંરી ઇ બધું આપું ને જ મોંઘું પડશે. વળી ઇ રોજ રોજ આપડે ઘરે આવશે તો કોક કેશે. શું પોચાડવા આવેર્યો?" એના કરતાં હું જ હવારી વેલી જૈ માતાજીના દર્શન કરી,

કાકાના ઘરેથી લેતી આવીશ. ઇ પોતે કાકાને ઘરે પોંચાડી જશે"

"તો એમ જ કરને તું કાચુ ઈંડું જ લઈ આવજે." મણિલાલે કહ્યું.

"ના ઇ હું નીં ભનાવી દઉ. મને નીં આવડે. આવડશે તોય હું ઇ નીં જ ભનાવું (બનાવું)"

"તારાથી ભનાવાય નીં પણ બફાય તો ખરું ને? ચૂલામાથે પાણી ગરમ કરવાનું ને માંય ઈંડું મૂકી દેવાનું. બટાકાની જેમ પોતે બફાઈ જાય. અને ઇયે તારાથી ન થાય તો હું દૂધમાં નાખીને પી જઈશ. સાહેબ કેતાતા કાચું પીઓ તો વધુ ગુણ કરે."

"તો વધુ ગુણ કરે એમ જ કરોને." રતને કહ્યું.

ને બીજા દિવસથી રતન રોજ વહેલી સવારે ત્રણ ગાઉ ચાલીને જોગમૈયામાનાં દર્શન કરવા જતી ને એ બહાને એક ડબરીયામાં કપડામાં વીંટાળીને તાજું ઈંડું લઈ આવતી. મણિલાલ દરરોજ દૂધમાં નાખીને પી જતો. આ રીતે એ લગાતાર વહેલી ઊઠીને પહેલું કામ એ કરતી. પાછી આવીને હાકલ હોય તો મૂલ મજૂરે પણ જતી જ.

બે મહિનામાં મણિલાલને તાવ તો જતો જ રહ્યો ને ખંગ (ઉધરસ) પણ બંધ થઈ ગઈ. રતનને થયું "મારી જોગમૈયાએ ને જલાબાપાએ મારી અરદાસ સાંભળી તો ખરી."

મણિલાલની દવા, આરામ અને ખોરાકમાં રતન પૂરું ધ્યાન આપતી'તી. છ મહિનાની દવાથી એ બિલકુલ સાજો થઈ ગયો.

હાતમ (જન્માષ્ટમી) નજીક આવી. ગામમાં ઘણાબધા ભાઈઓ બારેથી હાતમ કરવા આવવા લાગ્યા. આવનાર દરેક નવી વ્યક્તિ મણિલાલની પૂછા અવશ્ય કરતી. ને લાગણીથી રૂબરૂ આવી ખબર અંતર પૂછતી. રતન કાકાએ આપેલી ગાયનાં દૂધથી બધાને આગ્રહ કરી ચાય પાતી. એ કહેતી "આ બધા લાગણીથી ખબર પૂછવા આવે ને આપણે ચાય પાવાથી યે જઈએ?" એ જમાનામાં આખું ગામ આ રીતે પરિવાર ભાવનાથી રહેતું.

જન્માષ્ટમી ઉપર સમાજની મિટિંગમાં પણ વાત નીકળી. "મણિલાલ ધજ ખર્ચે ઊતરી ગ્યો હે. થોડી મદદ કરવી ખપે."

કોઈએ કહ્યું "વગર વ્યાજે લોન આપો." તો કોઈએ કહ્યું "એમેજ મદદ કરો ઊભું ઘર (ગરીબ ઘર) ને એકલો કમાવાવાળો. ક્યાંથી પાછા દેશે? કુટુંબનું પૂરું કરવા બિચારી વઉ એક દી ઘરે નથી બેહતી.'

"આપો આપો આટલાં હારું તો સમાજું ભનાવીયું હે ડોહાઓએ." કહી

એક ભાઈએ કહ્યું "પાછા ન લેવા હોય તો સમાજમાંથી ન દેવાય."

"તો ગાયોની ચરાની સમિતિમાંથી આપો."

ચર્ચાને અંતે ચરાની સમિતિમાંથી રૂપિયા આપવાનું નક્કી થયું કે આજે જ આપીય દેવા.

સમાજના આગેવાનોએ મરઘાંમા અને નાનજી (મરઘામાના દીકરા)ની હાજરીમાં મણિલાલના હાથમાં એ રૂપિયા આપવા માંડ્યા. મણિલાલે પૂછ્યું.

'શેના આપોર્યા?'

"અમે જાણ્યું હે તારી દવાનો ખર્ચ ગચ થૈ ગ્યો હે. ગામના બધા તારા ભાઈ જ કેવાય એટલે તારા ભાઈ તરીકે તારી દવા કરાવવા હારું આ પૈસા દૈયેં ર્યા."

મણિલાલ કંઈ બોલ્યો નહીં, પણ રતને લાજ કાઢીને જ કહ્યું, "બાપા અમે થોડી મજૂરી વધારે કરશું પણ ધર્માદાનું નીં ખાઈએ! જુઓને અટલું તાં ભોગવીયેર્યાં વળી ધર્માદાનું ખાઈએ તો અમે કીયા જનમમાં છૂટીએ? ઈ તમે પાછા લઈ જાઓ. ભલે ગાયું ચરો ખાતીયું."

"એવું નથી વઉ, જુઓ આ તમને અમે ઘરખર્ચના નથી દેતા. દવાદારૂ હારું દઈએર્યા. અમને ખબર હે દવાનો ખર્ચ ગચ થૈ ગ્યો હે. આખા ગામની લાગણી હે એટલે તમે પાછા ન ઠેલો. આ સમાજની પ્રસાદી કહેવાય. એનાથી તો મણિલાલ જલદી હાજો (તૈયાર) થઈ જશે.'

રતને મરઘાંમા સામે જોયું.

મરઘાંમાએ કહ્યું "લઈ લ્યો વઉ, સમાજ માબાપ કે'વાય. હામેથી બધાને એમ થયું, તૈયેં દેર્યાને? આપેં ક્યાં માગ્યાતા'ને પોચ થાય તૈયે પાછા દઇ દેજો" કહી મરઘાંમાએ ઇ બાપાના હાથમાંથી પૈસા લઈ રતનના હાથમાં મૂક્યા.

રતનની આંખમાં પાણી આવી ગયાં. એ આવેલ બધા બાપાઓને પગે લાગી.

હાતમ દરમિયાન આખા ગામમાં રતનનાં વખાણ થવા લાગ્યાં. બધા કહે, "આ તો સતી સાવિત્રી હે. ઇ હોય તો મણિલાલ ભચે. બીજી કોય હોત તો મણિલાલ કેયે ઠેકાણે થૈ ગ્યો હોત."

"પાછી એને ખવરાવીને પછે ખાય." કોઈએ કહ્યું.

"દર્શન કરવાની એની ટેક ખરી હો. આપણે તો ગામમાંય દર્શન કરવા પાલવે તો જૈયેંર્યા."

"ભાઈ દર્શનનું તો નામ હતું. ઇ રોજ મણિલાલ હારું હુસન કુંભારને

ઘરેથી ઈંડાં લેવા જતી."

"અરે તોય શું થ્યું? કેજોતાં તમારી બાઈમણુંને. કેવું મોં બગાડેરીયું. આ કાંય સેલું નથી. ઇ તો જે કરતું હોય એને ખબર પડે."

કોઈ કેમ બોલે કોઈ કેમ બોલે. પણ બધાનો આત્મા એમ બોલતો તો "રતનવઉના માવતરના સંસ્કાર હખર આ એનું જ પરિણામ કહેવાય."

એ ખરું જ ને. જમાઈની ભરાભર ચાકરી થાય, એટલાં હારું એના કાકાજીએ એને ગાય દીધી હે દોઇ પીવા. (વગર કિંમતે માત્ર દૂધ પાવાના હેતુથી.)"

"વળી જુઓને એનો હાહરો તો બારે હે ને પાછા હેય બિચારા બિચારા (સીધા સાદા). આ તો એના કાકાજીએ ગાય દીધી હે ને ચરોચારનાં ઇજ ગાડાં ભરીને નાખી જાયર્યાં. આખો પરિવાર સંસ્કારી હે."

"એની દવા બધી એને જ કરાવી. ઇજ એને બિદડા તેડી જતા. એકલી બિચારી વઉ શું કરે?"

"ઇયાંવાળાં તાં રોજ એક નવો ભોપો પકડી આવતા'તા. બે મહિનાતાં જોતકીઓએ બગાડ્યા. આ તો નારણભાઈએ પોતે રસ લૈને એમાંથી બાર કાઢ્યા."

'એને જોતકીઓના ભોપાઓના ચક્કરમાંથી બાર ન કાઢ્યા હોત તો મણિલાલે ન બચત ને પરિવાર પણ વણવણ ને કણકણ થઈ ગ્યો હોત; ઇંયા બધાએ ધંધા એવા જ આદર્યાતા. મેં હાંભળ્યું હે ઈ પરમાણે.'

'ના ઇ તમે કોર્યા એવું જોતક હાવ ખોટું ન હોય. દવા તો કરાવવી જ પડે પણ "ઇ" બધું કરવાથી દવાનું પૂરું પરિણામ મળે. નૈ તો પેલાં દવા કામ કેમ નોતી કરતી? ને ફરક કાં નતો પડતો?'

ગામમાં આ પ્રકારની જુદી જુદી, મોં એટલી વાતો થતી હતી.

રતને કોઈની વાતો ન સાંભળી. એની ટીકાથી એને કોઈ દુઃખ નોતું થતું ને એના વખાણથી એ નતી ફુલાઈ જતી.

ભાદરવા મહિના સુધી તો મણિલાલ બિલકુલ નોર્મલ હાજોહારો થઈ ગયો. હવે ગામમાં કોઈની હળવા કામની હાકલ હોય તો રતન એને (રજા દેતી) કામે મોકલતી.

આમ કરતાં ભાદરવો મહિનો પણ પૂરો થવા આવ્યો. મણિલાલે એને કહ્યું, "હવે બારે જાઉ આ બધા ખર્ચા ઉપાડવા તો પડશે ને!"

"હમણાં હરાદમાં જાઓ એના કરતાં નોરતામાં માતાજીની ચાર ગરબી ગાઈને દશેરાએ માતાજીનો 'ડોભ' કરીને પછે જ જાઓને."

મણિલાલ કાશી મારાજ કને બારે જવાનું મુહૂર્ત કઢાવી આવ્યો.

અજવાળિયાની બારસ અને પૂનમ બે તિથિઓ કાઢી આપી. તે મુજબ "પૂનમના રોજ ચડતા પહોરે 'દિશાશૂળ અને દિશાકાળ' ન નડે એમ ઘર અને ગામ છોડવું."

અને એ રીતે જ એ સારે ચોઘડીએ કલકત્તે જવા ઊપડ્યો.

રતન હવે દર મહિનાની અમાસે મનસુખભાઈ કને કાગળ લખાવી મણિલાલને મોકલતી. ને મણિલાલનો જવાબ અને પૈસા પણ નિયમિત આવતા. બધું બરાબર રેગ્યુલર થઈ ગ્યું.

હજી પણ લીલાવહુ એની આદત મુજબ થોડી અતડી અતડી રહેતી હતી. પરંતુ મરઘાંમાના મનમાં પહેલાંય એવું કંઈ ન'તું ને આજે પણ કંઈ ન'તું. ક્યારેક ક્યારેક રતનને પેલું મનસુખભાઈના ગાડામાં દવાખાને જતી વખતે મરઘાંમાને સાથે ન લઈ ગઈ એ પોતાની ભૂલ યાદ આવતી ને પોતાના એ દિવસના વિચાર, વહેમ અને વર્તન બદલ એને પસ્તાવો થતો. સાથે એના મનની અકળામણ વધી જતી.

'જધ્ધી મુંઈ ભોપો તાં ગમે તે કે પણ તેં યે મરઘાંમાને ન ઓળખ્યાં? નારણકાકો કે'તા'તા ને ભોપા પેલાં કુટુંબમાં ઝઘડા ઘાલે ને પછી કેનીયે બીક ન રે એટલે પોતાનું ધાર્યું કરે.' તે દિવસના વર્તન બાબતે એક દી એણે (રતને) માની માફી પણ માગી (લીધી) ત્યાર પછી જ એના હૈયાંનો આફરો મટ્યો.

મરઘાંમાના મગજમાં પેલાંય એવો કોઈ દાગ નહોતો. છતાં માફી માગ્યા પછી રતન એને પહેલાંના જેવી જ 'મીઠી' લાગવા માંડી.

૮. નણંદને મામેરામાં પોતાનો હાર આપ્યો

કોઈ સમાચાર લાવ્યું હતું કે બારેથી કાંતિ પટેલ આવ્યા હે, તો કાલે મરઘાંમાની મોટી દીકરી લાલબાઈ અને જમાઈ કાંતિ પટેલ મામેરું હોંઢાડવા આવવાના હે. રતને મુખીબાપાને કહેવરાવ્યું "હું કાલે કામે નહીં આવું મેમાણ આવવાના હે."

સવારના જ લાલબાઈ ને કાંતિ પટેલ આવી ગયાં. મરઘાંમાને ત્યાં ચાય પાણી કર્યાં. પછી રતન આગ્રહ કરીને પોતાના ઘરે લઈ ગઈ. મણિલાલની તબિયતના સમાચાર પૂછ્યા, ને રતને તેની ખેતીવાડી તથા છોરાંછૈયાના સમાચાર પૂછ્યા.

બપોરે મરઘાંમાને ત્યાં જમ્યા પછી લાલબાઈએ કહ્યું, 'રતુભાભીને બોલાવો પછી મામેરાંની વાત કરીએ.'

રતનને બોલાવવાની લાલબાઈએ કરેલી વાત નાની વહુ લીલાને ન ગમી. ઈ ક્યાંક બારે જતાં'તાં માને જ કૈ દયો. મા પોતે એને વાત કરી દેશે.'

'ના એમ કાં ? જૈયેં અમે આવ્યાં જ હૈયેં, તૈયેં એના કાંને વાત નાખતાં જ જૈએને ?' કાંતિ પટેલે કહ્યું.

લીલાવહુએ કંઈ જવાબ ન દીધો.

"વઉ, જમાઈ ભરાભર કેર્યાં. ઈ રૂબરૂ આવ્યા હે તો એને ભલે પેન્ઢે વાત કરેને એને ઇયા બોલાવવામાં આપું ને શું વાંધો ? નકાં વળી ઇ કેશે, મામેરું હોઢાડવા આવ્યા હો તો મારે ઘરે એક ટાણું જમવું પડશે." મરઘાંમાએ કહ્યું.

લીલાની ઇચ્છા ન'તી તોય મરઘાંમાના આદેશથી લીલા રતનને બોલાવવા ગઈ.

રતન અને બધાં બેઠાં પછી લાલબાઈએ વાત કરી.

"ભાભી આપડી જવીના(જયાનાં) આ અખાત્રીએ વિવા લીધા હે. ઇ તમને ખબર તાં હે, તોય તમારા નણદોઈ સુરતથી આવ્યા હે તો ઇ કે આપડા રિવાજ મુજબ મામેરું હોંઢાડી આવીએ. અમે મામેરું હોંઢાડવા આવ્યાં હૈયે. તો તમે બધા ભનાવીને (સરસ રીતે) આવજો. કંકુત્રીયું પછી મૂકશું. પણ હમણાં

મોંએ જ કૈયેર્યાં.'

"ધજ ધજ. આટલા હારુ તમે ઠેઠ સુરતથી ધક્કો ખાધો? ખાલી કાગળ લખી નાખ્યો હોત કે મારી નણંદે કઈ દીધું હોત તોય હલાવી લેત. એમાં અમે કોંય કચવાત નીં." રતને કહ્યું.

"તમારા જેવીયું 'હગીયું' (સાળાની પત્નીયું) કોક વળી કચવાય કે જુઓ બાઈવાળા મોટાં માહણ એટલે નેનકડાને (ગરીબના) ઘરે મામેરું હોંઢાડવાય ન આવ્યાં. હથવારે હમાચાર પોચાડ્યા. ઇ જિંદગીભરનાં મેણાં હાંભળવાં એના કરતાં રિવાજ પરમાણે જેમ શોભતું હોય એમ કરવું પડે. તો તમે બારેં કાગળ લખી નાખજો. અખાત્રીના આગલે દી હવારમાં મામેરાંનું હામૈયું કરશું." કાંતિ પટેલે વિગતે વાત કરી.

"ભલે ભલે કાંય વાંધો નીં." -મરઘાંમાએ કહ્યું.

આ રીતની ઔપચારિકતા પતાવી અને રજા લીધી બંને દેરાણી-જેઠાણીએ નણંદને મોકલામણી દીધી ને બાઈ અને પટેલને હનુમાનના મંદિર સુધી (ગામના ઝાંપા સુધી) મોકલાવવા ગયું.

કાંતિ પટેલ ને ઇ ચાર ભાઈ હતા. ખેતીવાડી સારી હતી. વારાફરતી એક ભાઈ અને તેના બાપુજી ખેતી કરતા હતા. ત્રણ ભાઈ સુરત પોતાનો 'બેન્સો' (બૅન્ડ સો, સૉ મિલ) ચલાવતા હતા. અને વારાફરતી એક વઉ કંપનીનો રસોડો કરવા જતી ને બાકીના છડા (પત્ની વગર એકલા) રહેતા હતા. પૈસે ટકે એની સ્થિતિ સારી કહી શકાય એવી હતી. અને સમાજમાં પણ લાલબાઈના સસરાનું નામ સારું હતું.

એ મહેમાનને મોકલાવી આવ્યા પછી રતને મરઘાંમાને પૂછ્યું.

'બાઈજી મામેરાંનું કેમ કરશું?'

"મામેરું તો કરવું જ પડશે. વઉ તમે ચિંતા ન કરો. હું આજે જ એના બાપને કાગળ લખાવી દૌરી' બાઈ ને પટેલ મામેરું હોઢાડવા આવ્યા હતા. તો વેતમાં રેજો. ને ત્રણે બાપ દીકરો અખાત્રીથી પંદર દી વેલા આવજો." મરઘાંમાને હવે કાગળ વંચાવવા કે લખાવવા મારાજ કને નતું જવું પડતું. લીલા વઉ થોડું ઘણું લખી વાંચી શકતી.

મરઘાંમાએ ચિંતા ન કરવાની રતનને કરેલી વાતનો મરમ લીલા સમજી ગઈ. સાસુની એ વાત લીલાને પસંદ ન પડી. એક દિવસ લાગ જોઈને લીલાએ મરઘાંમાને કહ્યું.

"બાઈજી તમે ભલે તે દી ના કે'તાં'તાં પણ મણાભાઈએ વેવારેં મામેરાંમાં

ભાઈએ ભાગ દેવો ખપે. એમ તાં એને ઘરબારમાં (મિલકતમાં) ભાગ નથી લીધો?"

"ઇતાં એના બાપનો ભાગ હતો. આપે ક્યાં કાંય દીધું હે?" મરઘાંમાએ કહ્યું.

તો લીલાએ કહ્યું, "કાં શું નથી દીધું?..!" વાત થતી'તી ત્યાં રતન આવી ગઈ. રતને કદાચ સાસુ વહુ વચ્ચે થતી વાત થોડી ઘણી સાંભળી હશે.

"કોણ કેર્યું અમને કાંય નથી દીધું? તમે તો ઘણુંયે દીધું હે બાઈજી. જશોદા માએ કેરશન ભગવાનને જે દીધું'તું, ઇ બધું તમે અમને દીધું હે. વળી અડધો અડધ ભાગ દીધો. એનાથી માથે અમને શું ખપે. માવતર વગરનાનાં માવતર થ્યાં ઈ ઓછું કેવાય?" - રતને થોડું અટકી લીલા સામે જોઈ કહ્યું, "તમે જીવ ન બાળો.લીલા વઉ! અમે જે થશે ઈ કરશું. બધું તમને એકલાં માથે નીં પડે". લીલાની વાતનું રતનવહુને ખોટું ન લાગે એટલા હારું માએ કહ્યું. "બાઈ ને જમાઈ કૈ ગ્યા હે હમણાં આ મામેરામાં ખાલી વાઘા-વરોલાં દેજો. બીજું કાંય કરજો મા! પછી વિમળા (નાની દીકરી)ના વિવામાં જે દેવું હોય ઇ દેજો." કહી વાત ટૂંકાવી.

મરઘાંમા લીલાવહુ પ્રત્યે થોડાં ધુવાફુવા થઈ ગયાં. આ બધી લમણાઝીંક કરવાની સત્તા એને કેને દીધી હે? મોટા ઘરની દીકરી હે તો શું થયું? એના બાપના ઘરેથી લૈ આવી નથી કાંય દોઢ ડાઇ થાય રી તે. પણ સમય જોઈ એ કંઈ બોલ્યાં નહીં.

તે રાત્રે રતનને મામેરાંના વિચારો આવતા રહ્યા. "મા ભલે એમ કેતાં હોય પણ બીજો કાંય નેનકડો-મોટો ટોલ (દાગીનો) ન દઈએ તો કેવું બોખું (ખરાબ) લાગે. ભલે બાઈવાળાં પૈસાવાળાં હોય તોય માવતરના ઘરનું ઇ માવતરના ઘરનું. વળી તેદી તાં બે મામેરાં ભેળાં ભરાશે. આપડી ભાણી જવી (જયાબાઈ) ભેળા લાલબાઈના જેઠની પુષ્પાબાઈના ફેરા (લગ્ન) એક જ દી હે, પછી તો શોભતું કરવું જ પડે ને!"

એ વિચારતી રહી "મરઘાંમાએ એના (મણિલાલના) ને દેર નાનજીભાઈના વેચ્ચે (વચ્ચે) જરાકે (જરાયે) ફેર નથી ગણ્યો તો લાલબાઈ મારી હગી નણંદ જ ગણાયને? રતન. ઇ તારી હગી નણંદ હોત ને એની દીકરી પેણતી હોત તો?"

તો તો જખ્ખ મારીને કરવું પડત પણ આવા સંજોગોમાંય કાંક તો કરવું જ પડે. આ વાત રતનના મગજમાં ફરી ફરી પડઘાવા લાગી. સાથે સાથે એને વિચાર આવ્યો. "દવાના ખર્ચનું દેવું હજી ભરવાનું બાકી પડ્યું હે ને વળી આ

ખર્ચ. તો શું કરશું? કાંક કરવું તો પડશે જ. હોનાના ભાવ તો જુઓ ન છબાય એવા હૈ. આવું વિચારતી'તી ને ત્યાં એના મગજમાં એક વિચાર ઝબકી આવ્યો.

"ઇ જ કરાય! ને તને કરવું જ પડશે. રતન મફતમાં મામી થોડું થવાય?' વળી એને થયું." એને પૂછીશ તો ઇ કદાચ ના કેશે. ઇ તાં તારે માવતરે દીધું હે. ઇ થોડું દેવાય. મારાથી તો તને કેવાય જ નૈ. વળી તારાં માવતરવાળાંને ખબર પડે તો કેવું ખરાબ લાગે?"

"કાંય ખરાબ ન લાગે. એનેતાં મને દઈ દીધું હેને? હું એનું ગમે તે કરું. હવે ઇ મારું હે. એનું થોડું હે? ને એને ક્યાં કે'વું હે?"

"તો મામેરાં વખતે નીં પેરતો ખબર નીં પડે?"

"પડે તોય શું. એને હું પોતે જવાબ દઈશ."

અને રતને મનમાં નકી કરી લીધું. બીજે દી મનસુખભાઈ અને નાનબાઈને લઈ ગોવિંદ સોનીને મલવાય ગઈ કે આમાંથી નવો હાર બનાવવો હોય તો મજૂરી કેટલી થાય? જતાં રતને નવો હાર કાં બનાવવો હે એ વાત નાનબાઈને કરી ન હતી. પાછાં વળ્યાં ત્યારે વિગતે નાનબાઈને કહ્યું.

થોડી વાર તો નાનબાઈ રતનનાં મોં સામે સાશ્ચર્ય જોતી રહી.

"રતન, તું આ તારા ટોલ દઈને શું કરોરી?"

"ભાભી તરીકે મને જે કરવું ખપે ઇ કરુંરી. કાંય નવાઈનું નથી કરતી."

"નવાઈનું નથી કરતી પણ નવું કરોરી. તે ન કર્યું હોત તો મરઘાંમા પેન્ઢે કરત. પછી તમને તમારા ભાગમાં આવે ઈ દેવું તું. તમને અડધો ભાગ થોડો દેવાનો હોય? લાલબાઈ તારી હગી નણંદ થોડી હે?"

"બાઈ ઇ બધી મને ગણતરી નથી કરવી. મારી હાહુ હમણાં મામેરાંમાં ટોલ દેવાની ના કે'તાં'તાં. કેતાંતાં, વિમળા વખતે દેશું. પણ ઈ હખર લાગે? બાઈ ભલે કે પણ એમ ન કરાય.મરઘાંમાય હલકો ભારે હાર તો કરે જ. પણ મને ખબર હે બિચારાં એના કનેયે શું હે? હાંભળ બાઈ, મોટા ઘરે બે મામેરાં ભેળાં આવતાં હોય ને એક મામેરામાં દાગીના આવે અને બીજાં મામેરામાં ન આવે તો બાઈનુંયે હખ્ખર ન લાગે ને બાઈને ખોટું યે લાગે. માવતરમાં કોય જીવતું ન હોય તો એની વાતે જુદી હોય એનો હોહે ન હોય. ઇયાં લાલબાઈના બે ભાઈ ને એક બાપ જીવેર્યાં પછી?"

'તોય...!' નાનબાઈ કંઈક કહેવા જતી'તી ત્યાં એને રોકતાં 'મને ના કહીને મારું મન ન ડગાવ, બાઈ! હું જે કરુંરી ઇ ભરાભર કરૂંરી. મને વિશ્વાસ હે ઇ કમાઈને મને નવો હાર ઘડાવી દેશે. હું ઉવાં કમ્પનીનો રસોડો કરવા જૈશ

એટલે ઘર ખર્ચ નીં લાગે ને એનો પગાર બધો ભચશે. એમાંથી નવો હાર આનાથીયે મોટો કરશું. ઈ વળી છોરીયાંના લગ્નમાં કામ આવે.

"અમને તારી વાત મગજમાં નથી બેસતી. પછી તારી મરજી. જો જે વળી તારાં માવતરવાળા તને વઢે નીં."

"ના, મને વિશ્વાસ હે ઈ ના નીં કે. હું દેવું ભરવા ટોલ થોડા દૌંરી. નણંદનાં મામેરાંમાં દૌં રી?"

અને રતને એ જ કર્યું.

"લાલબાઈનાં મામેરાં માટે રતન ચાર તોલાનો હાર કરેરી. આ વાત મરઘાંમાને હોનારે કરી. એને થયું. વઉએ મને પૂછ્યુંયે નૈ ને એ પરબારી હોનારે ગૈ?

એક દી લાગ જોઈને મરઘાંમાએ વાત કાઢી.

"વઉ તમે મને કેતા નથી પણ (મને) હમાચાર મલેર્યા. તમે લાલબાઈને મામેરાંમાં દેવા હાર કર્યો હે."

"હોવે, હું તમને ઇ વાત કરનારી જ હતી. પણ કેવાનો લાગ જ ન આયો. એટલે કેવાનું રૈગ્યું. નકો તમને કેધા વગર થોડી રઉં? તમે એમ કેતાં'તાં પાછલ્યા મામેરા ટાંણે દેશું. પણ જૈયે બે મામેરા ભેળાં ભરાય તૈયેં મેઘબાઈ (લાલબાઈની જેઠાણી)ને એની ભાભી હાર પેરાવે ને આપણે હલકો ભારે ટોલ ન લૈ જૈયેં તો લાલબાઈનું કેવું ખરાબ લાગે?"

"બધાને ખબર તો હે મેઘબાઈના માવતર ખાતાં-પીતાં હે ને આપણું ઊભું ઘરે હે!"

"એમતાં માવતરને ક્યાંક થોડી તકલીફ હોય એટલા હારું કરી છોરીયુંને (દીકરીયુંને) એનાં હરીખતમાં (દેરાણી જેઠાણીમાં) ખરાબ લાગે એવું થોડું કરાય." - રતને કહ્યું.

"પણ તમારાં માવતરવાળાને ખબર પડશે તો?"

"એને મેં વાત કરેલી હે." વાત ટૂંકાવવા રતને કહ્યું.

"વઉ તમે મને એક દી નીચું જોવરાવશો હગાંમાં.(સગાવ્હાલામાં)"

રતને એનો કંઈ જવાબ ન આપ્યો.

અખાત્રીજ નજીક આવતી ગઈ.

બારેથી ત્રણે – બાપ દીકરો આવી ગયા.

અખાત્રીજે મામેરું આપી, પગે લાગી, નિયાંણાના પગ ધોઈ પીધાને ભાણીને ફેરો ફરાવી દીધો.

મણિલાલ આવ્યો ત્યારે કંઈ પૂછે એ પહેલાં રતને જે કહેવું હતું તે બધું કહી દીધું હતું. જેથી વાત ઝાઝી ચોળાય નહીં. હવે મણિલાલને કાંઈ દલીલ કે કોઈને કંઈ કહેવાનું ન'તું.

ઉનાળાનો લગનગાળો પતાવી વીસ-પચ્ચીસ દિવસના રોકાણ પછી નાનજી અને કાનજીબાપો બારે ઊપડી ગયા. એ બાપ-દીકરો કાનજી બાપાના સાળાને ત્યાં કામ કરતા હતા.

રતનને આશા હતી એ મને બારે તેડી જવાની વાત કરશે; પરંતુ કલકત્તા ફુઆને ત્યાં કંપનીનો રસોડો કરવા એક નછોરું પરિવાર તૈયાર થયું. આ તો વળી ત્રણ દીકરીયુંવાળો પરિવાર હતો. એટલે રતન જાય તો કંપનીને વધારાનો ખર્ચ વધારે ભોગવવો પડે.

એનુંયે કાંક ગણવાનું મણિલાલે કીધું'તું. પણ ફુઓ માન્યા ન'તા. મણિલાલને રતનને બારે તેડી જવાની હોંહ (હોંશ) અધૂરી રહી ગઈ. એના મનસૂબા ખોટા પડ્યા. આથી મણિલાલને ફુઆ પ્રત્યે થોડો અભાવ થયો.

મણિલાલને હવે નખમાંય રોગ ન'તો. છતાં ડૉક્ટરની સૂચના મુજબ અઠવાડિયે બે ઈંડાં અચૂક ખાતો. એણે રતનને કીધું "દવાના પૈસા દેવા એના કરતાં આ શું ખોટું?"

મણિલાલ હવે કોઈ બીજી જગ્યાએ નોકરીની ગોઠવણીમાં હતો.

મનમાં અન્ય જગ્યાની ગોઠવણી કરતો એ કલકત્તા ગયો અને રતનને દીકરાની આશા આપતો ગયો.

૯. મણિલાલનો ફુઆ સાથે ઝઘડો

મણિલાલ ફુઆની સોમિલમાં જ કામે લાગ્યો. પહેલી તારીખ થતાં તેણે ફુઆને કહ્યું. 'હમણાં', હોદીના પગારનો ખુલાસો કરો ને હવેથી નવો પગાર શું દેશો ઈ કો?

"હું તો તારા હારુ ઠેવરાનું વિચારુંર્યો."

'તો એમ કરો. પણ કાંક કરો' થોડા અકળાઈને મણિલાલે કહ્યું.

"ઇ તો ધીરજ રાખવી પડે."

"ધીરજ રાખી જ હે નાં? કેટલાં વર થ્યાં! ઠેવરાની આશામાં અડધા પગારે ઢેહડાઉર્યો. આજ કાલ કરતાં પંદર વર થ્યાં એને. ઓલ્યા અમારા ગામવાળા તમારા કરતાં ડબલ પગારનું કેર્યાં."

ફુઆ કાંય બોલ્યા નહીં.

"ફુઆ મને એને જવાબ દેવો હે શું કૌં?"

"તને ઠીક લાગે ઇ કે." ફુઆએ કહ્યું.

"હું તો કૌં ર્યો. મારો પગાર વધારો ને કંપનીનો રસોડોય તમારી વહુ (મારી પત્ની) કરશે. મેં બધાં કને દવા હારું લીધેલા પૈસા ચૂકવવા હે. એટલે થોડી ઉપાડ પણ ખપશે."

"ઇ બધું નીં થાય મણા! ઇયાં ફુઆ કને રૂપિયાના ઝાડ થોડા હે કે એમાંથી તોડી તોડી ફુઓ દેતો આવે." ફુઆએ અકળાઇને કહ્યું.

"તો પછી શું કરું? અમારા ગામવાળા કને જાઉ?"

"તને જવું હોય તો જા. કાલ જતો હો તો આજ જા. તને એમ હે કે હું જૈશ તો ફુઆનો બેન્સો બંધ થઈ જશે? તારી કામની ગેરંટીથી બેન્સો થોડો ઊભો કર્યોતો તારા ફુઆએ."

"હું એમ કયાં કઉર્યો?" મણિલાલે થોડા નમ્રભાવે કહ્યું.

"તારો કેવાનો અર્થ ઇ જ થાયર્યો. તું કે એમ અમે થોડું કરીએ?"

"તો પછી મારો હિસાબ કરી નાખો."

"હિસાબતાં કરેલો જ હે."

"મારો પગાર શું ગણ્યો હે ?"

"તને કેધો તો એટલો ગણ્યો હે."

"ઇ તો ઠેવરાની આશા દીધી'તી તૈયે ઇ પગાર કર્યો તો."

"તો હજીયે ક્યાં ના હે. કામ કર પડ્યો. છનોમનો. તને મોડો વેલોયે ઠેવરો કરી દઇશ. એના હારું ફુઆ માથે વિશ્વાસ રાખવો પડે."

"અટલાં વર (પંદર વર) વિશ્વાસ રાખીને ધણી થૈનેં જ ઢહેડો (મજૂરી) કર્યો હે. એના પછીયે તમે એમ કો કે કાલ જતો હો તો આજ જા. આનો મતલબ શું ફુઆ?" મણિલાલનું મગજ આજે છટકી ગયું હતું. "આમ મોટા થૈ ને નેનકડાને ચેપલોર્યા પણ ભગવાન બધું જુવેર્યો. ઓમ મંદિરમાં ને સમાજ વાડીયુમાં તકતીયું લગાવો ને ફૂલહાર પેરી, દાતા થૈ ને ફરો. ને કામ કરવાવાળાને પૂરી મજૂરીએ (પગાર) ન દયો. આ કાંય ધરમ કેવાય? હાલી નીકળ્યા હે ધર્માત્મા થવા."

મણિલાલના હાથ અને આખું શરીર ધ્રૂજતું હતું. એણે આગળ કહ્યું. "વળી હજી કેર્યાં વિશ્વાસ હોય તો કામ કર પડ્યો. મારો હિસાબ કરી નાખો. મને હવે એક દી ઇયાં કામ નથી કરવું. મને દશ વર પેલાંય કેટલા મોટા પગારની ઑફર હતી. જો એનો અડધો ફરક ગણીયે તોય ક્યાં પોચે?'

"મુનીમજીને તારો હિસાબ કરવાનું કઈ દૌં ર્યો. હવારે જ તારાં ટપ્પાડિયાં (સામાન) ખણી જજે. અને તારો ઉપાડ મને નિયમ મુજબ જ્યાં કામે લાગ ત્યાંથી લઈને દઈ દેજે અઠવાડિયામાં."

"ઉપાડની વાત કરતા હોતો મારી સગવડે દૈશ. જુઓ ફુઆ, એમ મને નિયમ બતાવશો તો મારો પગાર માર્કેટ લેવલે ગણવો પડશે. અમને બધી ખબર પડેરી પણ તમે મારા વડીલ હો એટલે હું મર્યાદા રાખુંર્યો. ને તમે સંબંધને કાંય ગણતા નથી? કાંક તાં સંબંધની શરમ રાખો." મણિલાલે કહ્યું.

"જોયો સંબંધ રાખવાવાળો, મને શિખામણ દેવા નીકળ્યો હે. જા ભિખારી, થાય તૈયે દેજે. ને ન દેવા હોય તો ન દેજે તને માફ એમ હમજીસ કોક ભિખારીને ધર્માદા કર્યાતા." ફુઆના મોંએથી તુચ્છકારભર્યા સૂરથી આવી વાત સાંભળતાં મણિલાલનું મગજ ગયું.

"ફુઆ મોં હંભાળીને બોલો. તમે મારા બાપના ઠેકાણે હો એટલે કાંય બોલતો નથી નહીં તો...!"

"નહિ તો તું શું કરી લેનારો તો? માજદ્દા...(એક ગાળ) મને ધમકી

દો ર્યો ચુત...” કહેતા એના ફુઆ ઊભા થૈ ગ્યા. ઊંચા અવાજની બોલાચાલી સાંભળી અંદરથી ફુઆના નાનાભાઈ પ્રેમજી ફુઆ બહાર આવ્યા. મોટાભાઈને ન બોલવાનો ઇશારો કરીને બન્નેને જુદા પાડ્યા.

તેના ફુઆ ધનજીફુઆ લાલ આંખે ત્રાંસું જોતાં જતા રહ્યા. મણિલાલ ગુસ્સામાં બોલ્યે જતો હતો. “મણિલાલ બસ. હવે મોં બંધ કરજે તું. તને ખબર તાં હે તારા ફુઆનો સ્વભાવ કેવો હે? મૂક માથાકૂટ” કહી નોકરને પાણી પાવાનો ઇશારો કર્યો અને કહ્યું. ‘મણિલાલ તને જે કંઈ કહેવું હોય ઇ હવેથી મને કેવાનું. જો તને રજા જ લેવી હોય તો ભલે, નૈં તો તને પગાર વધારી દૌં. બોલ કેટલો ખપેર્યો?”

“હવે મને ઇયાં કામ નથી કરવું ફુઆ.” કહેતાં મણિલાલની આંખમાં આંસુ આવી ગયાં.

“તને ગમે ત્યાં કામ તાં કરવું જ પડશે ને? ભાઈ, કામ વગર કોણ રોટલા દેશે? તારા ફુઆનું આમેય ક્યાં મગજ ઠેકાણે હે? એનાથી કદાચ કાંય કેવાઈ ગયું હોય તો એના વતી હું માફી માગુર્યો. બસ” નાના ફુઆએ મણિલાલને હાથ જોડતાં કહ્યું.

‘ફુઆ, બોલવાનું કાંક તાં માપ(ભાન) ખપે કે નીં? આ તો ઉઘાડિયું ‘મા ભેણ’ ની ગાળું માથે આવી ગ્યા. ફુઆ આજ ધ્રાઈ (ધરાઈ) ર્યો. પંદર વરથી મારા ઘર અને શરીર હામે જોયા વગર રાત દી કામ કર્યું હે. ઠેવરો કરી દઈશ. ઠેવરો કરી દઈશ. એમ કોણીયે ગોળ ચોટાડી મફતમાં ગાંડ...” એ રડમસ થઈ ગયો. એની આંખમાં આસું આવી ગયાં.

‘મારે ઘરેથી (પત્ની) જેદી આવી તેદીથી કેતીતી. બીજે કામ કરો તો પગાર તાં મલે. નૈ તો મારા બાપ જેવા હાલ થશે. એના બાપાને એના મામાએ ભાગ દઇશ, ભાગ દઈશ. કરી વીસ વર ઢહેડીને રવાના કર્યાતા. તમને ફુઓ પગારે પૂરો નીં દે ને છેલે ઇ જ હાલ કરશે તમારા ફુઓ. આજ એની વાત હાચી નીકળી. આજ કેર્યાં તારાં ટપ્પડિયાં હવારેં જ ખણી જજે. આ ઇનામ દેર્યા હગો ફુઓ. મને એના ભાઈબંધ કાયમ કે’તા મણિલાલ તારા ફુઆની વાતના વિશ્વાસે ન રેજે. તારો ફુઓ તો પૈસાનો યાર હે એને કેની કદર કરી હે કે તારી કરશે.’ ફુઆ આજ મને એનો અખરે અખર હાચો લાગેર્યો. એને તાં બીજુયે ઘણું બધું કેધું હે. ઈ હવે તમને નથી કેવું. ભલે તમને મોટાને બધી છૂટ હોય. અમે ભલે નેનકડા માહણ હૈયે.પણ અમે અમારી મર્યાદા ન તોડીયે.

‘જો મણા, ઝાઝી વાતેં ગાડાં ભરાય. હજીયે તારી ઇચ્છા હોય તો તારા

ફુઆને મેલ એક બાજુ. તને ઇંયા કામ ન કરવું હોય તો ઓલી મિલે કામ કરજે. પછી તને ને તારા ફુઆને શું લેવા-દેવા?"

'ના ફુઆ હવે મજા નીં આવે. તમને કામ કરનાર મલી રેશે. ને મનેય કામ મલી રેશે.' કહી મણિલાલ લમણે હાથ મૂકીને આંખો બંધ કરી કંઈક વિચારવા લાગ્યો.

થોડી વારે મણિલાલ ઊભો થયો. ગજવામાં હાથ નાખી કેટલા પૈસા છે એ ચેક કર્યું. અને નાના ફુઆને કીધું 'ફુઆ હું જાઉર્યો. હવારે આવીશ.'

"તારી મરજી ભાઈ. તારા મગજમાં મારી વાત ન બેહતી હોય તો ધણીનું કોય ધણી નથી. બાકી એટલું કૌર્યો હારા માઠા પ્રસંગે જે આપડું હશે ઇ જ આપડું થશે. ને એનું જ પેટ બળશે.પારકા કોઈને પેટ નીં બળે. બાકી તો ભાઈ પેટ હામા હૌના ગૂડા વળે." પ્રેમજીફુઆએ બગડેલી બાજી સુધારવા મણિલાલને સમજાવવા પ્રયત્ન કર્યો.

"ફુઆ આટલા દી અમે પેટ હામે ગૂડા નો'તા વાળ્યા. ગુડા મજબૂત હતા એટલે ફુઆ હારું સીધા જ રાખ્યાતા. હવે એમ થાયર્યું, ગૂડા થાકે એના પેલાં થોડા પેટ હામે વાળીયે. નીં તો ગૂડા થાકશે તૈયેં કોંય હામું નીં જુએ. ફુઆ મારે ઠેકાણે તમે હો તો તમે શું કરો?" થોડું રોકાઈને કહ્યું, "ખબર અમને બધી પડેરી. પણ શું કરીએ? હમણાં તમારા મિલુંવાળાના દી હે. અમારા કામવાળાના દી નથી. પણ એક દી અમારા કામવાળાનાય દી આવશે." કહી મણિલાલ એના ફુઆની મિલમાંથી ધીમી ચાલે મક્કમ પગલે બહાર નીકળી ગયો. એના નાના ફુઆ એની પીઠ તાકતા રહ્યા.

૧૦. મણિલાલને ચોથી દીકરીના જન્મના સમાચાર

મણિલાલ એના ફુઆના એક બંગાળી મિત્ર શાહા શેઠની સોમિલમાં કટર તરીકે જોડાયો. મણિલાલ અને એના કામને એ શેઠ જાણતા હતા.

"તારું કામ જોયા પછી પગાર કરશું. તું કાલથી જ કામે લાગી જા."

મણિલાલને પોતાની આવડત અને હાથ ઉપર વિશ્વાસ હતો અને એ કામે લાગી ગયો.

મણિલાલનું સીધું ને સફાઈદાર વહરેણ, વધુ ઉતારો બેસાડવાની કાળજી અને કામની ઝડપ શેઠની આંખમાં વસી ગઈ. આવી આવડતવાળો અને વળી પાછો કચ્છી પટેલનો દીકરો.

મહિનો પૂરો થતાં શેઠે એના (મણિલાલના) ફુઆના કરતાં ડબલ જેવા પગારની સામેથી વાત કરી. પછી મણિલાલને કાંઈ કહેવાપણું ક્યાં હતું?

જમવાની થોડી તકલીફ હતી. પણ ધીમેધીમે એ પણ ફાવી ગયું. મણિલાલને નવા શેઠને ત્યાં બહુ મજા આવવા લાગી. એ દર મહિને થોડા રૂપિયા ફુઆને ત્યાં જૂના ઉપાડમાં જમા કરાવતો ને બાકીનાનું કચ્છમાં વીમો (મનીઑર્ડર) મોકલાવતો.

ફુઆનું દેવું ભરાઈ જતાં એને રૂપિયાની છૂટ થઈ. એની સાથે કામ કરવાવાળાંમાં કોઈ કચ્છી નહોતું. હવે એની સાંજ સવારની બેઠકમાં બધા મિત્રો બિનકચ્છી હતા. એ લોકો સાંજે થાક્યા-પાક્યા છાંટોપાણી લેતા. મણિલાલને પણ ક્યારેક આગ્રહ કરતા પણ તે હાથ જોડતો.

શાહા શેઠને મણિલાલ માટે માન હતું. અત્યાર સુધી એણે આવો ધણી થૈ ને કામ કરનાર હાચી નીથનો કારીગર નહોતો મલ્યો. શેઠને મણિલાલનું કામ તો ગમ્યું જ હતું. એની કોઈ ઝંઝટ ન'તી. કારણ વગર એ ક્યારેય રજા પાડતો નહીં, તેથી ધાર્યું કામ નીકળતું.

શેઠને થતું મણિલાલ મશીન પર હશે ત્યાં સુધી મારે મશીન બાબતે ચિંતા નહીં રહે. એને પોતાના ધંધાના વિકાસ માટે હવે મણિલાલ અહીંથી

ક્યાંય ન જાય એવું ધ્યાન રાખવું હતું.

રજાના દિવસે શેઠ જ્યાં જતા ત્યાં ક્યારેક મણિલાલને ગાડીમાં સાથે લઈ જતા.

એક તહેવારની રજાના દિવસે એ શેઠના આગ્રહથી એમની સાથે ગયો હતો.

ત્યાં શેઠના મિત્રોએ મહેફિલ ગોઠવી હતી.

શેઠે મણિલાલને પીવાનો આગ્રહ કર્યો. મણિલાલે ના પાડી. શેઠે કહ્યું, "મણિલાલ એક દિવસથી કંઈ ના થાય. આ દેશી નથી, ચાખ તો ખરો." શેઠના આગ્રહથી તે દિવસે મણિલાલે પહેલ વહેલો ઇંગ્લિશ દારૂ પીધો. શું થશે બીકથી લિમિટમાં ચાખવાના રૂપમાં જ પીધો. ફેશનેબલ ડિઝાઇનવાળા કાચના પ્યાલાથી બીતાં બીતાં માત્ર બેચાર ઘૂંટડા જ ભર્યા.

એને ધાર્યા મુજબની કોઈ ખરાબ અસર ન થઈ. ઊલટાનું એના શરીરમાં તાજગી અને સ્ફૂર્તિ આવી ગયાં. એને ભૂખ પણ સારી લાગી અને ઊંઘ પણ મસ્ત આવી ગઈ.

મણિલાલને તે રાત્રે અને બીજા દિવસે ચમત્કારિક મજા આવી.

પછી તો હવે દર અઠવાડિયે એ શેઠ સાથે જવા લાગ્યો.

પહેલાં રજાના દિવસે ઘર યાદ આવતું. ઘરના વિચારો આવતા. સાથે કામ કરવાવાળા કોઈ કચ્છી ભાઈબંધ જોડે પારિવારિક ઠઠ્ઠા મશ્કરી અને રૂયાણ થતી. કોઈ આવતું જતું હોય એનાથી હાલ સમાચાર આવતા-જતા વગેરેથી પારિવારિક અને સામાજિક સંપર્કો જીવંત હતા. હવે આ નવી નોકરીથી એવું કંઈ ના રહ્યું. છતાં હવે પહેલાંની જેમ ઘર અને 'છોરાં'ને યાદ કરવાનો રજાનો (રવિવારનો) દિવસ, ઘરની યાદ વગર મસ્ત રીતે પસાર થવા લાગ્યો. ઇંગ્લિશ દારૂની મહેરબાનીથી.

એક શનિવારે કચ્છમાંથી ટપાલ આવી: "ઘેર બેબીબાઈનો જન્મ થયો છે." ચોથી દીકરીના જન્મના સમાચાર વાંચી મણિલાલ દુઃખી દુઃખી થઈ ગયો. તે દિવસે એણે આ 'ગમ' ભૂલવા એના સાથી બિનકચ્છી કારીગર મિત્રો સાથે છાંટોપાણી કર્યું, છતાં મન એ વાત ભૂલતું નતું. એને થયું. "મારી બાઈમણ હાચાહાચ ભોરાડી (અપશુકનિયાળ) હે. એના નસીબમાં ગગો (દીકરો) જ નથી. લાગેર્યું એને ગમે તેટલી હુવાવડ આવશે તોય ગગીયું જ (દીકરીયું જ) આવશે.'

મને પછી કેટલો ઢહેડો (વેઠમજૂરી) કરવો. દીકરા વગરના જીવનનો અર્થ કાંય નીં? આનો અર્થ ઇ જ થાય મને તાં હવે છેલાં દિ' હોદી બળધિયાની જેમ કોહ જ ખેંચ્યે રાખવાના ને. હાંમીજ મોડે હાલ્યે રાખવાનું એક જ 'પૈયા'માં.

આગળ વધવાની શક્યતાય નીં ને. તેરલાંમાંથી છૂટવાનીયે શક્યતા નીં. ઈ કોહનો બળધિયો ઇ ધણીથી છૂટો પડે તો ઇ તેરલાં છૂટે ને એની જુદી ગતિ થાય."

આ બનાવ પછી મણિલાલનું ધ્યાન કચ્છમાં ઘર તરફથી ઘટતું ગયું. પગારની આવક વધી અને ઉપરથી ફુઆનું દબાણ અને બીક બધું હટી ગયું.

ધીમે ધીમે એનો ટ્રેક (રસ્તો) બદલાવા લાગ્યો.

સાથે કામ કરવાવાળા કોઈ 'આપડા' ન હતા એટલે પોતે શું કરેર્યો ઇ સમાજમાં કે હગાંવાલામાં ક્યાંય ખબર પડવાની ન હતી.

પણ ચાલાક રતન એના બદલાયેલા વર્તનની કચ્છમાં બેઠી સૈ કરી ગઈ. પહેલાં તે મહિનામાં એક વખત 'કાગળ' અવશ્ય લખતો ને પૈસાય ધજ (ઠીક) મૂકતો. હવે પૈસા ઓછા આવવા મંડ્યા. પૈસા તો ઠીક પણ કાગળ લખવાનો નિયમ પણ સતત તૂટતો હતો.

રિવાજ મુજબ કોઈ વ્યક્તિ જે વિસ્તારમાંથી વતનમાં જતું હોય, તે એ બાજુ રહેતા હેતુ-સંતોષીઓને મલીને એને ઘરે કઈ મૂકવું હોય તો લઈ જતા. નૈં તો હાજા-નરવાની ઢીંગલોઢબુ હોપારી તો અચૂક લઈ જતા.

એ રીતે મણિલાલને કોઈ મલીને કચ્છમાં જતું તો એ એની સાથે બસો પાંચસો રૂપિયા મોકલી દેતો. ને બાકીના મોજશોખમાં પૂરા કરી લેતો.

મણિલાલ ઉપર નાનપણમાં એના બાપનું દબાણ ન'તું. ને મરઘાંમાના વધુ પડતા ચાગ[૨૧]થી એ થોડો ફેરચાકલ થઈ ગયો હતો. એનું ફેરચાકલપણું ફુઆ પાસે કન્ટ્રોલમાં હતું પણ હવે ફુઆનું દબાણ ઘટતાં એ ફરીથી છૂટ થઈ ગયો. તેથી ફરી પાછો એ ફેરચાકલ થતો ગયો.

આ હાતમે (જન્માષ્ટમીએ) કચ્છમાં નથી જવું એ વિચારતો હતો. ત્યાં એક રજાના દિવસે તેના ફુઆને ત્યાં કામ કરતો એની બીજી ફઈનો દીકરો કાંતિ મલવા આવ્યો.

"ભાઈ મને આષાઢી બીજ કચ્છમાં કરવાનો વિચાર હે. હુરધન બાપાના ડોભ (ઉત્સવ) માથે પોચી જવું હે." કાંતિએ કહ્યું.

'મારો આ વર્ષે વિચાર મોળો હે.' મણિલાલે કહ્યું.

'કાં ?'

'એમ જ...!'

'હાલતું હશે?... બાર મહિનામાં એકવાર તાં જવું જ ખપે! મારી ભાભી ત્યાં વાટ જોઈ બેઠાં હે મણાભાઈ, ત્યાં આંગણાંના લીમડા માથે કાગડો બોલે

---

૨૧. ચાગ – લાડ

કે તરત તમને બારે જોવા નીકળેર્યાં. તમને એનો વિચાર નથી આવતો? હજી દવા વખતનું દેવું ભરાણું નથી કે શું?"

"ઇયાનું (ફુઆનું) દેવું ભરાઈ ગ્યું ત્યાંના થોડા બાકી હશે." મણિલાલે કહ્યું.

"તો પછી હાલોને. તમને છોરાં નથી હાંભરતાં?"

"હાંભરે તોય શું કરે? રજા તો મળવી ખપે ને?"

"રજા હું લઈ દઈશ... ને શેઠ કદાચ રજા ન દે તોય જવાનું. શેઠ એનું વિચારતા હોય તો આપડે આપડું નીં વિચારવાનું? તમને તાં મારી ભાભીનો કેટલો ખ્યાલ રાખ્યો ખપે? એને તમને હાજા કરવા શું નથી કર્યું? જમના દરવાજેથી તમારો જીવ પાછો ઇ લૈ આયાં હે, એમ કૈયેં તોય હાલે. હાલો હાલો વાટમાં મને હથવારો થાય! ને ત્યાં મારી ભાભીનો હથવારો થાય. દશમના નીકળી હાલીયેં તો અમાસના પોચી જૈયેં.

અને દશમના બંને ભાઈ કચ્છમાં સાતમ (જન્માષ્ટમી) કરવા ઊપડ્યા.

૧૧. નાની બેબી પર ગુસ્સો કાઢ્યો

ચોથી દીકરીના જન્મ પછી રતન દીકરીયુંથી છુપાઈને વારંવાર રડી હતી. આ વખતે તો એને એમ જ હતું દીકરો જ આવશે. પણ ભગવાને હામે ન જોયું. ને દીકરી જ આવી.

શરૂઆતમાં નાની દીકરી (કોકિલા) પર રતન ક્યારેક ગુસ્સો પણ કરતી. એક વખત રતનને ગુસ્સો આવતાં ત્રણ માસની દીકરીને ગુસ્સાના ભાવાવેશમાં એનાથી લપણ[૨૨] પણ મરાઈ ગઈ બેબી તો રડી જ, પછી પોતે પણ ખૂબ રડી. ખૂબ રડી, ખૂબ રડી.

એને પોતાના વર્તન બદલ ખૂબ પસ્તાવો થયો. 'આમાં આ બિચારીનો શું વાંક ? ને મારો કે એનોય શું વાંક ? છોરાં તાં ભગવાનની માયા હે. ઈ બધું એના હાથમાં હે. આવી હે તો એનું નસીબ લૈને આવી હેને? જધ્ધી તું એવું કાં વિચારોરી ? કોણ કેર્યું, વધુ દીકરીયુંવાળાં દુઃખી હોય? કોણ કેર્યું. એના માબાપને તકલીફું થાયરીયું ? જુઓને ઓલ્યા પટેલવાળા જેન્તીભાઈને સાત દીકરીયું ને એક દીકરો હે તોય જલસા જ હેને એને. ને રાજાલ લાગી પડી હે ઉલટું એની મા એવું કેતાં'તાં આ બધું ઇ છોરીયુંના નસીબનું હે. અમારે ઘરે છોરીયુયે આવતી ગ્યું ને ભગવાન ડાળ[૨૩] વધારે નમાવતા ગ્યા. વળી ઇતાં એમ કેતાં'તાં પોત્રો આવ્યો ઇ અમારાં નસીબનો તાં ઠીક પણ સાત બોનુના નસીબે આયો હે. નૈ તો ભગવાને અમને પેલે ખોળે જ પોત્રો ન દીધો હોત?"

રતન આ રીતે સાંભળેલી વાતો યાદ કરીને મન મનાવતી, આશ્વાસન લેતી. ને સંતોષ માનતી. આ બાજુ બારેથી મણિલાલના કાગળ પત્ર-નહીં ને હાલ હમાચારેય નહીં. આ બધું યાદ આવતું ત્યારે એ અકળાઈ જતી ને એને ગુસ્સો આવી જતો. પેલા (છેલા) બનાવ પછી એણે દીકરીયું ને મારવા પર કાબૂ કરી લીધો. છતાં એનાથી આંખો બતાવાઈ જતી ને ડછી[૨૪] પણ દઈ દેતી.

---

૨૨. લપણ – લપડાક

૨૩. ડાળ નમાવવી – મહેરબાની કરવી

૨૪. ડછી – ગુસ્સાવાળી હાંક

ક્યારેક એને ક્રોધ આવતો ત્યારે નાની બેબીને ડછી દઈ, લાલ આંખ બતાવતી ત્યારે કોણ જાણે કેમ એનાથી ગભરાઈ જતી. ચપ ચડાવીને રડવા મંડી જતી. રતનને નવાઈ લાગતી. આટલી નેનકડીનેય મારા મનમાં ખાર(ખરાબ લાગણી) હે ઇ એને કોણ કેતું હશે?

ક્યારેક અકળામણથી ભરાઈ ગયેલું હૈયું, રતન નાનબાઈ સિવાય ક્યાં હળવું કરે! રોજ રાત્રે પરવારીને આંગણામાં ઓટલે બેસી બંને બહેનપણીયું દિલની વાતો કર્યું.

રતનને આજે કંટ્રોલ (સસ્તા અનાજની દુકાનનું રાશન) લેવા જવું હતું, પણ ક્યાંયથી પૈસાનો વેત ન પડ્યો. એને ચિંતા હતી કંટ્રોલ જતો રહેશે તો ? એ અકળાઈ ગઈ હતી ત્યાં નાની બેબી રડવા લાગી એને ઘોડિયામાં નાખી હિંચોળવા લાગી. એ સૂઈ જાય તો ક્યાંકથી ઉછીના પૈસા લૈ ને કંટ્રોલ લઈ આવું– ઘણી વાર હિંચોળવા છતાં તે છાની નોતી રહેતી.

પૈસાની ભીડ અને અન્ય ઘણી બધી બાબતોની અકળામણને લઈને તેને ક્રોધ આવી ગયો ને ક્રોધાવેશમાં આવી રોતી બેબીને હાથમાં લઈ ખોળામાં નાખી મારવા લાગી. ઇ હાહ ખણી ગઈ.(શ્વાસ લઈ ગઈ) તોય એ છંછોડતી ને મારતી હતી ને ગુસ્સામાં જદ્ધી, મુઇ,રાંડ, મરતી કાં નથી એમ એના માટે જેમ તેમ બોલ્યે જતીતી.

મોટી દીકરી જ્યોતિએ આ જોયું એ દોડતી આવી. એની માના હાથમાંથી બેબી કોકિલાને ઝટી[૨૫] લીધી. "બાઈ આ શું કરોરી? તને ભાન નથી કે શું? મારા બાપના ખાર[૨૬] કોકીમાંથે કાં કાઢો રી? જો તને અમે દીકરીયું ભારે પડતીયું હૈયે તો પાઈ દે અમને માંકડની દવા. એટલે તુયે છૂટ ને મારા બાપે છૂટે." કહી રોતી કોકીને લઈ એ આંગણામાં ડેલીની બાજુમાં કમાડ પાસે ઊભી રહી એ રોતી નાની બહેનને મનાવવા લાગી.

નાની બેબી મારથી ડહકે ચડી ગઈ હતી એને છાની રાખવા પ્રયત્ન કરતી જ્યોતિ પણ રોઇ પડી. મરઘાંમા અને એ સાસુ-વહુ આજે ઘેર ન'તાં. નહિ તો મરઘાંમાની બીકમાં રતન છોરીયુંને મારતી નહીં. પહેલાં એક બે વખત છોરીયુંને વઢતી રતનને એ વઢ્યાં હતાં.

રતનનો ગુસ્સો ઠંડો પડ્યો. આજે ફરી એને પસ્તાવો થયો. કોકીને મનાવતી ને પોતાનાં આંસુ લૂછતી જ્યોતિને એણે કમાડની આડમાંથી જોઈ એ પણ પોતાના આંસુ ન રોકી શકી.

તે રાત્રે રતને પોતાની વેદના નાનબાઈ પાસે હળવી કરી.

---

૨૫. ઝટી લેવું – બળજબરીથી આંચકી લેવું

૨૬. ખાર કાઢવા – ગુસ્સો ઉતારવો

"બાઈ બે મૈના થ્યા એનો કાગળે નીં ને હમાચારે (પૈસાયે) નીં, લાગેર્યું. દીયાદી એને અમારામાં રસ ઘટતો જાયર્યો. નકાં ફુઆ કનેથી છૂટા થ્યા પછે દર મહિને કાગળેય આવતો ને પૈસાય ધજ આવતા. જોને લગભગ બધાને પાછા દેવાઈ ગ્યા. હવે ખાલી બાપાવાળાનાં બાકી હે મારી મા તો કે'તાં'તાં પાછા નથી લેવા. પણ આપડે એકવાર હાંમા તો કરવા પડેને?"

"તારી વાત હાચી હે પણ ઇ હામેથી કે'તાં હોય તો પછી હામા કરવાનીયે ક્યાં વાત આવેરી? વળી તારા બાપવાળાં બધાં કેવા હખ્ખર વિચારવાળાં હે? નૈં તો ઇંયાંનો (દેશનો) વેવાર તો તારા કાકા જ કરેર્યા. તોય એની પોતાની દીકરીને તારામાં કાંય ભેદ નથી રાખતા."

"ના ઇતો કાકા ને કાકી જેટલો જીવ એની દીકરી જાનબાઈ માથે બાળે એના કરતાં મારા માથે વધુ જીવ બાળે. ખોટું ન કહેવાય. આતો' મારા કાકા હતા ને ઈ, બચે નૈ તો આપડે એને હાજા કરવા ભૂત–ભૂવા પાછળ રખડતાં રેતને દવા ન કરાવત." કહેતાં રતનના આંખના ખૂણા ભીના થૈ ગ્યા "ને હું ને મારી છોરીયું રખડી પડ્યું હોત."

"રતન જમાઇ હાતમ માથે આવશે?"

"કાગળ લખે તો ખબર પડે ને બાઈ, નથી કાગળ કે નથી બીજા હમાચાર. હું તો હાવ હાથે મૂંઝાઈ પડી હૌં. કંટ્રોલ આયો હે પણ પૈસા હોય તો લેવા જાઉને? મોડું થશે તો મેઠુ શેઠ કેશે ઇતાં ઈ મહિનાનો હિસાબ થૈ ગ્યો. તમે લેવા ન આવ્યાં એટલે તમારી ખાંડ ને ચોખા પાછા જતાર્યા."

"તને ઘઉં નથી મલતા?"

"કણબીને ઘઉં થોડા મલે. 'ઇતાં કમી કસબીને મળે.' 'મેઠુ શેઠે મુવો કાંક હારેર્યો. ગરીબ માથે થોડી લાગણી રાખતો હોય તો એના અધાનું શું જાયર્યું?' રતને કહ્યું.

બધાં માહણ હરખા થોડા હોય અમુક માહણને ગરીબ માથે મેર પડેને અમુક માહણને ગરીબ માથેય મેર ન પડે. નાનબાઈએ કહ્યું.

"બાઈ ગરીબ કે સાઉકારનું એને કાંય નથી. તમે જોયું? તોળેર્યો તે કેમ તોળેર્યો? બીજી હાટે તોળીયે તો શેરનો પોણો શેર જ હોય. આ રીતે બધાં ગરીબને તોળવામાંય ઠગેર્યો. આ તો કંટ્રોલનું લાયસન એના કને હે એટલે ત્યાંથી લેવું પડે. નકો એની ધુકાને[૨૭] કોય પગ ન મૂકે."

"ઇતાં મૂવા કર્યા ભોગવશે. કાલ લી આવજે કંટ્રોલ. મારા કનેથી પૈસા લઈને. કહી નાનબાઈ એની ડેલી બાજુ રવાના થઈ.

---

૨૭. ધુકાને-દુકાને

૧૨. અષાઢી બીજે મણિલાલ આવ્યો

પટેલબાપાની વાડીએ કામ કરતી રતનને મરકતી આવતી દીકરી જ્યોતિને એકલી જોઈ આશ્ચર્ય થયું. નજીક આવતાં “એકલી આવોરી તે કોકી કેના કને મૂકી આવી ?”

“બાઈ, મારા બાપુજી આયા હે. હાલો ઘરે.” જ્યોતિએ રતનની વાત સાંભળી ન સાંભળી કરી બાપુજી આવ્યાની વધામણી - આપી. ઉમંગમાં જ્યોતિ માટે એની માએ પૂછેલો પ્રશ્ન ગૌણ બની ગયો.

“કોણ આયું હે?” આંખ ઝીણી કરતાં રતને પૂછ્યું.

“મારા બાપુજી આયા હે બોડી. (બહેરી) હાંભળતી નથી?” - જ્યોતિએ કહ્યું.

“જા જા છટારી. દીકરી થઈને તું યે શું મશ્કરી કરતી હઈશ?” રતને ગાલે ચૂંટલી ભરતાં કહ્યું.

“મારા હમ ખોટું બોલતી હૌં તો ? હાલ હવે જલદી.” જ્યોતિએ કહ્યું.

“મા ઘરે હતાં ?”

“ના ઇતાં મજૂરે ગ્યાં હે !” જ્યોતિ.

રતનને જ્યોતિની વાત માથે વિશ્વાસ ન તો બેસતો. પણ હાચું હોય તો ? મનમાં થોડી ચિંતાયે થઈ. હાજા-માંદા થૈને તો નીં આવ્યા હોયને ? એનાથી જલારામ બાપાનું સ્મરણ થઈ ગયું. રતનને વિચારમાં પડેલી જોઈ, સાથે કામ કરતી ધનબાઈએ ચોલાણું કર્યું.

“જા ને હવે બીજી વાતું ને વિચાર કર્યા વગર. “રણમાં વીરડી” જડી ઇ કેતી નથી, જધ્ધી હવે રાજી તાં'થા.”

“રાજી તાં થઈ જ હેશને પણ તમને બધું થોડું કેવાય. તમને એવું કૌં તો તમે આખું વર ચોલાણાં કરો.” રતન મનમાં બોલી. આ રીતે સાથે કામ કરતી બધી બહેનો એકબીજાનાં ચોલાણાં કર્ત્યું. ને પોતાની અને સૌની વિયોગી એકલતાને હળવી કર્ત્યું.

આ રીતે ચોલાણાં કરવાથી થાકે ન લાગે ને દિવસ કેમ પૂરો થઈ જાય

એ ખબર પણ ન પડે. આવું સૌનું દેશી મનોવિજ્ઞાન હતું.

નહીં તો પ્રિય પાત્રના વિયોગની વેદનાને પંપાળે તો દિવસ તો ઠીક, રાત વીતાવવી વસમી થાય. અહીં તો આ રીતે એકાદ રાત નહીં મહિનાઓ, અરે બાર બાર મહિના અને કોઈને તો દોઢ દોઢ બબ્બે વરસ પણ વિયોગી એકલતામાં વીતાવવાં પડતાં.

પટેલબાપાની વાડીએથી ઘરે જવાની રજા લઈ જ્યોતિ સાથે વાતો કરતી પણ મનમાં છૂપા આનંદ સાથે રતન ઘરે પહોંચી.

આંગણામાં લીમડાના છાંયે બેઠેલા મણિલાલનું ખુશમિજાજ અને ચમકતું મોં જોઈ એને જે હાંજમાંદની બીક હતી તે જતી રહી. એણે જલાબાપાનો મનોમન આભાર માન્યો.

"જયશ્રી કૃષ્ણ." કહી એ મણિલાલને પગે લાગી અને કહ્યું.

"કા ઓચિંતી મેરબાની કરી."

"કાં નવાઈ લાગેરી?" સ્મિત સાથે મણિલાલે કહ્યું.

"નવાઈ તાં લાગે જ ને? નૈ વાદળાં, નૈ વીજળી ને ઓચિંતા મીં?"

"ગરમી હોય તો મીં તાં આવે જ ને? તને ક્યાં ખબર નથી." મણિલાલે હસતાં ચહેરે કહ્યું.

"ઉકળાટ હોય તો બરાબર હમજ્યા પણ મને આ લૂખવાળો તડકો લાગતો તો એટલે...!"- રતને કટાક્ષ કર્યો.

"તું રોજ યાદ કરતી'તી એટલે આવવું જ પડેને" મણિલાલે રતનની વાત કાપતાં કહ્યું.

"તમને યાદ નીં કરીએ તો કેને કરશું? તમને રોજ હીકડી આવતી હશે. હાચું કઉં, આ વખતે મને એકેવાર હીકડી નો'તી આવી. લાગેર્યું તમને અમે યાદ નો'તાં આવતાં? તમને હું એકલી યાદ નો'તી કરતી. આ ચાર માતાજીયુંયે યાદ કર્યુંત્યું. લ્યો વાતું પછી કરશું. હું ચાય મૂકું."

કહી રતન ચાય મૂકવા ગઈ ત્યાં મરઘાંમા ડેલીમાં દાખલ થયાં. મણિલાલને જોઈ. "એ મારો દીકરો કૈયેં આયો? તું આવનારો હોઈ અમને ખબરે નથી." કહી મરઘાંમા મણિલાલને ભેટીને મલ્યાં. મણિલાલ પગે લાગ્યો, ને મા દીકરો ખાટલે બેઠાં.

"મારું ઓચિંતું જ આવવાનું થ્યું. વેલાં ફઈનો કાંતિ કે 'મને હુરધનબાપાની ઉજમણી માથે કચ્છમાં જવું હે. તુયે હાલ. આમ તો શેઠ રજા નોતા દેતા પણ કાંતિએ હાચું ખોટું બોલી રજા લેવરાવી દીધી."

"ધજ કર્યું. અમે બધાં હંભારતાં'તાં. હમણાં તાં તારા કાગળનાંય ઠેકાણાં નથી. મૈના માહે એકાદ પતું લખતાંય તમને શીયાણું શું મારા પડેર્યાં? અમે ઇયાં તમારા કાગળ હારું લોછીયેં પડ્યાં. એના આધારે તાં જીવીયેર્યાં. એમાંય તમે ભગવાન જાણે કેવા કાંમે ભેલાણા હો કે તમને એક પતુયે લખવાનું ટેમ નથી. શેઠનું બધું કરાય પણ રોજ હવાર-હાંજ ટેમ કાઢીને ઘરે કાગળ લખવો ખપે. શું કરેર્યાં ફુઆવાળાં? મળે કે ન મળે?" મણિલાલ ફુઆ કનેથી છૂટો થઈ ગયો હતો તે મરઘાંમાને ખબર હતી.

"મળે. આપણે જઈએ તો. કામ વગર થોડું જવાય!"- મણિલાલે કહ્યું.

"ફુઆ કને કામ વગર કા ન જવાય?"

"એવાં હેત હોય તો ને?"

"કાં...? તો તેં વઢીને રજા લીધી હે એવું જ કેને" મરઘાંમાએ કહ્યું.

"ના એવું કાંય નો'તું. પગાર વધારતા નોતા. પૂછજો વેલાં ફઈના કાંતિને! કામ પ્રમાણે પગાર ખપે કે નૈ? હમણાં એના જ ભાઈબંધ કને કામ કરૂર્યો. ફુઆ કરતાં ડબલ જેવો પગાર હે ને કામે ઓછું!"

"તોય હગાને છોડીને ત્ર્યાટ (ત્રાહિત)કને થોડું જવાય? ક્યાંક ભીડે અભીડે હગાં જ કામ આવે. ત્ર્યાટ થોડા કામ આવશે. ઈ તમને છોરાંને કેમ હમજાવવું. હવે તમને ઠીક લાગે ઈ હાચું?

ત્યાં આઘેરું ઓઢી રતન ચાયની કીટલીને રકાબી લઈ આવી.

મા અને મણિલાલને ચાય આપી.

મણિલાલ ચાય પીને રકાબી નીચે મૂકતો તો ત્યાં માએ કહ્યું.

"વઉં ચાય હોય તો મારા દીકરાને ધ્યો. રસ્તામાં થાક્યો હશે."

"બસ મા. તમે પીઓ અમે નખત્રાણા ચાય પીધી'તી."

"ધ્યો ઇતાં ના કે. પીધી હશે પણ ઘરના દૂધના જેવી થોડી હશે."

મરઘાંમાની વાત સાંભળી રતન મણિલાલ સામે જોઈ મુરકી. આ જોઈ મરઘાંમાથી ન રહેવાયું.

"વઉ એમાં શું ખેલોરી? (હસે છે?)"

"બાઈ જી દીકરા માથે હજી કેટલા દી જીવ બાળશો? હવે ઈ નેનકડા ગગા નથી."

"જેનો છોરાં માથે જીવ બળે ઇ જ મા કેવાય. છોરાં ભલે પેચ્ચા[૨૮*] વરનાં થાય પણ માબાપને ઇ નેનકડાં છોરાં જ લાગે. ઇતાં તમે મોટાં થશો

૨૮. પેચ્ચા – પચ્ચાસ

તૈયે તમારાય જીવ એવા જ થઈ જશે. મણા તું મંદિરે ગ્યો તો? ન ગ્યો હો તો જઈ આવને ગામમાં બધાંને મળી આવ."

મણિલાલ ચોક બાજુ ગ્યો. લીલાવહુ હજુ મજૂરેથી ઘરે નતી આવી. આ મોકો જોઈ મરઘાંમા નાનાના ઘરમાંથી પાંચ-છ જણને થઈ જાય એટલી સેવું ને ગોળ ઘી લઈ આવ્યાં. રતનને દેતાં કહ્યું.

"વઉ લ્યો હાંજે બધાં હારું ભિરંજ કરજો." મરઘાંમા રતનના ઘરમાં શું છે અને શું નથી એ જાણતાં હતાં.

રતનને બોલ્યાચાલ્યા વગર વિલા મોંએ એ લઈ લેવું પડ્યું. મરઘાંમાએ સેવું ને ગોળ વગેરે ન દીધું હોત તો મહેમાન માટે આજે ઘરમાં બીજું વિશેષ કંઈ નોતું. મણિલાલ તરફથી હમણાં ત્રણચાર મહિનાથી કંઈ આવ્યું ન'તું. પછી ગામની છૂટક મજૂરીમાંથી આવું બધું ક્યાંથી હોય? રતન પોતાની દાનકીના પૈસાથી અને ઉધાર ઉછીના આધારે ગાડું ગબડાવતી હતી.

છોચંવછોઈ

૧૩. પતિને દારૂ છોડાવવા પ્રેમિકા બની

અષાઢ મહિનાની શરૂઆતમાં જ વાવણીલાયક વરસાદ થઈ ગયો. વાડીઓમાં ને ખેતરોમાં પણ સમયસર વાવેતર પૂરાં થવા આવ્યાં. વાવણીના સમયમાં મણિલાલ પણ દાનકી જતો. વાવેતર થઈ જતાં હવે એ ફ્રી હતો. વિખેડાં[૨૯] કાઢવાનું હજુ ચાલુ થયું નહોતું.

એક સાંજ હુવાટાંણુ થવા છતાં મણિલાલ ઘેર આવ્યો નહોતો.

ચારે દીકરીયુંને સુવરાવી રતન મણિલાલ આવવાની રાહ જોઈને કંડેલના અજવાળે સફેદ રૂમાલ પર ભરત ભરતી હતી. ડેલી ખૂલ્યાનો ને પગરખાંનો અવાજ આવતાં રતન રૂમાલ મૂકી ઊભી થઈ ત્યાં મણિલાલે દરવાજો ખોલવાનું કહ્યું.

રતને દરવાજો ખોલ્યો. મણિલાલ અંદર આવી ગયો.

રતનને મણિલાલના મોંમાંથી કંઈક જુદા જ પ્રકારની ગંધ આવતી લાગી. ચોક્કસ ન થતાં એ કંઈ ન બોલી. એ ઓસરીનું કમાડ બંધ કરી ઘોડિયાની બાજુમાં ત્રણ દીકરીયું સૂતી હતી ત્યાં બેઠી.

મણિલાલ રૂમમાં પાથરેલા ખાટલા પર બેસતાં બોલ્યો, 'મારી લુંગી ક્યાં મૂકી હે ગોતી દેજે.'

રતન ઊભી થઈ ચીમનીના અજવાળે રૂમની ધરીમાં લુંગી જોવા મંડી. પાછળથી મણિલાલે આવી તેને આલિંગનમાં લીધી. ચારે દીકરીયું સૂઈ ગઈ હતી.

રતનને એની આ હરકત ગમી હોય તેમ એણે પાછળ મણિલાલના મોં બાજુ પોતાનું મોં ફેરવ્યું. મણિલાલના મોંમાંથી પેલી ખાટી ગંધ આવતી અનુભવી. એના માટે આ અજાણી ગંધ હતી.

કામ દરમિયાન હરખાં ભેળાં થતાં ત્યારે કોલીની બાઇમણુંના મોંએ સાંભળેલ ચોલાંણાના આધારે અનુમાન કરી રતન સમજી ગઈ "એ આજે દારૂ પીને આવ્યા હે, એવું લાગેર્યું."

---

૨૯. વિખેડાં – રાંપ

મણિલાલે રતનને ઉપાડી ખાટલામાં સુવરાવી. એ બાજુમાં સૂવા જતો તો ત્યાં રતન બોલી.

'તમારા મોંમાંથી શેની છટ આવેરી? કીં શું પીધું હે?'

'દવા પીધી હે" - મણિલાલે કહ્યું.

'દવા પીધી નથી. કોને દારૂ પીધો હે.'

"લે દારૂ પીધો હે બીજું શું? આજ બપોરથી મજા નોતી આવતી. એટલે હાંજે ડાડુ કને ગ્યો તો. થોડો પી આયો. હવે મજા આવેરી. તનેય મજા આવશે જોજે તાં ખરી" - મણિલાલે કહ્યું.

"નથી ખપતી મને એવી મજા" કહેતાં રતન મણિલાલની બાહુમાંથી છટકી ખાટલામાંથી ઊભી થઈ ગઈ. રૂમ બહાર જતાં જતાં ઉંબરા પાસે ઊભી રહી.

"હવે મને હમજાયર્યું ફુઆ કનેથી છૂટા થયા પછી તમારો પગાર પેલાં કરતા વધારે હતો તો બધા પૈસા ક્યાં જતા'તા."

"ઇ વાત મૂકને. હમણાં પગારને શું કરવું હે? જે કરવું ખપે ઈ કર ને!' જરા રોકાઈ મણિલાલે કહ્યું,

"ઇયાં આવજે એક વાત કઉં!"

"નથી હાંભળવી મને તમારી એકેય વાત."- રતને રીસ અને ગુસ્સામાં કહ્યું.

"તને મારા હમ હે."

"ગમે એના હમ ઘોને. હું આજ તમારી વાતુમાં નીં આવું."

મણિલાલે રતનનો હાથ પકડતાં કહ્યું, "ઈયાં આવતાં ખરી" રતનને એની બાજુ ખેંચી એને ચુંબન કરવા પ્રયત્ન કર્યો. એને એમ હતું, રતન એના આગ્રહને વશ થઈ જશે તો પછી એને કઈ રીતે રાજી કરવી એ તો એને આવડે જ યું. એણે રતનનો હાથ કાંડેથી મજબૂત પકડ્યો હતો.

"મૂકો મારો હાથ." રતન મક્કમ બની, પોતાનો હાથ છોડાવવા પ્રયાસો કર્યા પણ એ સફળ ન થઈ. એને એક રસ્તો સૂઝ્યો. એણે કહ્યું.' મારો હાથ મૂકોર્યાં કે નીં? નૈં તો મરઘાંમાને હાકલ કરૂંરી!"

"અડે આ આપણા બે માહણની વાત હે એમાં મરઘાંમા શું કરશે?" - મણિલાલે કહ્યું.

"મરઘાંમા શું કરશે ઈ તમને જોવું હે ને? હું હમણાં બોલાવું રી. તમે શું કરી આયા હો ઈ એનેય ખબર પડે." ઓસરી વચ્ચેના કરાની પેલી બાજુ માંડ માંડ સંભળાય એવા અવાજે રતને 'બાઈજી' કહ્યું. રતનના મોંમાંથી જેવો બાઈજી શબ્દ નીકળ્યો કે રતનનો પકડેલો હાથ મણિલાલે છોડી દીધો.

"તું કેવી હો? કાંકતાં હમ જ. પારકો થોડો હઉ? હું તારો ધણી હૌં! દશબાર મહિને, મૈનોમાહ (મહિનોમાસ) બારેથી આવીએ ને તું આમ ઠાગાઠૈયા કર ઈ તને ઠીક લાગેર્યું?" મણિલાલે કહ્યું.

"મનેય જરાય ઠીક નથી લાગતું ઈ વાત હાચી. મને તમારી વાત માનીયે ખપે. પણ તમે તમે હો? તમે જૈયે તમે નથી તૈયે આ મને ઠીક જ લાગેર્યું.' કંઇક વિચારતાં રતનની આંખમાં આંસુ આવી ગયાં. "મેં તમારા હારું શું નથી કર્યું. આપડું આખું ગામ જાણેર્યું. આ ફૂલ જેવી દીકરીયું આડોશી–પાડોશીને ભળાવી. પેટે પાટા બાંધી રાત દી કાળી મજૂરી કરી તમારી દવા કરાવી. વતાડવા વાળાએ વતાડી એટલી બાધા માનતા કરી. તમારા નામના આખા આખા દીના કેટલાંય એકટાંણાં કર્યાં. તોય એક દાનકી નોતી પાડી. કેટલાય મૈના હુદી હવારી વેલી ચાર વાગ્યે ઊઠી ચાર ગાઉ પગે હાલીને એકલી રોજ માતાના આશીર્વાદ લેવા જતી. આવીને શિરામ પીધા વગર મજૂરે જતી. એની હામે આજ આવું કરીને તમે મારી બહુ કદર કરોર્યા." કહેતાં રતન રોઈ પડી.

એની વાતની કે એનાં આંસુની, દારૂના નશામાં મણિલાલના મગજ ઉપર કંઈ અસર ન થઈ. મણિલાલના મગજ ઉપર દારૂનો અને કામનો બેવડો નશો પૂરો સવાર થઈ ચૂક્યો હતો. એણે ઉપરથી ધમકીભર્યા અવાજે કહ્યું. "હું "હજીયે કઉર્યો, આ બે માહણનો મામલો હે એમાં માને ન બોલાવાય. મારું માન ને હું કઉ એમ કર."

"હો વાતની એક વાત. આજ હું તમારું કહ્યું નીં કરું' નીં કરું ને નીં જ કરું."

"તું ભૂલ કરોરી. તને તારી ભૂલનું પરિણામ ભોગવવું પડશે." મણિલાલે ધમકીભર્યાં સૂરમાં કહ્યું.

'ભોગવું જ રી. નાં છેલાં બે-વરમાં તમે શું હુખ દીધું હે મને?' - રતને આંસુ લૂછતાં કહ્યું.

"હું હવેની વાત કરુંર્યો." - મણિલાલે કહ્યું.

રતનને થયું 'મા વગર આ મામલો પતે એવું લાગતું નથી.' વળી વિચાર્યું. માને બોલાવીશ તો વાત બધે મોકળી થૈ જશે. તો જશે કેની? એની જ ને? ઇ કોણ હે? મારું જ માહણ હે ને? જો મગજમારી (માથાકૂટ) વગર ઇ હુઈ જતા હોય ને બીજીવાર આવું ન કરે તો હજુયે હું બધું ભૂલી જઈશ. પછીયે રેવું તો એના ભેળું જ ને?'

રતનને એક ઉપાય સૂઝ્યો. 'જો એને છાય પાઈ દઉં તો દારૂ જલદી

ક.

ઊતરે ને ઈ ઊંઘી જાય તો હવારે બધું થઈ પડે. આજના વર્તન માટે રતનને લાગ્યું. એનો વાંક નથી આ બધા દારૂના 'કામા' હે. આ વર્તન એણે નથી કર્યું દારૂએ કર્યું હે. દારૂ જલદી કેમ ઊતરે એ વિચારતી રતન રસોડામાં ગઈ. છાશનો મોટો વાટકો ભરી આવી.

"લ્યો છાય પીઓ ને મગજ ઠંડુ કરો. તમારું મગજ ઠેકાણે આવે પછી જોશું." - રતને છાશનો વાટકો મણિલાલ સામે ધરતાં કહ્યું.

મણિલાલ 'પછી જોશું' ની આશાએ એ મોટો વાટકો છાશ ગટગટાવી ગયો. "હવે જરા વાર આડા પડો. હું કોકીને ધવરાવીને પછી આવુંરી!" અને રતન કોકીને ઘોડિયામાંથી તેડી ધવરાવવા બેઠી.

"પણ જલદી આવજે. વાર ન લગાડતી." કહી મણિલાલ ખાટલામાં આડો પડ્યો અને એને ઊંઘ આવી ગઈ. મણિલાલને નસકોરાં ગેડતો (બોલાવતો) જોઈ રતનને થોડી નિરાંત થઈ.

એ આડી પડી પણ એને ઊંઘ ન આવી. તે રાત્રે રતન ખૂબ રડી. એ વિચારોનાં જાળાંમાં બરાબરની અટવાઈ ગઈ. પ્રયત્ન છતાં એ બહાર ન નીકળી શકી. એને ઊંઘ ન આવી. એ પડખાં ફેરવતી રહીને રડતી રહી. આ બધું ભૂલવા એણે જલાબાપાનું રટણ ચાલુ કર્યું. છતાં પણ એ કેમેય ભુલાતું ન'તું. વિચારતાં વિચારતાં મોડે મોડે એની ક્યારે આંખ મળી હશે એની એને ખબર જ ન રહી.

એ રાતના બનાવની વેદના રતનના ચહેરા ઉપર સ્પષ્ટ વર્તાઈ આવતી હતી. મણિલાલની ટીબીની બીમારી સામે એકલે હાથે હિંમતથી મુકાબલો કરનાર રતનનું આ બનાવથી મનોબળ તૂટી ગયું હોય એવું લાગતું'તું. એ થોડી ઢીલી થઈ ગઈ હતી.

રતનને દર વર્ષની જેમ આ વખતે મણિલાલ બારેથી (પરદેશથી) આવ્યાનો જે આનંદ, ઉત્સાહ, ખુશી અને તૃપ્તિનો નશો એના ચહેરા ઉપર રહેતો, એ આ બનાવ પછી બિલકુલ અદશ્ય રહેવા લાગ્યો.

એ બનાવના આઘાતમાંથી અનેક પ્રયત્નો છતાં રતન બહાર નીકળી શકતી ન હતી. એ મનોમન મૂંઝાતી રહી. આ વાત માને કહેવાથી બીજી ઘણી બધી ગરબડો ઊભી થશે એવી બીક હતી. એ અકળાઈ જતી અને એના મનના 'ખાર' ક્યારેક એની દીકરીયું માથે પણ નીકળી જતા.

સદાબહાર રતનનો ઝાંખો પડેલો ઝંખવાયેલો ચહેરો જોઈ, એક સાંજે નાનબાઈએ પૂછ્યું, "રતન, કે' ન કે', તને કાંક તકલીફ હે!" અને રતને જે

બન્યું હતું તે નાનબાઈને ખુલ્લા દિલે બધું કહી દીધું. રતન રડી પડી.

નાનબાઈએ ગંભીરતાથી કહ્યું, "તારા બનેવીને આજ જ વાત કરીશ. એની ડગળી ઠેકાણે તો લાવવી જ પડે. આવું કરે તો હલાવી થોડું લેવાય. તું ભરાભર પકડ લેજે. ઢીલી ન થજે. નકો દુઃખી દુઃખી થૈ જૈશ કોલણુંની જેમ. પણ ફરીવાર આવું ન કરે તો તારેય મગજમારી ન કરવી ને તુંયે બધું ભૂલી જજે.'

બીજે જ દિવસે મનસુખભાઈએ કામને બહાને વાડીએ બોલાવી નાનબાઈની હાજરીમાં મણિલાલને ઠપકોય દીધો ને કડક થઈ ચેતવણી પણ આપી. મણિલાલે પોતાની ભૂલ કબૂલી અને એના માટે માફી પણ માગી ને ખાતરી પણ આપી "હવે તમારા કને ફરિયાદ નીં આવે બસ."

મનસુખભાઈ અને નાનબાઈએ આ રીતે ઠપકો આપ્યો એ બાબતે મણિલાલને થોડું ખોટું લાગ્યું. 'બે માહણ વચ્ચેની વાત ત્ર્યાટને કરવાની શું જરૂર? ઈતો એક જ વાર ભન્યું હતું ને? પછી મેં ક્યાં એવું કર્યું હે? જો ફરી ફરી એવું કર્યું હોય ને એના કને વાત કરે તો હમજ્યા. પણ એકવાર માંય ઘરનો મામલો ગામમાં થોડો લૈ જવાય.'

એના વર્તનમાં અને એના ચહેરા ઉપર થોડા દિવસ આની અસર વર્તાઈ હતી. એ ચાલાક રતનથી અછાનું ન હતું.

રતનનું મન એમ કહેતું હતું. 'મનસુખ પટેલે જે કે'વું હતું તે ભલે કેધું પણ કોઈને ધાકધમકીથી સુધારવા એ ઘણું ઓખું કામ હે. ધાકધમકીની અસર તો આપણી હાજરી હોય ત્યાં હોદી રે પણ પછી? ઇ થોડા કાયમ ઇયાં રેનારા હે. જો એને હાચે હાચ સુધારવા હોય તો પ્રેમથી જ સુધારી હકાય. છેવટે સરવાળે દરેક જીવ પ્રેમનો જ ભૂખ્યો હે ને આ પ્રેમના અભાવનું જ પરિણામ હે.'

એના પછી રતન એના ઉપર ઓળઘોળ થઈ ગઈ. એ રાતનો બનાવ બન્યો જ નથી. એ રીતે ઓલ્ટાણાં દીધા વગર રતને મણિલાલને પ્રેમથી તરબતર કરી દીધો. એને દારૂના નશા કરતાં રતનના પ્રેમનો નશો વધુ અસર કરી ગયો. એના પછી મણિલાલને ક્યારેય દારૂ યાદ ન આવ્યો. એ દારૂને બિલકુલ ભૂલી ગયો. રતનનું વર્તન પણ એવું જ રહ્યું કે જાણે એ બનાવ બન્યો જ ન હોય. એ બનાવ અંગે રતને મણિલાલને એકપણ ઓલ્ટાણું નોતું આપ્યું. રતનને થયું, ભૂલ મારી જ હે 'મને પેલેથી કામને બદલે એનામાં થોડું વધુ ધ્યાન દેવું ખપતુંતું. મેં જો પહેલેથી જ એનામાં ધ્યાન દીધું હોત તો મજા ને સંતોષ હારું એને ડાડુ કોલી કને ન જવું પડત. આ તાં હારું થ્યું ડાડુ કને ગ્યાતા. પણ કોક મારા જેવું મલ્યું હોત તો હું એને કેમ વાળી હકી હોત. હું

ક્યાંયની ન રે'ત."

રતને તે રાત્રે "કહ્યું ન કર્યાનો ને મનસુખ પટેલ અને નાનબાઈને વાત કાં કરી?" નો ડાઘ મણિલાલના મગજમાં થોડા દિવસ રહ્યો પણ રતનના નિર્મળ પ્રેમના ધોધમાં એ ડાઘ ટૂંક સમયમાં જ એવો જડમૂળથી ધોવાઈ ગયો કે મણિલાલના દિલમાં ક્યાંય એનું ઝાંખું ઝાંખું પણ નિશાન ન રહ્યું.

'હવે કલકત્તે નથી જવું.' એવું વિચારતો હતો ત્યાં કલકત્તાથી એના શેઠની ટપાલ આવી. જેમ બને તેમ જલદી આવી જવાનું શેઠે લખ્યું હતું.

નાનબાઈ અને મનસુખ પટેલ દ્વારા આગ્રહ કરી દિવાળીનાં ખળાં કઢાવીને જ જા. ત્યાં સુધી ગામમાં મૂલ મજૂર ચાલશે. પછી તને શું ખપે?' એમ રતને કહેરાવ્યું. ને મણિલાલને પણ એ ગમ્યું.

મણિલાલને રતનનો સતત સહવાસ ગમતો હતો. એની પણ કલકત્તે ન જવાની કે જેમ બને તેમ જવાનું ઠેલતા જવાની ઇચ્છા થતી હતી. રતને કહ્યુંય ખરું ક્યાંક વેત ખાય તો ઇંયાં જ વરોંદી (વર્ષ આખાની બાંધી મજૂરી) ભરોને!' રતનને પેલી છૂપી બીક હતી કે મારાથી દૂર થતાં એ લગામ વગરના થઈ જશે તો?

પરંતુ ક્યાં કલકત્તા શાહા શેઠનો પગાર ને ક્યાં વરોંદીની આવક?

અને કારતક ઊતરતાં નારી[30] મહિને મણિલાલે કલકત્તા જવાનું નક્કી કર્યું.

૩૦. નારી-માગસર

૧૪. દીકરી જ્યોતિનું સ્કૂલમાં સન્માન

મણિલાલને કલકત્તા જવા દેતાં પહેલાં રતને પાણી પહેલાં પાળ બાંધી.

એની પાસે ભગવાનનો દીવો ઊપડાવી દારૂ ન પીવાના સૌગંદ લેવરાવ્યા. પોતાના તથા દીકરીયુંના પણ સૌગંદ ખવરાવ્યા. આટલું કર્યા પછીયે રતનને ઊંડે-ઊંડે થોડી બીક તો હતી જ. મારી નજરથી દૂર જૈને ફરી શીખી જશે તો? ઇયાં મારા પ્રેમના નશામાં ને મરઘાંમાની બીકમાં કાબૂમાં હતા પણ હવે?

હવે તો ઇ એટલા છેટે જનારા હે કે ત્યાં પોતાના પ્રેમની અને મરઘાંમાની ધાકની અસર નથી જ રેવાની તો પછે શું? છતાં જવા તો દેવા પડશે ને?

અને મણિલાલ કલકત્તા ગયો.

લગ્ન કર્યાનાં આટલાં વર્ષોમાં પહેલાં ક્યારેય નૈને આ વખતે કોણ જાણે કેમ રતનને પણ એની યાદ આવવા લાગી. એને બગડી જવાની બીકના સ્મરણથી કે એને છેલ્લે છેલ્લે મણિલાલને દારૂ ભુલાવવા માટે પત્ની સાથે પ્રેમિકાનું જે પાત્ર ભજવ્યું હતું, તેનાથી એના દિલને અને મનને પણ ખરેખર એનો પ્રેમ યાદ આવવા લાગ્યો. એને સવાર બપોરે ને સાંજે એ યાદ આવવા લાગ્યા.

ઘણી વાર એનાથી અનાયાસે સરખામણી પણ થઈ જતી.

એને થતું 'પહેલાંની જિંદગી તો જીવવા ખાતર જિવાતી હતી. જ્યારે હવે તેને જિંદગી જીવવા જેવી લાગી. પહેલાં દર ચોમાસે આવતા અને જતા. આ રીતે એનું આવવું અને જવું જાણે યંત્રવત્ સંસારી જીવનનો માત્ર એક ફરજનો ભાગ લાગતો હતો. જાણે લાચાર મજબૂર ફરજિયાત ફરજ બજાવતો પગારદાર નોકરિયાત. એ આવતા અને પગારદાર નોકરિયાતની જેમ ફરજ બજાવી મુદત પૂરી થયે પાછા જતા રહેતા.

પરંતુ એના છેલ્લા રોકાણ દરમિયાન પતિ-પત્નીના સંબંધો ગરીબી-અમીરીની અસરથી મુક્ત લાગ્યા. એને થયું આ બાબત ભગવાને કેવી સમતોલ આપી છે સૌને નહીં તો અછતિયાં (ગરીબો) સાંસારિક સુખ પૂર્ણપણે કેમ પામી શક્યાં હોત?

ગરીબ હોય કે અમીર પણ આ સબંધોની સફળતા અને સંતોષ માટે કોઈને ગરીબી-અમીરી બાધા કે વરદાનરૂપ સાબિત થતી નથી. રતનને થયું ભગવાને સંસારી જીવનમાં સફળતા અને સંતોષનો આંક જે-તે વ્યક્તિનાં દિલ અને દિમાગ ઉપર આધારિત રાખ્યો છે. એટલે જ કદાચ ગરીબો અમીરો કરતાં સાંસારિક જીવન બાબતે વધુ વાસ્તવિક સંતોષ અનુભવે છે. અને એ સંતોષના આધારે અને આશાએ એ એના જીવનમાં આવતા ઢાળ-ચઢાણ, નાની-મોટી મુશ્કેલી કે દુ:ખ એને નિરાશ કરી શકતા નથી. અને એ સંતોષતંતુના સહારે પાતળી સગવડો વચ્ચે પણ આખો જન્મારો પરસ્પર હૈયાની હૂંફને આધારે હસતાં હસતાં વીતાવે છે.

રતનને પતિ-પત્નીના સંબંધો હવે હાચાહાચ ભગવાનનું વરદાન લાગ્યા.

આવી અનુભૂતિ રોજબરોજ મહેસૂસ થવા લાગી ત્યાં એને એકલું રહેવાનું આવ્યું.

દિવસ તો મૂલમજૂરના કામે અને સવાર સાંજ દીકરીયું અને ગાયની સાર સંભાળમાં કેમ પસાર થઈ જતો એ ખબર જ ન પડતી. ને મોડી સાંજનો વધઘટનો સમય પસાર કરવા નાનબાઈ આવી જતી, પરંતુ રાત્રે?

મણિલાલને પેલી બાબતે બાંધવામાં ને સોગંદ ખવરાવવામાં નાનબાઈ અને મનસુખભાઈને ભેળાં જ રાખ્યાં હતાં. દવાખાનાના ને દારૂના બનાવ પછી રતન અને નાનબાઈ ખૂબ નિકટ આવી હતી.

રતન પોતાની ખાનગીમાં ખાનગી વાત પણ નાનબાઈ પાસે છુપાવતી નહીં. નાનબાઈને પોતાની અમુક અંગત બાબતો કહેવામાં થોડો સંકોચ થતો અને શરમાતી. પણ રતન તો કહેતી 'એવા ભેદ રાખીયે તો પછી આપણાં બેનપણાં માત્ર કહેવાનાં?' મણિલાલ હતો ત્યારે બે પતિ-પત્ની વચ્ચે થતી વાતો, ક્રિયાઓ વગેરે એ ઉત્સાહમાં આવી ભોળાભાવે કહી દેતી ને કહેતી." તને બધી ખબર તો હે તું ક્યાં કુંવારી હો કે મને તારી મર્યાદા રાખવી પડે.

દારૂવાળા બનાવ પછીના છ મહિનામાં તો બંને બહેનપણીઓ અમુક મુદ્દે અને અમુક સંજોગોમાં પોતાના પતિ સાથે કેમ વર્તવું? કેમ કામ કઢાવવું? શું કરવું? શું ન કરવું? વગેરેમાં પરસ્પર સૂચનથી એ બે સંપૂર્ણ ઐક્ય ધરાવી ચૂકી હતી.

બે મહિનામાં બે ટપાલો અને બે વિમા (મનીઑર્ડર) પણ આવી ગયાં. એ હવે દર મહિને સારા એવા પૈસા મોકલવા લાગ્યો હતો. રતન હવે મૂલ મજૂર ન કરે તોય ચાલે તેવું હતું. છતાં રતન મૂલ મજૂરની હાકલ હોય તો

કદી દાનકી ન પાડતી. એને થતું.' આ માતાજીયુંને[31] મોટીયું થતાં ક્યાં વાર લાગશે ? હમણા એના દી આવી જશે. તો પહેલેથી જ થોડી ગોઠવણી કરી હોય તો તે દી તાણ ન પડે. ચાર દીકરીયું દઈને ઇયે (ભગવાને) કસોટી કરેર્યો કે જોઉં તો ખરો એના સંસ્કાર! દીકરીયુંથી કેવો પ્રેમ કરેર્યાં. ઇ જોઉ તો ખરો ?'

એ ભગવાનને ક્યારેક કહેતી 'તારી પરીક્ષામાં નાપાસ થાય ઈ આ રતન નીં! મને ભલે ઊભા ઘરે આવવું પડ્યું પણ હું તો દીકરીયું ને ભરાભર ભણાવીશ ને મોટી ધૂરને (મોટા ઘરને) લાયક બનાવીશ. હવે તાં ઇ મરતે મરતે હાજાય થઈર્યાં ને બગડતે બગડતે સુધરીયે ગ્યા. હવે હું એકલી થોડી હૌં ? આ રીતે જો અમારું હાલ્યું જશે તો ખપે શું? ભગવાન એને હાજાહારા રાખે તોય બસ !

દીકરીયું ને ભણાવવાનાં ખૂબ અરમાન હતાં એને. પોતે ભણેલી ન'તી છતાં સાંજે લેશન કરતી દીકરીયું પાસે બેસીને એને પ્રોત્સાહિત કરતી.

સ્કૂલે જતી બંને દીકરી હોશિયાર હતી. તેમાંય મોટી દીકરી જ્યોતિ તો સ્કૂલમાં પહેલો નંબર આવતી. ને માત્ર ભણવામાં નહીં; રમવામાં, ગાવામાં કે બધી જ પ્રવૃત્તિમાં એનો પહેલો નંબર હોય જ. આને લઈને સ્કૂલમાં એનું માન હતું.

એકવાર જન્માષ્ટમી ટાણે ૧૫ ઑગસ્ટના પ્રોગ્રામ સમયે હાતમ કરવા આવેલા પટેલ સમાજના બધા જ ભાઈઓની હાજરીમાં તેના સારા રિઝલ્ટ, નિયમિતતા, શિસ્ત, ઓલ રાઉન્ડર દેખાવ બદલ સ્કૂલ તરફથી એને આદર્શ વિદ્યાર્થીનું ઇનામ આપી તાલુકા પંચાયતના પ્રમુખના હસ્તે તેનું સન્માન કરવામાં આવ્યું. એ સમયે આચાર્યશ્રી જોષીસાહેબે પોતાના પ્રવચનમાં કહ્યું'તું "જ્યોતિ બહુ હોશિયાર દીકરી છે. એને યોગ્ય માર્ગદર્શન અને પ્રોત્સાહન મળશે તો ભવિષ્યમાં નામ કરશે." ત્યારે સમાજમાં ઘણા બધાએ એની પીઠ થાબડી હતી. ને એને રોકડ ઇનામ પણ આપ્યાં હતાં. ત્યારે રતનની આંખમાં હર્ષનાં આંસુ આવી ગયાં હતાં. તેની છાતી ગજગજ ફૂલતી હતી.

---

૩૧. માતાજીયું - દીકરીયું

દીકરી જ્યોતિનું સ્કૂલમાં સન્માન ૭૫

૧૫. કલકત્તે જવાની ના લખી

કલકત્તા ગયા પછી મણિલાલને રતન ખૂબ યાદ આવવા લાગી. રતનની પ્રેમાળ વાતો યાદ આવવા લાગી. એનો લંબગોળ હસમુખો ચહેરો, એનું સુડોળ ઘાટીલું શરીર, પાતળી કમર એની લચકાતી ચાલ અને એની મારકણી આંખો યાદ આવવા લાગી. એને રતન દિવસે પણ યાદ આવી જતી તો રાતની કેટલી યાદ આવતી હશે? દિવસ તો કામની વ્યસ્તતામાં વીતી જતો; પરંતુ રાતના તેને પેલા 'કામના' વિચારો ઊંઘવા ન દેતા ને તેની રાત વીતતી નહીં.

આ સ્થિતિમાં એ ક્યારેક બેબાકળો થઈ જતો અને કલકત્તા છોડી કચ્છમાં ભાગી જવાનું મન થઈ જતું.

જેમ જેમ સમય પસાર થતો ગયો તેમ તેમ એ બધું આગળ વખતની જેમ ધીમે ધીમે ભુલાવાને બદલે વધુ પ્રબળ રીતે યાદ આવવા લાગ્યું.

કારખાનામાં (સોમિલમાં) જલાઉ લાકડા લેવા આવતી દરેક સ્ત્રીમાં એને રતન દેખાવા લાગતી. એના અંગઉપાંગ તેને રતનનાં અંગ જેવાં લાગતાં. તેના એ અંગ સાથે રતનના અંગને મનોમન કલ્પના કરી સરખાવતો. આ સ્થિતિમાં એ ક્યારેક મનને કાબૂમાં ન રાખી શકતો. ક્યારેક આવા સંજોગોમાં તે અન્ય સ્ત્રીઓની કલ્પના કરી એના વિચારોમાં ચડી મન બહેલાવતો. એને થતું "આ ચડેલા કામનું ઝેર ઊતારવાની વ્યવસ્થા જલદી થૈ જાય તો ઠીક, નૈ તો હું આમ નીં રૈ હકું!"

આમ આવા વિચારો એને સતાવ્યા કરતા. એ પેલા કામના ધ્યાનમાં એને શેઠે સોંપેલા કામથી બેધ્યાન થઈ જતો.

ઘણી વાર એ લાકડાના વહેરાતા આર્ડેરમાં ભૂલો કરી બેસતો એનું વહેરણકામ જે સફાઈદાર હતું તે પણ બગડતું ગયું. એના હાથથી વેરાતા માલનો ઉતારો ઘટવા લાગ્યો. એ ભૂલોને કાબૂ કરવા જતો તો પહેલાંની જેમ ધાર્યું કામ નીકળતું નહોતું. આ બાબતે સુપરવાઇઝર કંઈક કહે તો મણિલાલ તેના ઉપર ગરમ થઈ જતો. ને શેઠના વિશ્વાસુ અને ઉંમરલાયક વડીલ જેવા

સુપરવાઇઝરને એ ન કહેવાનું કહી બેસતો.

વિનય વિવેક અને મર્યાદા જાળવનાર સંસ્કારી મણિલાલનું આ સ્વરૂપ જોઈ સુપરવાઇઝરને પણ નવાઈ લાગતી.

રજાના દિવસે એક સાંજે કંટાળેલા મણિલાલને થયું, 'કલકત્તે નથી રહેવું શેઠ કનેથી રજા લઈ કચ્છમાં જતા રહેવું છે.'

"કચ્છમાં જઈને કરીશ શું?" "ખેતી કરીશ!" "તારી પોતાની ક્યાં વાડી હૈ? (પિયત જમીન છે?) ઇયે સાચું થોડી ઘણી પિયત જમીન હોય ને ભાગી જાઉ તો વાંધો નૈ. છેવટે માહણને ખાવા તો રોટલા જ ખપેને? એટલાં તા થોડી ઘણી પિયત જમીન હોત તો (વાડી = પિયત જમીનવાળી ખેતી) પણ પકાવી શકાત. પણ પાણીવાળી જમીન જ ક્યાં હૈ તારી કને? એની પાસેની પાણી વગરની જમીન અને પાણીવાળી રતનને લઈને મણિલાલને એના દિવસો હવે વિતાવવા વસમા થઈ પડતા હતા.

સુપરવાઇઝરને સામા થવાની બે-ત્રણ ઘટના બન્યા બાદ એ સુપરવાઇઝરે મણિલાલના વર્તન બાબતે શેઠને ફરિયાદ કરી. પણ શેઠે વિચાર્યું, મણિલાલ જેવો કર્તવ્યનિષ્ઠ કારીગર છૂટો કર્યા પછી આવો કારીગર મલવો મુશ્કેલ છે.

બંગાળી શાહાશેઠ માનતા આવા કામોઢાને શેઠ ભક્ત (વફાદાર) માણસો જ કોઈ પણ પેઢીના વિકાસ રથનાં પૈડાં હોય છે. તેથી મણિલાલ જતો રહે એ એને કોઈ પણ હિસાબે પાલવે તેવું નતું. એને ગમે તે ભોગે, ગમે તે ઉપાયે ચાલુ રાખવો જ રહ્યો.

શેઠે બીજા માણસો દ્વારા જાણ્યું કે હમણાં હમણાં મણિલાલ એના દેશમાંથી આવ્યા પછી દારૂ બિલકુલ નથી પીતો. બહુ આગ્રહ કરવા છતાં એ હાથ પણ નથી લગાવતો.

શાહા શેઠ ખુદ વેપારી હતા. એને મણિલાલ જાય એ બિલકુલ પોષાય તેવું ન'તું. એણે એક દિવસે રિસેસમાં ઑફિસમાં બોલાવ્યો.

શાહા શેઠે એની સાથે કચ્છની, એના પરિવારની, એનાં બાળબચ્ચાંની અને અન્ય બધી વાતો નિરાંતે કરી. જે જગ્યાએ મણિલાલ બેઠો હતો ત્યાં ટેબલ ઉપર કેટલાંક જુદા જુદા વિષયનાં છાપાં, મેગેઝિનો મૂક્યાં હતાં. દરમિયાન મણિલાલ પાનાં ઉથલાવતો જોતો હતો. એની નજર ખાસ તો સ્ત્રીઓનાં ચિત્રો જોવામાં હતી. અને એમાંય પિક્ચરની હીરોઈનોની હીરો સાથે અમુક અદાઓવાળાં ચિત્રો પર એની નજર વારંવાર ઠરતી હતી.

ચતુર શાહા શેઠે આ બધું તિરછી નજરે જોઈ લીધું.

એ બાબતનો તાગ મેળવવા જ એમણે આ મેગેઝિનો મૂક્યાં હતાં.

ચા પી, થોડીવારે મણિલાલ બહાર નીકળી ગયો.

મણિલાલના ગયા પછી શાહા શેઠે વિચાર કર્યો. મણિલાલને અહીં ટકાવવા માટે બેમાંથી એક વસ્તુ એના હસ્તગત હોવી જરૂરી છે. સ્ત્રી અથવા દારૂ, શાહા શેઠે બીજે જ દિવસે મણિલાલને બોલાવીને કહ્યું.

'મણિલાલ, તને અહીં કારખાનામાં રહેવાની વ્યવસ્થા કરી આપું છું. તને તારા છોકરાં લઈ આવવાં હોય તો લઈ આવ. ખર્ચ હું આપીશ.'

મણિલાલે શેઠને સ્પષ્ટ જવાબ ન આપ્યો. 'વિચારી લઉં' કહી ઊઠી ગયો. એણે વિચાર કર્યો. 'એને ઇયા તેડી આવીશ તો આવા હલકા વિચાર, વાણી અને વર્તનવાળા માહણ વચ્ચે એને નીં ફાવે. દીકરીઓ પણ હવે મોટી થતી આવેરીં. એના પર આવા આડોસી-પાડોસીને લીધે કેવા કેવા સંસ્કાર પડે? વળી ઇયાનું ભણતર જુદું ને ત્યાંનું જુદું. એટલે દીકરીયું ગુજરાતી ક્યાં ભણવા જાય? વળી ઇયાં ગુજરાતી બોલવાવાળું કોય ન મળે તો એ કેની કને વાતચીત કરી ટેમ કાઢે? ઇ પોતાના કરતાં દીકરીયુંના ભવિષ્યનું બૌ વિચારવાવાળી હે એટલે હું કેશ તોય હા નીં જ વાળે ને કહ્યું કરીને કદાચ આવે તો એને ફાવશેય નીં એવું લાગેર્યું."

તે જ દિવસે કચ્છમાં ટપાલ લખી, મણિલાલે ટપાલમાં બધી વિગત જણાવી અને તાત્કાલિક જવાબ લખવા જણાવ્યું. બધો ખર્ચો પણ શેઠ દેશે એવું લખ્યું. તમો ગાય બાપાવાળાને ત્યાં પોચાડી આવજો. ને ઘરનું બધું હાંકડું કરી રાખી મને કાગળ લખજો. તો હું તેડવા આવું.

રતનને પત્ર મળતાં. જ્યોતિ પાસે વંચાવી સાંભળ્યો.

વિગત જાણી રતન વિચારમાં પડી ગઈ.

પ્રથમ તો એને કલકત્તા જવાની વાતથી રોમાંચ થયો. ફુઆએ એની ઇચ્છા અને આકાંક્ષાઓ પર પાણી ફેરવ્યું હતું, તે મૂર્છિત ઇચ્છા અને આકાંક્ષાઓ આજે ફરીથી મ્હોરતી દેખાઈ. પોતે રજાના દિવસે જયાબહેનની જેમ દક્ષિણી સાડી પહેરી દીકરીયું સાથે બજારમાં ફરવા જશે. ને પિક્ચર પણ જોવા મલશે. કાગળમાં લખ્યા મુજબ ખર્ચો બધો શેઠ દેશે. તો તો મારા નવા દાગીના પણ ઝપાટે થઈ હકશે.

"પણ મૂર્ખી શેઠ ખર્ચો કાં દે? તું હમજતી નથી. આમા એનો કાંક છૂપો મતલબ હશે."

આ બધા વિચારોમાં રતનને રાતની ઊંઘ ન આવી. રાત્રે નિરાંતે વિચાર

કર્યો. એણે જલાબાપાને પ્રાર્થના કરી કહ્યું .

"બાપા મને શું કરવું. રસ્તો બતાવો." બીજી જ ક્ષણે એને એક નવો વિચાર આવ્યો, 'ભલે પેલાની જેમ હવે ઘોડિયામાં હગપણ નથી થતાં તોય દીકરીયુંના બાર ચૌદે વરહેં તો સંબંધ કરવા જ પડે ને? હા હા હવે બેચાર વરહે તાં સંબંધ જોવા જ પડશે.'

'કચ્છમાં હૈયેં તોજ ઈ બધું નિરાંતે જોવાય. કલકત્તે બેઠાં દીકરીયુંના સંબંધ થોડા થશે. તો ફરી પાછાં બે વરમાં ઘર ખુલવાં. ઈ બધી જફાવાળાં કામ કેવાય!

વળી, ત્યાં દીકરીયુંને ગુજરાતી ક્યાં ભણાવવી? બંગાળી ભણાવીએ તો આપુંને શું કામનું? આપુંને નકામું જ પડે. આવું વિચારી એ "કલકત્તે નથી જવું" એવા નિર્ણય પર આવી.

આ બાબતે નાનબાઈ અને મરઘાંમા સાથે ચર્ચા કરી. એ જ ફાઈનલ કર્યું. એણે જ્યોતિને બાજુમાં બેસાડી કલકત્તા ટપાલ લખાવી. 'ત્યાં અમો આવશું નૈં તે જાણશો.' સાથે બધાં કારણો પણ લખી મોકલ્યાં.

મણિલાલને ટપાલ મલી. વાંચી એનું મગજ ચકરાવે ચડ્યું. એની આશાઓ ઉપર પાણી ફરી વળ્યાં. 'બધો ખર્ચો શેઠ દેતા'તા તો એને તાં ઇયાં આવીને હુખ જ ભોગવવું હતું ને? પણ શું કરે? ઇ ભોરાડીના નસીબમાં સુખ જ ન હોય તો બીજાં શું કરે?

"હાચાહાચ ઇ ભોરાડી જ હે. એના નસીબમાં હુખ નથી તો એના ભેળું રે એને હુખ ક્યાંથી મળે?" કાગળમાં કેટલું હમજાવી હમજાવી લખ્યું હતું. તોય મગજમાં ન બેહે તો પડી રે ઉંવા ને ઉંવા. ભલે કરે પડી મજૂરી. ઇંયાં ક્યાં એને કામ કરવુંતું? એને તાં બેઠે જ રોટલા ખાવાતાં ને? ઇંયે એનાથી ન ખવાય તો અભાગ એનાં...!'

મણિલાલ ટપાલ વાંચી બિલકુલ નિરાશ થઈ ગયો. તે રાત્રે વિચારોમાં ને વિચારોમાં મણિલાલને આખી રાત ઊંઘ ન આવી. એ દુઃખી દુઃખી થઈ ગયો. ઊંઘ ન આવવાથી એને કામનો થાક પણ ન ઊતર્યો. સવારે એના ચહેરા ઉપર થાક સ્પષ્ટ વર્તાતો હતો.

એની સામે તાણવાનું (હેલ્પરનું) કામ કરનાર એક બંગાળીએ સાંજે કહ્યું. "બાબુજી તબિયત અછી નહીં હૈ ક્યા? દવા ચાહીએ તો બોલો મેરે પાસ હૈ!"

મણિલાલે ના પાડી. એને માતાજીનો દીવો ઉપાડી ખાધેલા સોગંદ યાદ આવ્યા.

રાત પડી. અગિયાર વાગ્યા.

બધા સૂઈ ગયા, પણ મણિલાલને ઊંઘ ન આવી. એ હારી ગયો. એને રાતના બાર વાગે પેલા બંગાળીને જગાડીને કહ્યું અને એ દવા લઈ આવ્યો.

એને આ વખતે ન દીકરીયુંના સોગંદ યાદ આવ્યા કે ન માતાજીના સોગંદ યાદ આવ્યા. એ આંખો મીંચી દવાનો આખે આખો ગ્લાસ તેક દઈ ગટગટાવી ગયો.

મણિલાલને હવે નિરાંતની ઊંઘ આવી ગઈ. સવારના જાગ્યો તો એનામાં થોડી તાજગી હતી. એના શરીરમાં ચેતનાનો સંચાર હતો.

તે દિવસે તેના કામથી સુપરવાઇઝરને પણ સંતોષ થયો. તે રાત્રે મણિલાલે દારૂ પીતાં તાં પીધો પણ પીધા પછી બીજા દિવસે આખો દિવસ એના દિલમાં સખત ચરચરાટી થઈ. એને પસ્તાવો થયો.

"મેં ભૂલ તો મોટી કરી જ નાખી. એને ખવરાવેલા હમ ખાલી પોતા હારું જ ખવરાવ્યા હતા શું? હું કેવો ભેકદરો (કદરહીન) માહણ હૌં ? સાલા ગધેડા તને નવું જીવન દેનાર સતી સાવિત્રી જેવી તારી બાઈમણ (પત્ની)ના માથે હાથ મૂકીને ખાધેલા હમ પણ ન નડ્યા? તારા ચપ (હોઠ) ઉપર ગ્લાસ મૂકતાં તને તારી ફૂલ જેવી નિર્દોષ દીકરીયુંનોય વિચાર ન આવ્યો? હવે એવું લાગેર્યું તને ભગવાનનીયે બીક નથી!"

"એની બીક રાખવાની જરૂરે શું હે હવે! રોજ હવાર હાંજ ભૂલ્યા વગર યાદ કરતાં હૈયે તો શું આપણા પ્રત્યે એની કાંય જવાબદારી નીં?. જિંદગી આખી કેનુંયે કાંય ખોટું નથી કર્યું. જ્યાં નોકરી કરી, ત્યાં ધણી થૈ ને ઢહેડો કર્યો. તોય બધા કદર વગરના જ શેઠ મલ્યા."

"મણિલાલ જૂઠું ન બોલ. શાહા શેઠે તારા કામની કદર કરી. તને ઓફર નતી કરી? ખોટું ન કહેવાય એને ઓફર તો કરી જ હતી. કુટુંબ તેડી આવવાની ને એનો ખર્ચોય ઈ પેન્ઢ (પોતે) ભોગવતાતા પણ તારા નસીબમાં ન હોય ને તું ઇ તક ન ઝડપ એમાં ભગવાનનો શું વાંક?- તો કેનો વાંક? માહણ કેર્યાં તું નસીબવાળો હો તૈંયે તાં તને આવી હખ્ખરને હોશિયાર બાઈમણ મળી."

ઈ હોશિયાર હે ઈ હાચું. પણ આપડી કોય વાત ન હમજે, એવી હોશિયારી શું કરે? ઈ પોતાના હુખનોય વિચાર ન કરી હકે તો એને હોશિયાર કેમ કેવાય? તોય બધાં કે એની વૌ બૌ હોશિયાર હે. જો આમ જ કરે તો એની હોશિયારી શું કામની? એની (એવી) હોશિયારી જાય ભાડમાં. એના નસીબમાં હુખ ન હોય ને ઈ ન ભોગવે ઇતાં ઠીક હમજ્યા. પણ એને લીધે

આપુંને હુખ ભોગવવા ન જડે એનું શું? આ મનખો વારેવારે થોડો આવનારો હૈ. લખ ચોરાસીમાં ભટકાઈ ભટકાઈને કોણ જાણે હવે કૈયે નંબર લાગશે ફરી મનખાવતારનો.

હમણાં જિંદગી આખી મજૂરી કરીને તૂટી જૈએ, તોય બાઈમણ છોરાં ભેળાય નૈ? બારે મૈને, મૈનોમાહ ભેળાં રૈયેં તૈયે, હગાંવાલામાં જવું, હગાવાલાં મળવા આવે. એને મો દેવાં ને એમાંય ઓછું હોય એટલે આવે હાતમની જાગ્યાની રાતું અને મજૂરે જવાની રોજની બબાલ તો ખરી જ. ઈ બધાં થાકોડામાંથી માહણ ઊંચું આવે તૈયે જીવે ને? ઇતાં એમને એમ ગેઢા થઈ જવાશે.

આડે દીયે ઘરે છોરાં છૈયાંને માવતરુંની મર્યાદામાં બધું વેન્જાયું. હમણાં જુવાનીમાં અલગ રેવાનું ને ગેઢા થઈને ભેળાં જોહાઈએ એમાં શું લકુંબો કાઢ્યો? (કાઢે).'

એ જ્યારે જ્યારે નવરો પડતો ને ઘર યાદ આવતું ત્યારે ત્યારે આ રીતે અકળાઈને મનોમન વલોપાત કરતો.

એ શરૂઆતમાં રજાના દિવસે જ દારૂ પીતો એ જ્યારે જ્યારે દારૂ પીતો પછી ફરી એને પસ્તાવો પણ થતો. આવું ન કરવું ખપે એવી અનુભૂતિ પણ થતી. અને તે વખતે એ મનથી નકીયે કરતો. આ પીધો ઇ પીધો હવે ફરી નીં જ પીઉં. પણ ફરી ટેન્શન અને વિયોગની વેદના ભૂલવા એ પગલું ફરી ફરી ભરી બેસતો.

હવે દારૂ એના માટે સમય પસાર કરવાની અને આ બધું દુઃખ ભૂલવાની મજબૂરી બની ચૂક્યો હતો. સાથે સાથે એ કચ્છના ઘરની આર્થિક સ્થિતિ પણ એ ભૂલ્યો ન હતો. એ કરકસરથી રહી જેમ બને તેમ વધારેમાં વધારે રૂપિયા કચ્છમાં મૂકતો; પરંતુ પહેલાંની જેમ ટપાલ લખવાની નિયમિતતા નહોતી જળવાતી. પહેલાં મનીઑર્ડર સાથે કાગળ અવશ્ય લખતો.

એને પણ દીકરી જ્યોતિના હાથની મોતીના દાણા જેવા સુંદર અક્ષરોથી લખાયેલી ટપાલ વાંચી ખૂબ આનંદ થતો . એને જ્યારે જ્યારે ઘરની યાદ આવતી ત્યારે ત્યારે ઘરેથી આવેલ ટપાલ ફરી ફરી વાંચતો.

આ રીતે એક ટપાલ અનેક વખત વાંચતો.

ક્યારેક કાગળમાં રતને લખાવેલી લાગણીશીલ વિગતો વાંચી એની આંખમાં આંસુ પણ આવી જતાં એને એમ થતું. 'પોતાનું ગામ, આવી જવાય એટલે પઘડે ઘા હોય તો તો ખપે શું? અઠવાડિયાંની રજા લઈ બધાનું મોંય જોઈ અવાય. આટલા સારા પગારમાં બે મહિને નવા જૂનાય થઈ અવાય. આ

તો આઠ દશ દિવસનો તો રસ્તો જ થાય. આટલે દૂર સેજેં (સહેજે) તો ઠીક પણ કાંક સામાન્ય હાજામાંદાઈ યે પણ ગોળ્યું પળ્યું કરવું પડે.'

આ બધા ગમને ભૂલાવવા એ દર રવિવારે એના બંગાળી (હેલ્પર-તાણવાવાળા) કારીગર સુભાષ સાથે દારૂ પીને પિકચર જોવા જતો. એ હેલ્પર ગરીબ હોઈ શરૂઆતમાં ના પાડતો પણ હવે એની ટિકિટ મણિલાલ જ કઢાવતો.

કંપની વગર એને ન તો પીવાની મજા આવતી કે ન તો પિકચર જોવાની.

નજીકમાં કોઈ વતનનું કામ કરતું ન હતું. તેથી એને રવિવારે કોઈ મલવા આવે કે એ કોઈને મલવા જઈ શકે એવું ન'તું તેથી તેનો આ પિકચર જોવા જવાનો કાર્યક્રમ દર રવિવારે ફિક્સ જેવો જ હતો.

આ રીતે પિક્ચર જોવાના કાર્યક્રમના સિલસિલા પછી એ અને સુભાષ બહુ નજીક આવી ગયા.

એક દિવસ મણિલાલે એને મિત્રભાવે કહ્યું : "શુભા ! એમ થાયર્યું હું તને વેરતાં શીખડાવી દૌં. જેથી તારો પગાર વધી આવે."

મણિલાલની આ વાત સાંભળીને શુભો ખુશ થઈ ગયો.

ક્યાં હાલમાં પોતાનો સામાન્ય મજૂર જેવો પગાર? અને ક્યાં મણિલાલનો એના ડબલ જેટલો પગાર? શાહા શેઠ પણ કટર તરીકે એનું કેટલું માન જાળવે છે? હું કારીગર થઈ જાઉં તો મારુંયે એવું જ માન વધેને પગારે વધે! એમ થાય તો ગામડે ઘરડાં મા-બાપ અને ખેતી કરતા ગરીબ ભાઈઓને થોડા રૂપિયા તો મોકલી શકાય ને બહેનનાં લગનમાં પણ વટ પાડી હકાય.

અત્યારે હજી છોકરાં નથી તો ઘર ખર્ચ ઓછો છે પણ જ્યારે છોકરાં થશે ત્યારે ખર્ચ પણ વધશે. કહે છે એ પ્રમાણે બાબુજી (મણિલાલભાઈ) જો વેરતાં શીખડાવે તો હું જલદી શીખી જઈશ.

આજે રવિવાર હતો. "શુભા આજે કયું પિક્ચર જોશું?"

"બાબુજી હમ આજ બંગાળી પિક્ચર દેખેંગે. મેરી બીબી બોલતી હૈ બહોત અછા પીચર હૈ મુઝે ભી દેખના હૈ" સુભાષ બોલ્યો.

"અરે શુભા ઉસમેં ક્યા બડી બાત હૈ? ચિંતા મત કર ઉસકો ભી સાથ લે લે."

અને એ ત્રણે જણ સાથે બંગાળી પિક્ચર જોવા ગયાં.

પિક્ચર જોઈ આવ્યા પછી મણિલાલને રાત્રે ઊંઘ ન આવી. પિક્ચરની સ્ટોરીમાં એને બહુ રસ પડ્યો. એને થયું : 'સ્ટોરી તો સાલી મારા અને શુભાની ભાઈબંધીને બંધ બેસતી આવેરી.'

સુભાષના લગ્નનાં આઠ વર્ષ પછીયે એને ઘર સંતાન થયું ન હતું. એનાં વૃદ્ધ માતા-પિતા નાની બહેન સાથે ભાઈનો પરિવાર ગામડે ખેતી કરતો હતો. સુભાષ પત્ની સાથે કલકત્તા રહેતો હતો અને શાહા શેઠની સોમિલમાં હેલ્પર તરીકેની નોકરી કરતો હતો. એ મણિલાલની બાજુની ઓરડીમાં રહેતો હતો. સાથે રહેવાથી ભાઈબંધી જેવો ભાવ થઈ ગયો હતો.

- "મણિલાલ! માત્ર સાથે કામ કરનાર ભાઈબંધ કહેવાય?"

- "કાં ન કે'વાય? ભાઈબંધ એટલે હૈયાની વાત કરવાનો વિહામો. જેના કને હામહામે હૈયાની વાતની આદાન-પ્રદાન કરી હકો એ વ્યક્તિ એટલે ભાઈબંધ. ભાઈબંધ કાંય પેન્ઢની જ્ઞાતિનો, પેન્ઢ ભેળો ભણેલો, નેનકડેથી વગડામાં ભેળો ભટકેલો હોય એવું હરૂભરૂ જરૂરી નથી. એમતાં રામને હડમાન, સુગ્રીવ, જાંબુવાન ઈ બધા આવા જ ભાઈબંધ હતા ને?"

"તેં તારા જીવનની અને શુભાએ એના ઘરની ને એના જીવનની કી વાતું લકાડી હે એકબીજા કને ઈ પણ તારી કને. કેટલી લાગણીથી બધી વાતુ કરેર્યો? તૈયેં તાં દર અઠવાડિયે પિક્ચર જોવા જઇયેર્યા ભેગા. અને એના ઘરમાં ભનતી બંગાળી વાનગી ને માછલી ખાતાંય એણે જ શીખાડી હે ને? પાછી ઈ ભનાવે એટલી વારને પાછી વગર પૈસે. આમ તાં ઇ ગરીબ જ હે તોય ઈ ક્યાં પૈસાનું ગણિત મૂકેર્યો. ઈ ભાઈબંધી જેવું હોય તૈયે જ નાં? તો ઈ ભાઈબંધ કાં ન કેવાય?"

એને થ્યું 'અમારી ભાઈબંધીમાં પિક્ચરના જેવો જ તાલ લાગેર્યો. ડાખોક વરનાં લગ્ન જીવનમાં હીરોને ઘરે છોરાં નતાં ને હીરોઈનને છોરાંની બહુ ભૂખ(ઝંખના)હોય રી. ઈ એની છોરાની ભૂખ સંતોષવા હીરોના ભાઈબંધથી પ્રેમ કરેરી. અને એને ભગવાન છોરૂ દેર્યો.'

મણિલાલે આ ઘટના મનમાં ખૂબ વાગોળી.

સુભાષ અને પોતાની ભાઈબંધીની એક જગ્યાએ અટકી ગયેલી સ્ટોરી આગળ વધે અને બંનેનું કામ થાય. એવી ઝીણી ઝીણી ઇચ્છા મણિલાલના મનમાં થવા લાગી.

બીજા રવિવારે સુભાષ બજારમાં દૂધ લેવા ગયો હતો. મણિલાલે મોકો જોઈ પિકચરની સ્ટોરીની વાત કાઢી. ત્યાં સુભાષની પત્ની મંજુએ મણિલાલને પૂછ્યું, "બાબુજી આપકો પીક્ચર કૈસા લગા?"

"મને તો ગમ્યું. તમને કેવું લાગ્યું?" મણિલાલ બોલ્યા.

"મને તો બહુ જ ગમ્યું. થાય છે આવતા રવિવારે ફરી જોઈ આવું." મંજુ

"જો જો બે માણસ એકલાં ન જતાં રેજો; મનેય કેજો!" મણિલાલે ઉત્સાહથી કહ્યું.

"તમને તો લઈ જ જવા પડેને. પહેલા તમે જ બતાવ્યું હતું તે" મલકાતી મંજુ બોલી.

"મંજુ, તમને ઘણા સમય પછી જોવા મલ્યું એટલે ગમ્યું કે એની સ્ટોરી ગમી?" મણિલાલે એની ઇચ્છાનો તાગ મેળવવા દાણો ચાંપી જોયો.

"મને તો એની સ્ટોરી ગમી. મારા જેવી બિચારી એક દુખિયારી સ્ત્રીની વાત હતી. પેલો સમજદાર ભાઈબંધ એની મૂંગી વેદના સમજ્યો ત્યારે એને સંતાન મલ્યું ને એ સાસરે માનભેર જીવી શકી. નહીં તો મેણાં-ટોણાં સાંભળીને એ અધમુઈ થઈ જાય. એવી સ્ત્રીની વેદના તો જે સમજતું હોય એ જ સમજી શકે. તમને પુરુષોને એ ન સમજાય. વળી માતા બનવું એ જ સ્ત્રીનું પૂર્ણત્વ છે. મને માતાજીએ અધૂરી જ રાખી." મંજુ આગળ ન બોલી શકી. એની આંખના ખૂણા ભીના થયા, એના ગળામાં ડૂમો ભરાયો. એણે લાંબો નિસાસો નાખ્યો, ત્યાં સુભાષ દૂધ લઈને આવી ગયો.

તેણે મંજુને ચા બનાવવાની સૂચના આપી. બંને વાતે વળગ્યા. 'શુભા! હવે અછોલાં વેરવાનાં આવે ત્યારે તને મારી બાજુ આવી જ જવું. તું વેરજે હું હામે ઊભો રહીશ. વેરતાં શીખાશે એમ. જ્યાં સુધી તું વેરતાં નહીં શીખે ત્યાં સુધી તું મજૂર જ કહેવાય. શુભા! તને તારું માન વધારવું હોય તો જલદી કટર થઈ જા. હું તને ભાઈબંધીના નાતે હામેથી શીખડાવવાનું કહુર્યો. પછી શું હે તને? બીજો કોય કટર હામેથી ન જ શીખાડે. ઓલ્ટોય શીખતો હોય એને શીખવા ન દે. ને આડોડાઈ કરે. શીખવા દે તોય જૂનાની એને કેવી રીતે પટાવાળી કરવી પડે?

"હું તો તને મારો ભાઈ ગણુર્યો. જો જે હું તને કેટલા દિમાં કટર બનાવી દઉર્યો. તારા ગરીબ પરિવાર હારું તને જલદી કટર બનવું ખપેર્યું."

તે દિવસ પછી દરરોજ સાંજે અછોલાં વેરવાનાં આવતાં ત્યારે મણિલાલ યાદ કરીને શુભાને બોલાવતો. શુભો અછોલાં વહેરતો ને પોતે સામે એની જગ્યાએ તાણતો (સામે ઉભો રહેતો).

સુભાષ થોડું થોડું વહેરતાં શીખતો ગયો ને મણિલાલ પ્રત્યે એને લાગણી વધતી ચાલી. એ મણિલાલના અહેસાનમાં આવતો ગયો.

જલદી કટર થઈ જવાના ગણિતમાં સુભાષ મણિલાલનું માંકડું બનતો ગયો. એ કહે એમ કરતો થઈ ગયો.

એની મિત્રતા અને નિકટતા વધતી ચાલી.

રવિવારે મંજુ મચ્છી બનાવતી તો પહેલાંની જેમ મણિલાલની રૂમમાં ન પહોંચાડતાં, સુભાષ પોતાના રૂમમાં જ મણિલાલને જમવા બોલાવતો એ ત્રણે ભેળાં બેસીને જમતાં ને ઠઠ્ઠા મશ્કરી પણ કરતાં.

એક સાંજે સુભાષ વધુ દારૂ પીને આવ્યો હતો. તે સાંજે મણિલાલનું જમવાનું પણ એને ત્યાં જ બનાવ્યું હતું. સુભાષ ધરાઈને જમ્યો ને વાતો કરતાં કરતાં એને ઘેન ચડ્યું ને એ ત્યાં જ ઊંઘી ગયો.

મણિલાલ અને મંજુ વાતો કરતાં રહ્યાં.

આજે બંનેને વાતો કરવી ગમતી હતી. વાતવાતમાં મણિલાલે કહ્યું મંજુ! તું જોજે તાં ખરી હું શુભાને જલદી જલદી કારીગર બનાવી દઈશ. શુભો કટર થૈ જશે તૈયે શેઠ કને એનું માન મારા જેટલું જ થૈ જશે. કામ કરવાવાળામાંય એનો વટ પડશે. પગાર પણ દોઢો થઈ જશે. મંજુ! શુભો એમ પણ કે તો તો કટર તરીકેના પગાર વધારામાંથી એ મંજુને નવુંનક્કોર બંગાળી શેલું લઈ દેશે ને પછી હાચા હોનાના દાગીનાય બનાવી દેવાની વાત કરતો તો.

મંજુને થયું "મણિલાલ એને જલદીમાં જલદી કટર બનાવી દે તો ખરેખર એના ભેળો મારોય વટ પડી જાય.' મંજુને યાદ આવ્યું. 'એકવાર એ એમ પણ કે'તા'તા થોડા પૈસા બચે તો બાળક થાય એની માટે ડૉ. ગોયલ સાહેબને બતાવશું. ઇ અમેરિકા ભણી આવેલા હે એની દવા કરતાં ભગવાન એકાદ દીકરો દઈ દે તો ઘરમાં જ સ્વર્ગ આવી જાય."

"પગાર વધે તો એ બધું થાય. હમણાં તો પગાર ખાવાપીવામાં જ પૂરો થઈ જાયર્યો. એ વિચારતી હતી ત્યાં "મંજુ તું કેવા વિચારે ચડી ગઈ? મને હવે પાણી પાઈ દે પછી ઊંઘવા જાઉ."

"કાં એવડી ઊંઘ આવેરી" આઠેક વર્ષના કચ્છી પટેલ પરિવારના સંસર્ગથી મંજુ પણ કચ્છી પટેલની બોલી થોડી થોડી શીખી ગઈ હતી.

"ના ઊંઘતાં નથી આવતી ને આજ જલદી આવશેય નહીં." મણિલાલે કહ્યું

"કાં...?"

"ઈ પછી કૈયેંક કઇશ. લ્યો હવે પાણી પાઈ દો પછી જાઉં!" કહી મણિલાલ ખાટલામાંથી ઊભો થયો.

"તો થોડી વાર પછી જ પાણી પાઉંને? તો ઈ બહાને થોડી વાર બેહોતો ખરા." મંજુએ હસતાં હસતાં કહ્યું.

મણિલાલ એના મનની વાત સમજી ગયો. "પાણી તો લૈ આવો. મને

ખરેખર તરર(તરસ) લાગી હે. નૈ જાઉ બસ." કહી મણિલાલ ફરી ખાટલા પર બેસી ગયો અને કહ્યું, "મારી તરસ મટાડી દો બસ ?! આ બેઠો?"

મંજુ પાણી ભરવા ગઈ. મણિલાલે જોઈ લીધું. શુભો બરાબર નસકોરાં બોલાવતો હતો.

એ પાણીનો પ્યાલો લઈ આવી. મણિલાલને પ્યાલો આપવા હાથ લાંબો કર્યો. મણિલાલે પ્યાલા સાથે એનાં આંગળાં પણ પકડ્યાં. મંજુ! તને તરસ નથી લાગી પણ મને ખરેખર તરસ લાગી હે."

મંજુએ મણિલાલની આ હરકતનો કોઈ વિરોધ ન કર્યો. એણે આંખો ઢાળી દીધી. મણિલાલે બીજા હાથે પ્યાલો લઈ, નીચે મૂકી એને નજીક ખેંચી, એને મજબૂત રીતે આલિંગનમાં લઈ લીધી.

એ રાત્રે મંજુએ મા બનવાની ઝંખનામાં મણિલાલની તરસ છિપાવી અને મણિલાલે મંજુની તરસ...

પછીથી અનુકૂળતાએ બંને એકબીજાની તરસ છિપાવતાં રહ્યાં.

સુભાષને મંજુ કહેતી, બાબુજીને તમે પણ મીઠું મીઠું બોલી ખુશ રાખજો તો તમને જલદી વેરતાં શીખડાવે. તમે કટર થશો ત્યારે જ તમારો પગાર વધશે. મણિલાલને ખુશ કરવાને બહાને મંજુ અવારનવાર તેમને સાંજનું જમવાનું કહેતી.

જ્યારે જ્યારે મણિલાલનું સાંજનું જમવાનું સુભાષની રૂમ પર હોય ત્યારે કામેથી છૂટ્યા બાદ મણિલાલ સુભાષને દારૂ પીવા લઈ જતો પોતાના ખર્ચે. બંને દારૂ પીતા. મણિલાલ બહુ થોડો પીતો પણ સુભાષને બરાબરનો પાતો. જમ્યા પછી એ જલદી ઊંઘી જાય એ મતલબમાં.

મણિલાલને પહેલાં ઘર બહુ યાદ આવતું. હવે મંજુની માતૃત્વની ઝંખનાએ મણિલાલને ઘરની યાદ ભુલાવી દીધી.

રતન તો એક સંસ્કારી પત્ની હતી. એને મણિલાલ સાથે અનેક પ્રકારની મર્યાદાના બંધનમાં બંધાઈને જીવવું પડતું, રમવું પડતું. પોતાનું ગામડિયું જીવન અને ગામડાંના વાતાવરણને લઈને એને અનેક પ્રકારની મર્યાદાઓ નડતી. અહીં તો એ મુક્ત હતો, સ્વતંત્ર હતો અને મંજુ પણ.

એને રતન સાથે સાથ માણવામાં જે મજા આવતી તેમાં અને મંજુ સાથે આવતી મજામાં ખૂબ અંતર લાગ્યું. ક્યારેક એને એમ પણ થતું, છેલ્લે છેલ્લે કચ્છમાં ગયો'તો તૈયે બેચાર મૈના વધુ રોકાયો. તૈયે પેલાં કરતાં એનું વર્તન જુદું લાગતું'તું. તૈયે મજૂરી કરતાં ઈ મારામાં કાંક ધજ ધ્યાન દેતી'તી. આમ તો બધી બાઈમણુયે એમ જ વર્ત્યું ખપે. ન કો તાં એવું હતું.' આયો માલ

નાખો વખારમાં. ને એની હામે ઇયાં મંજુ ભેગી કેવી મજા આવેરી? થાયર્યું જિંદગી ઇંયાંજ કાઢી નાખું. ઉતાં કાંય બાઈમણ કેવાય? રતનની થોડી વધી ગયેલી કોથ (પેટ) લચી પડેલી છાતી. જ્યારે મંજુ તો નછોરી સી હતી. તેની પાતળી કમર, ચુસ્ત સ્તન. તેની આકર્ષક ફિગર. સાથે દારૂના સંગને લઈને મણિલાલ મંજુની પાછળ ગાંડો થવા લાગ્યો અને મંજુ મણિલાલ પાછળ. મંજુ જુદી જુદી ખર્ચાળ માંગ મૂકતી ને મણિલાલ પણ મંજુને નિરાશ કરવા ન'તો માગતો. એ હવે પૂરો એને પરવશ હતો. આમ તો મંજુ અને મણિલાલના સંબંધના પાયામાં બંને બાજુ સ્વાર્થ હતો. એક બાજુ માતૃત્વની ઝંખના તો બીજીબાજુ કામચલાઉ શારીરિક જરૂરિયાત; પરંતુ હવે બંને તરફથી મજા અને આનંદનો ઉમેરો થવાથી આ મર્યાદા બહાર વધતું ગયું.

પહેલાં મણિલાલને મહિનામાં એકાદ-બે વખત કામનું ઝેર ઉતારવાની જે અભીપ્સા હતી તે હવે દર રજાના દિવસે પહોંચી ને ધીમે ધીમે તેમાં બે મૂડનો ઉમેરો થતાં મણિલાલ લગ્ન વખતનો યુવાન બની ગયો. આને લઈને મંજુને રીઝવવા અને સુભાષ પાસે પાકો ભાઈબંધ સાબિત થવા તેનો અર્ધાથી વધારે પગાર વપરાઈ જતો.

આને લઈને હવે પહેલાં જેટલા પૈસા એ ઘેર ન'તો મોકલી શકતો.

શરૂઆતમાં રસપૂર્વક લખેલા કાગળ આવતા તેની જગ્યાએ હમણાં હમણાંથી ટૂંકું ટચ પોસ્ટકાર્ડ આવતું. ઝાઝી વિગત ન આવતી. પહેલાં દર મહિને આવતા સારા એવા પૈસામાં એકાએક ઘટાડો થતાં રતન મનમાં થોડા સવાલો તો પૂછતી જ. અને કલકત્તા બાજુથી કોઈ આવતું એની પાસેથી મૌખિક હાલહવાલ પણ જાણવા મથતી. પણ કોઈની પાસે વિશેષ સમાચાર જાણવા મલતા નહીં. માત્ર સાજાનરવાના સમાચાર મલતા. તો કોઈ કહેતું' તે ત્યાંના શાહા શેઠ કને કામ કરેર્યો ને આપણા ભાઈઓ બાજુ ક્યાંય વળકતોય નથી. આવા સંજોગોમાં રતન ચિંતામુક્ત કઈ રીતે રહી શકે?

એ પોતાની ચિંતા અને વિષાદ બીજે-ત્રીજે દિવસે રાત્રે મળતી નાનબાઈ પાસે ઠાલવતી. રડતી. અને મન હળવું કરતી.

૧૬. રતને કાકાને ફરિયાદ કરી

જન્માષ્ટમી નજીક આવી.

એ હાતમ માથે આવશે એવી આશા લઈ બેઠી હતી રતન.

ત્યાં એનો કાગળ આવ્યો.

'હું હાતમમાથે આવી શકીશ નહીં. વધારે કામને લીધે મને રજા મળતી નથી.' એવું જણાવ્યું હતું અને સાતમી તારીખે પૈસા મોકલી દઉર્યો.' એવું પણ લખ્યું હતું; પરંતુ શરૂઆત કરતાં એનાં મનીઓર્ડર હમણાં બહુ નાનાં થઈ ગયાં હતાં.

કલકત્તેથી આવતા રૂપિયા અને પોતાની દાનકીના રૂપિયા હવે ઘર ખર્ચમાં પૂરા થતા ન હતા. રતનને તો એમ હતું. 'એ હાતમ માથે આવશે તૈયે થોડા ટોલ ઘડાવી નાખીશ. બારેથી આવેલા રૂપિયામાંથી બચાવીને નારણકાકાને સાચવવા આપ્યા હે ઇ અને વઘઘટના કાકા કનેથી લઈ પેલાના જેવા જ ટોલ કરાવી લઈશ. ઇ વળી છોરીયુંના (દીકરીયુંના) લગ્ન વખતે કામ લાગે.' એવું એનું ગણિત હતું.

'હવે હાતમમાથે ઈ આવનારા નથી તો?' વળી પૈસાય આવતા ઘટી ગયા. દીકરીઓ પણ મોટી થઈ તેમ ઘર ખર્ચ પણ વધતો ચાલ્યો. ઉનાળે ચોમાસે થોડી હાજમાંદાઈમાં પણ થોડાઘણા પૈસા જતા. નણંદું, ફૈયું ને સમાજના વહેવાર એ બધું કરવું તો એટલામાંથી જ ને?

કોઈ મહિને ઓછી દાનકી ભરાતી ત્યારે પૈસાની બહુ ખેંચ પડતી. ત્યાંથી આવતા રૂપિયાનું પ્રમાણ પણ દિનપ્રતિદિન ઘટતું જતું હતું. આવા સંજોગોમાં નારણકાકા પાસેની પોતાની બચતમાંથી પણ ક્યારેક રૂપિયા લેવા પડતા.

એક વખત રતને કાકાને ફરિયાદ કરી, "હમણાં તમારા જમાઈના પેલાં કરતાં ચોથા ભાગના જ પૈસા આવેર્યા. કલકત્તા બાજુ કોય જતું આવતું હોય તો જાણજો તો ખરા કે ત્યાં ક્યાંય બચત કરેર્યા કે શું હે? કદાય બચત કરીને ક્યાંક ઠેવરો કરનારા હોય!"

નારણકાકાએ એના ગામવાળા દ્વારા તપાસ કરાવી. તો 'એની બેઠક ઉઠક આપણા ભાઈઓ ભેગી (હાથે) છેજ નીં. પણ એના બંગાળી શેઠ શાહા શેઠ સારાને મોટો માણસ હે' એવું જાણવા મલ્યું.

શેઠ મોટો ને હખ્ખર ગમે તેવો હોય પણ શેઠને ઈ વાલા નીં લાગતા હોય એનું કામ વાલું લાગતું હશે. ઇ કામ હૂખ્ખર કરતા હશે તૈયે તાં ટિકિટ ને ઘરખર્ચ બધો દેવા તૈયાર હતા. નૈં તો એને શું? ઈ થોડા આપડા હગા હે?' હવે રતનને ક્યારેક થતું 'ઈ તેડાવતાતા તૈયે હાચાહાચ (ખરેખર) અમને જતું રેવું'તું. ના કૈને મેં ભૂલતાં કરી જ હે. પણ હવે ઈ વિચાર્યે કાંય નીં વળે. હમણા કામ હોય ને હાતમ માથે ભલે ન આવે. દિવાળી માથે કે નોરતામાં જૈયેં આવશે તૈયેં એના ભેગું કલકત્તે જવાનું નવેસર વિચારશું બીજું શું?'

રતન વારંવાર આવું વિચારતી રહેતી. આ બધા વિચારો અને પોતાની સ્થિતિની નાનબાઈ પાસે ચર્ચા કરી સલાહ પણ લેતી. રતનની બધી વાતો પરથી નાનબાઈ અને મનસુખને થોડું એમ તો થયું જ કે મણિલાલે જરૂર કંઈક ગરબડ કરી જ હશે. નૈ તો પેલાં કેટલા બધા રૂપિયા આવતા હતા. હવે તો પહેલાંના પગારમાંથી નારણકાકા પાસે રતને કરેલી બચત પણ વપરાવા લાગી હે, એણે રતનના મોં ઉપર 'આવું કાંયનીં હોય. ત્યાં બચત કરતો હશે.' એમ કહેતાં પરંતુ એને પણ એમ ચોક્કસ થઈ ગયું કે દાળમાં કંઈક કાળું છે.

જેઠ માસના પાછલા દિવસોમાં શરૂ થયેલો સારો વરસાદ પછી પણ સમય સાચવતો રહ્યો. ખેડૂતો માટે વીસ આની વરસ થશે એવી સૌએ ધારણા બાંધી.

અષાઢના પાછલા દિવસો અને શ્રાવણની શરૂઆતમાં સળંગ વીસેક દિવસ વરસાદ રહ્યો અને પાછળ સાતમના તહેવારના દિવસો આવતાં મજૂરીની આવક પર મદાર રાખનાર રતન માટે ખરેખર તકલીફ થઈ.

પૂનમના દિવસે નાના ભાઈઓને રાખડી બાંધવા અને નારણકાકા પાસેથી થોડા પૈસા લેવા અને પોતાનો હિસાબ જોઈ આવવા રતન તેના પિયર ગઈ. ભાઈઓને રાખડી બાંધી. કાકીઓ અને મા વગેરે પાસે બેસી સુખદુઃખના હાલહવાલ લીધા દીધા. ત્યાં કાકા આવતાં, કાકો-ભત્રીજી બેઠકમાં (ઘર આગળ આંગણામાં વડીલો અને મહેમાનો માટેની રોડ ઉપર અને આંગણામાં એમ બે દરવાજા ધરાવતો રૂમ) બેઠાં. થોડી વાતો કર્યા પછી રતને કાકા પાસે પૈસા માગતાં કહ્યું,

"કાકા, જો જો તો ખરા હવે મારા કેટલા જમા હે? ઇયે હવે પૈસા ઓછા મૂકેર્યા. શીયાણું (કોણ જાણે) શું કરેર્યા ત્યાં? આ હાતમ માથે નીં અવાય એમ

લખ્યું તું. મને એમ હતું, ઇ આવે તૈયે થોડાક પૈસા લઈ આવે તો થોડા ટોલ કરાવ્યા હોત. પણ હવે મને લાગેર્યું, આ બચત પણ વપરાઈ જશે.' એ નર્વસ (ઢીલી) થઈને બોલી.

'તને ખપે ઇ લઈ જા. બચતની ચિંતા કાં કરોરી? એવું હશે તો આ શિયાળે કમળાના ટોલ ઉથલાવવા (જૂના ભંગાવી નવા બનાવવા) હે તૈયે ભેગાભેગ તારાય નવા કરી નાખશું. તું જીવ ન બાળજે.'

રતન કંઈ ન બોલી. એણે ભીની થયેલી આંખ કાકા ન દેખે એમ લૂછી નાખી. એ કાકા પાસેથી પોતાની બચતમાંથી જરૂરી રૂપિયા લઈ આવી.

કાકાએ રાખડી બાંધવાના પેલાં વર્ષોના કરતાં વધારે પૈસા દીધા. રતનને એના પછી દર પાળાનું (સિઝનનું) શીયાતર (ખેતીમાં પાકતાં અનાજના ઢગલામાંથી ખળવાડમાં જ દીકરીઓ માટે સ્વૈચ્છિક કાઢવામાં આવતો પ્રથમ ભાગ તે શીયાતર) પણ વધારે દેવા મંડ્યા. ઉપરાંત મોકલામણી પણ પેલાં કરતાં ધજ દેતા. એ રતનના ધ્યાન બહાર ન'તું.

એમ કરતાં નવરાત્રી અને દિવાળીયે ગઈ. દિવસો ઉપર દિવસો અને મહિનાઓ પણ જવા માંડ્યા. એના આવવાની ટપાલ તો ન આવી પણ હવે પૈસા બહુ ઓછા, નૈં જેવા આવતા હતા. દિવાળી પછી શિયાળે રતનને થયું. 'ટોલ તો હવે નથી કરવા પણ હવે વહેવાર હચવાય તેટલા પૈસા આવે તોય ઘણું. ઇ આવે તો તાં બધે પોચી વળશું. પણ શું કરે કાગળ નથી આવતા પૈસાય નથી આવતા. ને પેન્ઢેય નીં."

રતન હોળી પહેલાં કાકા પાસે પૈસા લેવાના બહાને હિસાબ કરવા ગઈ. એના આશરા પ્રમાણે હવે તો કાકા પાસે ઉપાડ થઈ હશે. ભલે કાકા હિસાબ નથી કરતા. ઉપાડ થૈ હશે તૈયેં જ હિસાબ કરવાનું ટાળેર્યા. રતને કાકાને કહ્યું, "કાકા મારો ઉપાડ કેટલો થ્યો હે જરા જુઓ તો."

કાકા ચમક્યા "આવું કાં પૂછેરી? મેં તો કીધું તું હજી જમા હે!"

"શેનો ઉપાડ? તારા તાં લગભગ હજી થોડા થકા જમા હશે."

"કાકા તમે જોયું નથી કે ખોટું બોલોર્યા? મેં એક દી આશરો કર્યો તો, તો લાગ્યું મારા તમારા કને જમા નીં જ હોય. તમે જુઓ તો ખરા?"

"તને હમણાં જ જોવાની જરૂર શું હે? હમણાં તને ખપે તે લઈ જા. હિસાબ પછી કરશું."

"કાકા કોંને મારા પૈસા કૈયેં પૂરા થૈ ગ્યા હે! તમે મારા કને ખોટું બોલોર્યા...!"

"ના... ના... એવું નથી દીકરા."

"મને એવું જ લાગેર્યું. કાકા તમને મારી માથે દયા આવેરી એટલે દોર્યા નેં? આમ કોર્યા." કહેતાં રતનની આંખમાં આંસુ આવી ગયા.

"ના બેટા ના. મારા હમ. (સોગન) હું તારા માથે દયા ખાઈને નથી દેતો. બેટા, બાપ ને દીકરી વચ્ચે લાગણીભાવ હોય દયાભાવ નૈં અને લાગણીનાં ત્રાજવામાં બેટા, રૂપિયા, પૈસા ને આંકડા તો હાંધણમાં મુકાય. માત્ર સમય અને જરૂરિયાત જોવાય. ઇયે એક હાથ કરે ઈ બીજો હાથ ન જાણે એમ. તું દીકરો થૈને આવી હોત તો આ વાડી વજીફામાંથી તારો ભાગ ન થ્યો હોત? તારા ઇ ભાગના વિસાતમાં આ તો ફૂલની પાંખડી કે'વાય." કહી વિચાર્યું. કદાચ રતનને એમ હશે કાકો આમ દેર્યા ઇ બધાંને ખબર હશે તો કેવું લાગશે? વિચારી કહ્યું.

- "બેટાં હું તને જે દઉર્યો ઇ તારી કાકી કે તારા મા-બાપને પણ ખબર નીં હોય. ઇતાં હું તું ને ભગવાન જ જાણેર્યો. તું યે કેને કે જે મા!"

રતનની બંને આંખમાં ફરી આંસુ આવી ગયાં. નારણકાકાએ એના આંસુ લૂછતાં કહ્યું, "બેટા આમાં રોવાનું ન હોય, હિંમત રાખવાની હોય, માહણના બધા દી હરખા થોડા હોયર્યા. કેનેય ખબર નથી આપડી કાલ કેવી આવશે. તકલીફુંતાં રામ-સીતાને, હરીચંદ તારામતીને ને પાંચ પાંડવોની મા કુંતાને ને દ્રૌપદીને ય પડીયું જ હેને! જરાય જીવ બાળજે નીં. રાત માથે કેદી રાત આવેરી? મોડો વેલોય સૂરજ ઊગશે.

નાનજીકાકા ઊભા થયા. ધરીમાંથી સો સોની પાંચ નોટું લૈ આવ્યા. ને રતનના હાથમાં દીધાને માથે હાથ ફેરવ્યો.

રતને આંસુ લૂછતાં પૈસા લઈ લીધા. એને ઇચ્છા થઈ આજે કાકાને ફરી કહું કે તમારા જમાઈની તપાસ તો કરાવો તો ખબર પડે. ઇ દીયા દી (દિવસે દિવસે) રેઢિયાળ થઈ જતા હોય એવું લાગેર્યું.

એ સૂનમૂન બેઠી રહી. એ એવું કંઈ ન કહી શકી.

કાકાએ એના મનની મૂંઝવણ જાણી લીધી. તેણે કહ્યું, "થોડા દી પછી શાંયરાવાળા બાપાને ત્યાં કલકત્તે લગન હે તૈયેં કોક જતું આવતું હશે એના કને તપાસ કરાવશું ને જમાઈને તેડાવી લેશું. પછી કલકત્તે જવા નીં દઈએ. ગુજરાતમાં કે ભુજ ગાંધીધામ કે માંડવીમાં કામ ગોતી લેશું. નજીક હોય તો આવરો જાવરો તો ચાલુ રે."

રતનને થયું આગળની દારૂવાળી વિગત કહી દઉં. પણ એ કહેતાંય એની જીભ ન ઊપડી. કાકાએ કહ્યું, "બપોર પછી ગાડું ચરો નાખવા હાલશે. એના

ભેળી હાલી જજે. છોરીયુંને દુઃખી ન કરજે. ગજવામાંથી પૈસા કાઢતાં કહ્યું, "લે તારી હાહુને હોપારી દેજે." કહી પચીસ પૈસા રતનને આપ્યાં. "ને લે આ તારી મોકલામણી" કહેતાં પાંચ રૂપિયા દીધા.

"કાકા આવડા ન હોય. આ ચરોચાર દોર્યાં ઇ કાંય ઓછું હે? ને હું કાંય એકલી દીકરી થોડી હૌં ?"

"તને દેનારો તો એક રૂપિયા જ હતો પણ તારા નસીબે મારા કને એકની કે બેની નોટ જ નથી." કહી નારણકાકાએ વાત ટૂંકાવી.

"પછાડના (બપોર પછી) તને મૂકવા હું નીં હાલુ. માનણબાપો હાલશે મને ગામમાં થોડું કામ હે."

બપોરે કાકો-ભત્રીજી ભેળાં જમ્યાં. કાકા બહાર ગયા.

વાડીએથી બારોબાર ચરાનું ગાડું ભરીને માનણ બાપો આવી ગયા.

રતન ચરાના ગાડાં સાથે એને ગામ જવા રવાના થઈ.

માનણબાપા નારણકાકાને ત્યાં લાગાબંધી કામ કરતા વરોંદીયા બાપા હતા.

ખાલી થવા આવેલું એકલઢાળિયું પાંચ છ ભારી પન્ની આવતાં ધજ ભરાઈ ગયું. એ પન્નીને હાંકડી ને હરખી કરતાં રતનને સાંજ પડી ગઈ.

મરઘાંમા મંદિરેથી આવી જતાં રતન અને ચારે દીકરીયું માને મળી આવી (જમ્યા પહેલાં પરિવારમાં વડીલને અને મોટા ઉંમરનાને નાની ઉંમરનાએ ચરણ સ્પર્શ કરીને મલવાનો એક અફર રિવાજ હતો.) જમવા બેઠીયું.

જમી પરવારી જ્યોતિ અને પ્રેમુ (પ્રેમીલા) લેશન કરવા બેઠી અને રતન બાજુમાં આડી પડી. આડે પડખે થતાં રતનને મનમાં કાકાના શબ્દો "બેટા હું તને જે દઉર્યો ઇતાં હું તું ને ભગવાન જ જાણેર્યો. તારી કાકીનેય ખબર નથી.ને તું યે કેને કે જે મા!" યાદ આવ્યા. એની આંખોના ખૂણા ભીના થયા. સાથે એને મનમાં અજંપો ઉત્પન્ન થયો. ને એક અપરાધભાવ ઊભરી આવ્યો. રતન તું ખરેખર સ્વાર્થી હો. તને નારણકાકા ચરોચાર દે. ઇ તો ઠીક પણ આવડા પૈસા દેર્યા ઇ તારા નથી. તૈયેંતાં બધાંથી લકાડીને દેર્યા. ખરેખર તને આમ લીધા ન ખપે.

કાલ ઊઠીને પાનુકાકી ને પ્રેમજીકાકાને ખબર પડે તો? તો તાં કાકો ને કાકી ઘર માથે લે. પાનુકાકીનો સ્વભાવ મોરે કેવો હે? હાવ કૂતરાં જેવો. ભગવાને ભલે એને ચાર દીકરા દીધા પણ દીકરી એકેય નીં, એટલે એવાજ જીવ થૈ જાય ને? કોઈને કાંય દેતાં હાથ જ ન વળે. ને કોક દે તોય જીવ બળે. હૈયામાં લાગણીયે નૈ નેં કોયના માથે જીવે બળે નઈ!

આ તો નારણકાકા જે દેર્યા ઇતાં એની વરવડાઈ કહેવાય. ઈ ઓંને (પાનુકાકીને) ખબર પડે તો નારણકાકાને ભરાભરના અંટાવે, તારેં લીધે.

એની ઘાસણીની દવા વખતે ભેળા રઈને એનો જીવ બચાવ્યો ઈ શું ઓછું હે? તારા બાપ ભલે બધાથી મોટા હોય પણ એને નેનકડેથી કાંય બાંધછોડ નથી કરી. ઈ ભલા ને એનું કામ ભલું. પછી પ્રેમજીકાકાને કાકી મારા બાબતે કાંય કે તો એના એકલા માથે જ આવી પડે ને? હૈયારું હોય તૈયે તને લેતાં વિચાર્યું ખપે.

વાત ખરેખર વિચાર્યા જેવી જ હે. હવે ગમે તેમ થાય. મારા હારું જીવ બાળતા મારા બાપ જેવા કાકાને મારે લીધે ક્યાંય તકલીફ ઊભી થાય. ઇ મને નથી કરવું. મને ભલે તકલીફ પડે. હમણાં છઠ છ મહિના ઉધારઉછી કરી લઈશ. રસકસ ખાતે લઈ આવીશ. ત્યાં હોદીતાં ઇ આવી જશે.

આવા વિચાર કરતાં કરતાં એને મોડેથી ઊંઘ આવી ગઈ.

૧૭. પોતાના રૂપથી નફરત

કલકત્તાથી આવતાં એના મનીઓર્ડરની રકમ બહુ ઓછી થતી ગઈ.

કોઈ ઓળખીતા ઇ બાજુથી કચ્છમાં આવતા ત્યારે એને મલવા જતા તો તેની સાથે મણિલાલ બસો-પાંચસો રૂપિયા મોકલી દેતો.

રતન નિયમિત પત્ર લખાવતી. પણ હવે કલકત્તેથી એના બહુ ઓછા કાગળ આવતા; પરંતુ જ્યારે કાગળ આવતા ત્યારે એ અવશ્ય લખતો કે રજા મલશે તો હું આવતા મહિને ચોક્કસ આવીશ.

ટપાલથી 'એ હવે આવશે' એની આશા બંધાતી પણ આખરે એ આશા ઠગારી જ નીવડતી. ને બદલામાં સો-બસો રૂપિયા આવતા મનીઓર્ડરથી.

આવું થતું ચાલ્યું તેથી રતનની આર્થિક સ્થિતિ ખૂબ કપરી થઈ ગઈ.

ઘણી વાર નાનબાઈ રતનની વાતોથી એની સ્થિતિનો તાગ મેળવી લેતી ને વગર માગ્યે એની સાસુ અને પતિ મનસુખથી છુપાવીને માત્ર લાગણીથી ખેંચાઈને ક્યારેક ઘઉ-જવ-બાજરો, તો ક્યારેક પોતાના બચકીમાંથી પૈસા પણ આપતી.

પૈસાની અછતને લઈને રતન ઘરમાં ક્યારેય શાક ન બનાવતી. ક્યારેક કઢી તો ક્યારેક માત્ર છાશ અને ડુંગળીના સથવારે રોટલા ખાઈ લેતાં. દાણ ખાણ વગર ગાય કેટલું દૂધ આપે? એનું મોટા ભાગનું દૂધ દીકરીયુંને પીવામાં વપરાઈ જતું. તેથી છાશ ન થતી. છાશ તો ગામમાં મોટી ખેડવાળાનું વહેલી સવારે છાણ- વાસીદું કરીને મફત લઈ આવતી રતન.

આ સ્થિતિને પહોંચી વળવા હાકલ હોય તો રતન એક પણ દાનકી પાડતી નહીં. છતા મહિનામાં વીસ દિવસથી વધારે રોજ ભરાતાં નહીં. એક રૂપિયો રોજની દાનકી ચાલતી હતી. તેથી પાંચ જણાંના કુટુંબનો ગુજારો ચલાવતાં રતનને ખૂબ તકલીફ પડવા લાગી.

એક વખત પટેલબાપાના દીકરા નરેશભાઈએ રતનને લાગાબંધી કામે આવવાની ઑફર કરી. 'ભાભી! રોજ રોજ જુદી જુદી વાડીએ જાઓ એના

કરતાં અમારી વાડીએ લાગાબંધી આવોને. અમને ઘરના માહણ મળે ને તમારા પૂરા ત્રીસ રોજ ભરાય. લાગાબંધીની દાનકી ઓછી ગણાય પણ હું તમને ઓછું નીં દઉં. ઘરના જ હો ને? ઘરનાં થૈ ને કામ કરજો ને મજૂરને કામ કરાવજો. તમારી દેરાણી જીણાં છોરાની ઝંઝાળમાંથી પરવારે તો વાડીએ આવેને? પાછી પોતે હાજી માંદી રે ને હું મારામાંથી ઊંચો ન આવું ને પટલાઈ કરતો ફરું તૈયેં પાછળ તમે હો તો મને ચિંતા ન રે. ખરું ને? 'કહી નરેશભાઈ મર્માયું હસ્યો.

પટેલબાપાની વાડીએ પંદર-વીસ દિવસ ભર્યા પછી લાગાબંધીમાં જવાની રતને ના પાડી. છૂટક દાડીયે જતી થઈ તો નાનબાઈએ પૂછ્યું, 'કાં રતન! પટેલ બાપાની વાડી મૂકી દીધી?'

"હોવે, મને નરેશભાઈની નજર (દાનત) હખ્ખર ન લાગી. આમ તાં એવું કાંય નો'તું પણ મને થ્યું. બીજેય રોજ ક્યાં નથી ભરાતાં? કે એના એશાન (અહેસાન)માં રે'વું પડે! છૂટક દાનકી ભરીયે તો બધે સબંધ તો રે! ત્યાંય જઈશ ને બધે જઇશ.' થોડું અટકી રતન બોલી, 'નાનબાઈ, તને નથી લાગતું ભગવાને મને નિરાંતે ઘડી હેં, બાઈ કૈયેંક મને એમ લાગે કે બહુ રૂપાળાપણુંયે એક હરાપ(શાપ) જ કે'વાય."

"તું તાં એમ કો'રી તને રૂપ દઈને જાણે ભગવાને તારો ગુનો કર્યો હોય." નાનબાઈએ કહ્યું.

"આવા બળ્યાં રૂપને ખેતરુની મજૂરીમાં શું કરવું'તું?"

"તો થોડુંક અમને દઈ દે" રતનના ગાલ ઉપર ચૂંટલો ભરતાં નાનબાઈએ કહ્યું.

"એમ કાં કોં'રી? મારા બનેવીને તારું રૂપ ઓછું પડેર્યું કે તને ઓછું પડેર્યું એનું રૂપ?" રતન જરા રમતિયાળ થઈ ગઈ.

"આ રાત-દીની મજૂરીમાં એકબીજાનાં મોં જોવાનો (ક્યા) કેને ટેમ હે? તને એમ હશે મોટી ખેડ(ખેતી)વાળાં રાત દી મજા જ કરતાં હશું. તું તાં જુવો જ રી મને. હવારના ચાર વાગે જાગીને ચોપાંચેડાંનું (ઢોરઢાંખરનું) કરવું. તળાવે પાણી ભરવા જવું, દેણું દળવું, છોરાં છૈયાનું કરવું, શીરામ તૈયાર કરવાં, વથાણમાં ચોપાં મૂકવા જવાં ને મજૂર જોડે વાડીએ જવું. મોડે હોદી કામ કરવું. હવે કે મારી બોન, આમાં નિરાંતે કૈયેં હું એનું મોં જોઉ ને કૈયેં ઇ મારું મો જુએ? હાંજે કામ કરી થાક્યા પાક્યા આવે. હાથ પગ ધોઈ મંદિરે જાય. બે માળા કરી, ખાધું નથી કે ઘેન ચડ્યું નથી. પછી વે'લી પડે હવાર.

"હવે કે નિરાંતે મોં જોવાનો ટેમ જ ન હોય ત્યાં રૂપ જોવાની વાત

ક્યાં આવેરી? આપડે કણબીની બાઇમણુંને એમ ને એમ ખેતરુંમાં માંથાં દેતાં ગેઢપણ આવી જવાનું. (આપણી પટલાણિયુંનું એમ ને એમ મજૂરીમાં આયખું પૂરું થઈ જવાનું.) નાનબાઈ બોલી.

"પણ વરહાળેતાં કામ ઓછાં હોય નેં? તૈયે ખેતરુંયે લીલાં રૂપાળાં લાગે ને ખેતરના માલિકે રૂપાળા લાગે તારે ઠેકાણે હું હૌં તો મને ય ઈ રૂપાળા જ લાગે...!"

"...બળ્યું એમાંય એવું કે વરહાળે વાડીએ હુવર શેડું (સૂવર શાહૂડી)ની ચોકી કરવા જવું પડે. પછી કેવાં મો ને કેવાં બો? મૂકને ઈ વાત. તને જ રાતની ઊંઘ નીં આવે...!' કહી વાત ટૂંકાવી એ રવાના થઈ ગઈ.

કલકત્તેથી મનીઓર્ડર આવ્યે છ-સાત મહિના થયા. વચ્ચે કોઈ હથવારા ભેગા થોડા ઘણા, નૈં જેવા પૈસા આવ્યા હતા. છતાં હવે રતનને માટે શું કરવું? એ ન'તું સમજાતું.

રોજ સાંજે બંને બહેનપણીઓ મળતી ને રતન પોતાનાં રોદણાં રોતી. "નાનબાઈ, હવે તો હું થાકી ગી હૌં. મને કાંય હુઝતું નથી. હવે શું કરું? તારી કનેયે ઘડીઘડી માગતાં હવે મારી જીભ નથી ઊપડતી. તમે પેલાંની જેમ એને કાગળ લખી ઘોને? જ્યોતિ લખેરી એમાં એને કાંય અસર નથી થતી!'

નાનબાઈએ ટપાલ લખી દીધી. ટપાલમાં નાનબાઈએ કડક શબ્દોમાં લખ્યું હતું તોય મહિનો જતાં ૩૦૦ રૂપિયા જ આવ્યા.

આ રૂપિયા તો આગળ ઉધારમાં લીધેલ રસકસ પેટે ચૂકવાઈ ગયા. નાનબાઈ કે કોઈની પાસેથી લીધેલા હાથ ઉછીના રૂપિયા, એ ન ચૂકવી શકી. બધાંને બે હાથ જોડી મુદત માગી. આમ તો રતન મીઠાબોલી ને હસમુખા સ્વભાવની હતી. આવા સમયે રતનને તેનો હસમુખો ને રૂપાળો ચહેરો અને બોલકો સ્વભાવ મદદરૂપ થતો. તેથી અત્યાર સુધી તેનું કોઈ કામ અટક્યું નતું.

એક સાંજે બાઈ ખીમજી માસ્તરને શી ખબર હું પૈસાની ભીડમાં હૌં? આજ ઈ જોતી (જ્યોતિ)ની નિશાળની સૂચના દેવાનું બાનું કરી ઘરે આવ્યો'તો. પછે કે 'કલકત્તેથી મનીઓર્ડર મોડું વેલું આવે ને પૈસાની ભીડ હોય તો મૂંઝાતાં નૈ? એ કહી ગયા હે, ક્યારેક અડે મુંઝે ઈ કહે તો કામ કાઢજો. માણસ માણસને કામ નૈ લાગે તો કેને લાગશે?"

મેં કીધું - "ના હમણાં તો મજૂરીમાંથી હાલી જાયર્યું." કહી વાત ટૂંકાવી રવાના કર્યા.

"મને ઈ હમજણ નથી પડતી, મારી પૈસાની ભીડની ખબર ખીમજી

માસ્તરને કેણે કેધી. એને આવી ખબર રાખવાની જરૂરે શું હોય?" રતને કહ્યું.

'પછી...!" નાનબાઈએ આગળ જાણવા પ્રયત્ન કર્યો.

"જરૂર પડશે તો કૈશ સાહેબ, કહી રવાના કર્યા. બાઈ વગર કેધે મુવાં ટેકો કરવા આવેર્યો એનું કારણ ન હમજું એવી ભોળી નથી. આ ભણેલા ગણેલા એકલા છડા ઘરથી છેટે નોકરીયું કરતા હોય ઈ ચોખા થોડા રે. એવાના ટેકાય મોંઘા પડે. એકલી રેતી બાઈમણને?"

એ વખતે નાનબાઈએ કહ્યું, "એવું અટકી પડે તો અમે ક્યાં નથી?" નાનબાઈ રતનના ઘરની સ્થિતિ જાણતી હતી. એની હિંમત ના તૂટે એટલા માટે આ રીતે હિંમત આપતી.

તે દિવસે રતનને પોતાની સાચી મુશ્કેલી કહેતાં જીભ ન'તી ઊપડી. કેટલાય સમયથી (જગદીશના) રસકસના બિલ પેટે કંઈ ચૂકવાયું ન'તું. તેનું બિલ સતત ખેંચાતું ને વધતું જતું હતું. જગલો કડક ઉઘરાણી તો કરતો જ હતો પણ રતન તેને મીઠું મીઠું બોલી પ્રેમથી વાયદા કર્યે જતી.

જગલાની દુકાને જ્યારે રતન રસકસ લેવા જતી, ત્યારે પડીકા કે પૈસાની લેવડદેવડ વખતે રતનના હાથને જગલો જાણીજોઈને અડવા પ્રયત્ન કરતો. રતન બધું સમજતી હતી. છતાં સંજોગો એવા હતા, જો પોતે આટલું પણ સહન ન કરે તો તેને રસકસ ઉધારમાં કોણ આપે? છતાં એ બાબતે પોતે પૂરી સજાગ હતી.

મોટી બેબી જ્યોતિ સાતમા ધોરણમાં ભણતી હતી. જ્યોતિ ભણવામાં બહુ હોશિયાર હતી. રતનને ચિંતા હતી, આવતી સાલ જ્યોતિ આઠમા ધોરણમાં આવશે. ગામમાં તો હાઈસ્કૂલ નથી, ત્યારે બાજુના ગામની સ્કૂલમાં જવા બસના પાસનો ખર્ચ અને ફી વધશે. એ એના માટે વધારાની ચિંતા હતી.

રતન ઘણી વાર કહેતી : 'થોડીક વધારે મજૂરી કરીશ પણ દીકરીયુંને ભણાવવામાં કચાશ નીં જ રાખું. જુઓને હું કેવી ઓશિયાળી થૈ જાઉરી. એને કાગળ લખવો હોય તોય કેનીક મદદ લેવી પડે. એમાં મનની કાંક ખાનગી વાત લખવી હોય તોય કેમ લખાવાય? અને એનો કાગળ આવ્યો હોય તોય બીજા કને વંચાવવા જવું પડે.

મને જે તકલીફું પડયું હે ઈ મારી દીકરીયુંને ન પડે એના હારું હું બધું કરીશ. એને દીકરીયુંને ભણાવવાની બહુ ઉમેદ હતી. એ કહેતી ઈ ભણીને હોશિયાર થશે તૈયે જ એને હખર ઘર મલેશેને?"

જોકે ખીમજી માસ્તર કહેતા હતા 'સ્કૂલ ફી તો માફ કરાવી દેશે. ને

કોલરશીપ (સ્કૉલરશિપ) પણ અપાવશે.' આવું થશે તો તો વાંધો નહીં આવે. છતાં ઘર તો ચલાવવું જ પડશે ને?

જેઠ મહિનાના પાછલા દિવસો ચાલતા હતા. હવે જેમ જેમ સમય જતો હતો તેમ તેમ પૈસા મૂકવામાં એ સો ટકા કુડપાઈ કરતા હતા એવું રતનને સતત લાગ્યા કરતું હતું.

ઘણાં બધાં સગાવહાલાં એમ કહેતાં "મણિલાલ બહુ હોશિયાર અને ધાર્યું કામ કાઢનાર 'કટર' હે અને એનો પગાર પણ બહુ ધજ હે" એ જાણી રતને એક વખતે નાનબાઈને પૂછેલું, "બાઈ પેલાં ઇ કેટલા બધા પૈસા મૂકતા ને હવે હમોળાય નથી મૂકતા. તો ઇ પૈસા ક્યાં નાખતા હશે?" વળી ઘર હામુંયે નથી જોતા તો કેનાક ઘાઘરામાં તો નીં ફસાણા હોય ને?' રતને શંકામિશ્રિત ચિંતા વ્યક્ત કરતાં કહ્યું.

"ના ના એવું જો જે ધારતી. એવા ઈ ક્યાં હોશિયાર હે કે એવું એને આવડે?" નાનબાઈને શંકા તો હતી જ. છતાં રતનની આશાના તંતુ જળવાઈ રહે માટે કહ્યું.

"તો તાં જુઓને આ વરહાળે એને આવ્યે બે વરહ (વર્ષ) થશે. હવે મને એવું જ લાગેર્યું. માહણ કેર્યાં ઇ પ્રમાણે કદાચ હું કૌંરી એમ જ હશે. મલી ગઈ હશે મારા જેવી કોંક નવરી. એટલે તો પૈસાય નીં ને ઇયેનીં' નાનબાઈ શું જવાબ આપે? રતન આગળ બોલી, 'બાઈ હું તો જાણે ઠીક પણ એને આ ફૂલ જેવી દીકરીયુંયે નીં હાંભર્ત્યું હોય?' કહેતાં એની આંખમાં આંસુ આવી ગયાં.

"હાંભરે તોય શું કરે બિચારો? છેલા કાગળમાં એણે લખ્યું તો હતું. હમણાં કામ ઘણાં હે એટલે શેઠ રજા દેતા નથી. એટલે આવી હકાશે નીં! તો ઇ યે શું કરે? જો શેઠનું ન માને તો વળી બીજું ઠેકાણું ગોતવું પડે. આવે ટાણે શેઠિયા ક્યાં શરમ રાખેર્યાં? ઇતાં ફટ દેતાં - હંભળાવી દે. "થા રવાનો? તું નીં ને તારો ભાઈ બીજો." કહી નાનબાઈએ રતનના મગજની શંકા દૂર કરવા પ્રયત્ન કર્યો.

મણિલાલ, એનું મનીઑર્ડર કે એની ટપાલ આજ આવે કાલ આવે એમ કાગડોળે રતન રાહ જોતી રહી. ભાદરવો મહિનો પૂરો થવા આવ્યો. છતાં એમાંથી એકેય ન આવ્યું. આ બાજુ જેમ જેમ દિવસો જતા ગયા, તેમ તેમ રતનની મુશ્કેલીઓ વધતી ગઈ.

જે દિવસે રસકસ લેવાનું હોય તે દિવસે રતન બપોરની રિસેસ ન પાડતી ને કામ ચાલુ રાખતી જેથી સાંજે વિનંતી કરી થોડી વહેલી રજા લઈ દુકાનેથી

જોઈતું રસકસ દી છતે વેળાસર લઈ શકે. ને એમ જ કરતી.

રતન આ બધું જગલાની દુકાનેથી ઘરાકોની ભીડ હોય ત્યારે જ લેવા જતી. તો એક દિવસ જગલે કીધું પણ ખરું. "ભાભી તમે કાયમ ઘરાકની આવી ભીડમાં જ લેવા આવો છો. થોડાં વહેલાં મોડાં લેવા આવતાં હો તો. મારે રોકડિયાં ઘરાક તો સચવાય. આ તો રોકડિયા ઘરાક મૂકીને પહેલું તમને ઉધારમાં દેવું પડે (છે) એ તમને સારું લાગે યું?"

રતન સમજતી હતી 'જગો ઓછી ઘરાકી ટાંણે મોડું-વહેલું આવવાનું શું કામ કેર્યો? છતાં એ ભીડમાં જ જતી. એ કહેતી "જગાભાઈ મને આ એક કામ થોડું હે, મારા વીરા. રાંધવાનું તો ખરું જ. પણ બીજા યે હાંજ-હવારનાં કામ તો હોય ને? તમે ઉધારમાં આ બધું દોર્યા ઇ તમારી ભલાઈ. તમારો એકેય પૈસો રાખીશ નીં મારા ભાઈ. એટલો વેસવાસ (વિશ્વાસ) રાખજો."

"વિશ્વાસની વાત ક્યાં છે ભાભી, આ તો એકબીજાની અડચણ સમજવાની વાત હે. મારી વાત ખોટી હે?" જગદીશે કહ્યું.

રતને કંઈ જવાબ ન આપ્યો. આવા કેટલાય પ્રશ્નોના જવાબ ન દેવાનું રતનને ફાવી ગયું હતું. રતન કોઈની સાથે આવા બનાવો કે ચર્ચાઓ થતી તે બાબતે પોતાનું દિલ હળવું કરવા રોજબરોજ રાત્રે આ બધું નાનબાઈને કહેતી. નાનબાઈ રતનની માનસિક સ્થિતિ જાણતી હતી. તેથી તેને શાંતિથી સાંભળતી અને તેને આશ્વાસન દેતી. તેથી રતનનું દિલ હળવું થતું. અને તેને કાયમ સાવધાન રહેવાનું કહેતી.

એક સાંજે નાનબાઈને રતન ખૂબ ઢીલી દેખાઈ તો પૂછ્યું.

"કાં રતન ઠીક નથી કે શું?"

"ઠીક તાં હૌં પણ તમને ખબર તો હે. આજ આઠ મહિનાથી એણે પૈસા નથી મૂક્યા. આ છૂટક મજૂરીમાંથી કેમ પૂરું કરુંરી ઇ મારું મન જાણેર્યું. નારણકાકા કને ઘડી ઘડી થોડા લેવાય? ઇ તાં ના નથી કે'તા પણ હવે મનેય શરમ થાયરી. વળી ઇ પાનુંકાકીથી લકાઈને દેર્યા. પછી કેદીક ખબર પડે તો? તને ખબર તાં હે પાનુકાકીનો સ્વભાવ કેવો હે? એટલે હવે નારણકાકા કનેથી નથી લેતી."

રતને થોડું વિચારતાં કહ્યું "બાઈ આજ ઘડીભર એવો વિચાર આવ્યો. હવે જોતિને ભણાવવાનું બંધ કરું ને મારા ભેળી દાનકીએ લઈ જઉ તો જ પૂરું થશે. વળી એમ્મે થાયર્યું ઈ હોશિયાર હે તો ભલેને ભણતી. ભણીને હોશિયાર થાય તો મારા જેમ ઊભા ઘરે તાં ન જવું પડે એને!"

આ બાજુ જગલાના બાકી પૈસા વધતા જાયર્યા. બે દિ' પેલાં એનેય ભીડો ચડાયો. પૈસા ખપે! ઇયે બિચારો હાચો હે. ઇ હામે પૈસા ભરે તૈયેં જ માલ મળેને એને. હવે કેર્યો પૈસા જમા નીં કરાવો તો રસકસ દેવાનું બંધ કરી દઈશ. હવે હું શું કરું? કહેતાં રતનની આંખમાં આંસુ આવી ગયાં. આ ચાર છોરીયું..." એ આગળ ન બોલી શકી.

તે દિવસે પણ નાનબાઈએ ફરી તેની સાસુથી છૂપી રીતે દશ દશ કિલો જેવા ઘઉં જવ આપ્યા ને પોતાની બચકીમાંથી રૂપિયા આપ્યા અને કીધું, "આ બધું આપૂરી એની કોઈને વાત ન કરતી. હું ને તું જાણીયે. ભગવાનને પણ ખબર ન પડે એમ રાખજે."

રતનને સમજતાં વાર ન લાગી. નાનબાઈ અવારનવાર આ બધું દેરી ઈ મનસુખ પટેલ અને એની હાહુથી લકાડીને દેરી

રતને રૂપિયા જગાને ત્યાં જમા કરાવ્યા ત્યારે એણે ટકોર કરી, આવડા બાકી છે એમાં આટલા રૂપિયા શું હિસાબમાં? બીજા પૈસા માટે ગોઠવણીમાં રહેજો.

આ બાજુ રતને લખાવેલી ટપાલનો કલકત્તાથી કોઈ જવાબ ન આવ્યો. અને મનીઑર્ડર પણ ન આવ્યું. હવે તો ફક્ત કલકત્તા બાજુથી ગામનું કે કોઈ સગુંવહાલું આવતું તો એની સાથે થોડાઘણા પૈસા આવતા. એની સામે પાંચ જણાનાં પરિવારનો ખર્ચ હતો.

મજૂરી અને નાનબાઈના સહકારથી એક મહિનો તો ટૂંકો થયો પણ હવે?

આ બાજુ જગાની ઉઘરાણી ચાલુ જ રહી. તકલીફ તો હતી જ હતી. છતાં રતનને હવે નાનબાઈની "આપડી લેવડ દેવડ ગુપ્ત રેવી ખપે"' ની વાત સાંભળ્યા પછી થયું: નાનબાઈને પણ હું હવે ધર્મસંકટમાં નીં નાખું. ક્યાંક મારે લીધે એના ઘરમાં કંકાસ થાય ને એનો રોટલો ખારો થાય એવું મને નથી કરવું. મારું મને જ ફોડી લેવું ખપે.

પોતાના મનના નિર્ણયના સરળ અમલ માટે રતને ધીમે ધીમે નાનબાઈને મલવાનું ઓછું કરી નાખ્યું.

૧૮. રતનને સંજોગોએ હરાવી

આજે નાનબાઈ થોડી વહેલી પરવારી હતી. તેને રતન યાદ આવી. 'હરરોજ હાંજે મન હલકું કરવા આવનાર રતન આજે દશ-બાર-પંદર દી થ્યા કેમ મળીયે નઈ.' થોડી નવાઈ લાગી. એમ પણ થયું. "બિચારીને તાવ તૈયો તો નીં આવ્યો હોય ને? નૈ તો મલ્યા વગર રે નીં! જરા ખબર તો કાઢું!"

નાનબાઈ શેરી ઓળંગી ડેલીમાં થઈ, રતનના ઘરના દરવાજા બાજુ ગઈ.

"જોતિ (જ્યોતિ) બેટા, ક્યાં હે તારી મા?" નાનબાઈએ પૂછ્યું.

"ક્યાં હૌં? ઇયાં જ જુહાણી પડી હૌં." રતને કંટાળાજનક ટોનમાં કહ્યું.

"શું કરોરી હજી નથી પરવારી?" - નાનબાઈએ પૂછ્યું

"પરવારી તાં વેલી ગઈ હૌં. છોરીયું લેશન કરેર્યું ને હું પહાંમાં બેઠી'તી." કહી ઊભી થતી રતને હાથમાંનું કંઈક સાડીના છેડામાં વીંટાળી કેડે દબાવ્યું. એવું નાનબાઈને લાગ્યું. કંડેલના ઝાંખા ઝાંખા અજવાળામાં નાનબાઈએ આ જોયું "શું હતું તારા હાથમાં રતન?"

"કાંઈ નીં'!"

"કાંક હતું? કેતો ખરી. વતાડ (બતાવ) જોઉ!" કહી નાનબાઈએ રતનના કેડમાં દબાવેલી, સાડીના છેડામાં વીટાળેલી વસ્તુ હાથમાં લીધી. જોયું. 'માળા' હતી.

મોં ઉપર સ્મિત લાવતાં 'રતન તું ભગત કૈયેંથી થૈ ગીં? તને માળા કરવાનો ટેમ જડેર્યું.?" નાનબાઈએ પૂછ્યું.

"નથી જડતું બાઈ, પણ આવું થોડું થકું કાંક કરીએ તો ભગવાન થોડાક તાં ગુના માફ કરે. અને આવતા જનમમાં માંડ હખર ઘર દે. આ જનમમાં ભોગવીયે યાં ઈ ઓછું હે?" રતન જરા રડમસ અવાજે બોલી, "હાલ લે બાઈ આપણે આપણા રોજના ઓટે (ઓટલે) બેહીને વાતુ કરીયે! ઇયાં બેહસું તો છોરીયુંને વાંચવામાં મજા નીં આવે."

અને બંને બહાર દરરોજવાળા ઓટલે બેઠી. પણ રતન કંઈ બોલી નહીં.

રતનને ઢીલી અને ગંભીર જોઈ નાનબાઈએ પૂછ્યું,

"રતન બોલતી કાં નથી? તારી તબિયતતાં ભરાભર હે ને?"

અને રતન રડી પડી. રડતાં રડતાં એ ડૂસકે ચડી ગઈ. નાનબાઈએ રતનને આવી રીતે રડતાં ક્યારેય જોઈ ન હતી. નાનબાઈને કંઈ ન સમજાયું. એણે રતનની પીઠ ઉપર હાથ ફેરવ્યો.

નાનબાઈ રડતી રતનની પીઠ ઉપર હાથ ફેરવતી રહી.

"રતન કે'તો ખરી. હું તો તારી બોન જેવી હૌં ને? જે હોય તે કહી દે રતન!"

રતન થોડી શાંત થઈ, કંઈ કહેવા જતી હતી ત્યાં એ ફરી રડી પડી એ કંઈ કહી ન શકી! થોડી વારે શાંત પડી. પણ એ બોલી ન શકી. એટલે નાનબાઈ પણ એકદમ ગંભીર બની ગઈ.

"રતન કહી દે મારી બોન તને મારા હમ હૈ." નાનબાઈએ કહ્યું ત્યાં રતન ફરી રડી પડી. થોડી વારે શાંત પડતાં કહ્યું,

"બાઈ...!" આટલું કહી એ આગળ ન બોલી શકી. એનાથી ફરી ડૂસકું મુકાઈ ગયું. પછી જરી શાંત પડી ધીમેથી કહ્યું, 'બાઈ તમે વઢો એવું મેં કામ કર્યું હે. મારા કને એના સિવાય બીજો કોઈ રસ્તો ન'તો. હું હારી ગઈ. બાઈ હું હારી ગઈ.' અને એ ફરી રડી પડી.

નાનબાઈને આખી વાત સમજાઈ ગઈ. છતાં જાણવું તો પડશે. કેમ અને શું બન્યું. "રતનં જે બન્યું હોય ઈ કે તો ખરી. તું તો મને બધી જ વાતું કરોરી ને? હું તારી બોન હઉં. મને નીં કે તો કેને કઈશ? તને મારા હમ હે!" રતનના હાથ દબાવીને પકડી રાખી નાનબાઈએ કહ્યું.

થોડી વાર પછી રતન રડમસ અવાજે બોલી, "બાઈ તમે મને કેટલીયે વાર તમારા ઘરેથી ઘઉં જવ ને બાજરો દેતાં'તાં. આમ ઘડી ઘડી કેટલીવાર માગું? કલકત્તેથી આજ આઠ નવ મહિના થ્યા, એણે પૈસા નથી મૂક્યા. જગાએ ઉધારમાં રસકસ દેવાની ઘસીને ના કૈ દીધી'તી. તે'દી ઘરમાં છોરીયુંને ખવરાવવા કાંય નોતું. છોરીયુંને આછી પાતળી રાબ પાવા હારું વ્હેલી હવારના અંધારામાં દરશન કરવાના બહાને મંદિર ગૈ ને કોંય ન દેખે એમ મંદિરના ઓટે માહણે પંખી હારુ નાખેલા ચણ છાયટીયો (જુવાર)ને ગઉજવ વાળીને લૈ આવી. એને ખાંડી રાબ બનાવી, છાયમાં ચોળી આખો દી છોરીયુંને પીવરાવી." થોડું અટકી રતન આગળ બોલી, "હાંજે કોકીએ 'મને રોટલો ખપશે રાબ નીં પીઉ.' કહી હઠ કરી. ઈ વેડી. એણે બહુ મનાવી. પણ એને રાબ ન પીધી. રોતી રોતી

ભૂખ્યા પેટે હુઈ ગઈ, કહેતાં રતનના ગળે ડૂમો આવી ગયો. એ રોવું ન રોકી શકી. એ ફરી રડી પડી. થોડી વારે આંસુ લૂછતાં એ માંડ બોલી, "જગે ઉધાર દેવાની ના પાડી દીધી'તી. ખાતે લખાવવું હોય તો ધકોય ન ખાતાં. એવું ચોખેચોખું કહી દીધું'તું. તો હવે કાલે શું...?"

ઈ રાતે મને ઊંઘ ન આવી. હું એને ને મારા નસીબને મનમાં ગાળું દેતી રઈ. પડખાં બદલતી રઈ. ભૂખ્યા પેટે હુઈ ગયેલી કોકી પણ ઘડીક ઠણકા કરે. ઘડીક ઉંકાટા કરે, ઘડીક પડખાં બદલે ને ઉથલ્યા કરે. એને પણ ભૂખ્યા પેટે ઊંઘ નો'તી આવતી. મારાથી આ બધું સહન નો'તું થતું. હું રોતી રઇ, વિચારતી રઇ.

આ હાલતમાં શું માગ (રસ્તા) નીકળે? એમ હવાર હોદી મને જુદા જુદા વિચારો આવતાર્યા.

જલોબાપો કરેને કાલે જો એનું મનીઑર્ડર આવે તો સવાલ નં'તો પણ એની તો હાવ આશાય મરી પરવારી હે. તો હવે શું કરવું.?

મને એક રસ્તો સૂઝ્યો. માંકડ મારવાની દવા પી જાઉ તો છૂટી રઉ આ બધાંથી. પણ પછી છોરીયુંનું શું? વિચારી મનથી નક્કી કર્યું, એ તો નીંજ કરું. બાઈ પછી મને ત્રણ રસ્તા દેખાતા'તા. ત્રણે રસ્તા જોખમી હતા. પણ ઓછું જોખમ કીયે રસ્તે હે ઇ વિચારવું તું. મુખીબાપાના નરેશભાઈ કને લાગાબંધી નક્કી કરી, એના પેટે એના કને ધાન લઈ આવું. કાં ખીમજી માસ્તર કને ઉધારા રૂપિયા લઈ આવવા ને કાં કોય ન હોય તૈયે જગા કને નવેસર હાથ જોડી થોડો વાયદો માગી ઉધાર રસકસ લાવવું.

વિચાર કરતાં મને એમ થયું, જગાભાઈને હાથ જોડી થોડા દીનો વાયદો માગવો. એવા વિચાર સાથે ઊંઘ આવી ન આવી ત્યાં હવાર પડી.

દરરોજના ટેમે હું પરવારી. પણ મારા મગજમાંથી કોકીના હાંજ અને રાતની હાલતના વિચાર હટતા નો'તા! હું મરઘાંમા કને ગઈ મેં કહ્યું બાઈજી બે રોટલા જેટલો ઘઉં જવનો લોટ દેજો. જરા કોકી હાંજે ઘઉંના રોટલા હારું વેડીતી. ઇ કે બાજરાનો રોટલો નીં ખાઉ. એમ કરતાં વેડીને રોતી રોતી હુઈ ગીતી.' હું મરઘાંમા કને થોડું ખોટું બોલી."

"તૈયેં હાંજે જ લઈ જવો ખપેને. ઇતાં છોરું હે. વેડેય ખરું!" માએ કહ્યું.

મેં કહ્યું, "મને એમ કે બાજરાનો રોટલો ખાઈ લેશે. પણ ન ખાધો."

મરઘાંમા થોડો લોટ લઈ આવ્યાં. મને આપતાં મારી આંખો જોઈ પૂછ્યું, 'વઉ, તમારી આંખુ આવડી રાતી દેખાયર્યું તે દુખેર્યું કે શું હે? તો મેં કીધું,

'ના એવું કાંય નથી. આ કોકીના વિચારમાં નિરાંતે ઊંઘ નો'તી આવી.' કહેતાં આંખના ખૂણા ભીના થયા.

મરઘાંમાએ પૂછ્યું, "વઉ મારા દીકરાનો કાગળ બાગળ કાંય આયો કે નીં?"

"ના નથી આયો ઇયે ઉંવા કેવા કામે ભેલાણા હે? ખબરે નથી પડતી. નથી કાગળ, નથી પૈસા કે નથી ઇ. મને હવે કાંય હુઝતું નથી. તમે મારા હાહરાને કે ફુઆને કૈને કાંક કરાવોને! મારું તો હવે મગજે કામ નથી કરતું! તો મરઘાંમાએ કેધું, "તમારી વાત હાચી હે. લ્યો આજ હાંજેજ કાગળ લખાવું! આમ હાલતું હશે કાંય? ઘર હામે તાં જોયું ખપે કે નૈ? એને આવ્યે યે બે વર થ્યાં."

"એની તાં વાત હે" કહી હું લોટ લઈ આવી. કોકિલા માટે રોટલા ઘડી એને ખવરાવ્યા. એમાંથી ત્રણે છોરીયુંને ફડી ફડી[32] રોટલો ને આછી પાતળી રાબ દીધી.

તે દી હું મજૂરે ન ગઈ. ને અગાડના[33] જ જગાની દુકાને ઉધારમાં બાજરો લેવા ગઈ. તે વખતે દુકાને કોય ઘરાગ નોતું.

જગે વાત ઉચ્ચારી "ભાભી મારા પૈસાનું શું કર્યું?"

મેં કેધું, આવશે, એટલે એકે દી નીં રાખું. પેલા તમને દઈશ. તમે મારું કામ કરોર્યાં ઇ કેદીયે નીં ભૂલું! તો એને કેધું "એમ ખાલી યાદ રાખવાથી શું વળવાનું હે. તમારી તકલીફમાં મેં તમારું કામ કર્યું હે તો મારી તકલીફમાં તમે મારું એક કામ ન કરો?" મેં કેધું કરવા જેવું હશે તો જરૂર કરીશ. કો શું હે? એને કેધુ; જુઓ ભાભી પંદર દી થ્યા તમારી દેરાણી માવતરે ગી હે. ઇ આવે ત્યાં હોદી બેચાર દીયે એકાદીવાર ઘર વાળીચોળી ઘો તો તમને તમારી મજૂરી દઈ દઈશ; તમારી મજૂરી નૈ રાખું? પેલાંય તમારાં કામ કર્યાં હે ને હજીયે ક્યાં ના હે. લ્યો આજ કાંય લઈ જવું હોય તો લઈ જાઓ. ઇ ઘરની જ વાત હે ને? અને મને ખપતું રસકસ ઉધાર આપ્યું અને કેધુ આવો તૈયેં થોડોક ટાઇમ લૈને આવજો. એને ગ્યે પંદર દી થ્યા પણ ઘર જોવા જેવું નથીર્યું. ઘરવાળીનું મહત્ત્વ ઘરવાળીની ગેરહાજરીમાં હમજાય. મેં હસીને હકારમાં માથું હલાવ્યું. એણે કીધું "તો ઇ રીતે આવજો. જેથી કરી નિરાંતે સાફસૂફ થાય. હણમાર[34] ન કરવી પડે."

---

૩૨. ફડી - અડધો રોટલો

૩૩. અગાડ - બપોર પહેલાનો પહોર, સૂર્યોદયથી બપોર સુધીનો સમય

૩૪. હણમાર - ઉતાવળ

મેં કહ્યું, "ભલે પછાડની (બપોર પછી) આવીશ મોડું વેલું થશે થોડું."

ઇ કે "ભલે કાંય વાધો નીં" કહી રતન આગળ ન બોલી એની આંખમાં ફરી આંસુ આવી ગયાં એ સાડીના છેડાથી આંસુ લૂછવા લાગી. એ લાંબા લાંબા ઊંડા પકડાતા શ્વાસ લઈ મનમાં ને મનમાં રોતી હોય એવું નાનબાઈને લાગ્યું.

"રો નીં રતન! જે બન્યું હોય ઇ કઇ દે મને!"

સાડીના છેડાથી આંસુ લૂછતી રતન થોડીવાર ધીમે ડસકે રોતી રહી.

એની પીઠ ઉપર હાથ પસવારતી નાનબાઈને એના શ્વાસની ગતિ અને પીઠના હલનચલન થકી ખબર પડી, રોઘું (રૂદન) પકડી પકડીને રોતી રતનને મનમાં કેટલી વેદના હે. અને આ બનાવનો રતનને કેટલો આઘાત લાગ્યો હે. એ પણ એની ધારણામાં આવી ગ્યું.

"રતન આગળ કે તો ખરી મારી બોન." કહેતાં નાનબાઈની આંખમાં પણ આંસુ આવી ગયાં. નાનબાઈએ ખૂબ ગંભીર બનીને કહ્યું. પછી ધીમેથી રતને વાત ચાલુ કરી.

"તે દિવસે સાંજે અંધારું થવા આવ્યું હતું. દુકાન ઉપર કોંય ઘરાગ નો'તું. હું ગઈ તો ઇ કે આવી ગયાં? મેં કાંય જવાબ ન દીધો. ઈ કે ભાભી હું ઘરમાં દીવાબત્તી કરી આયો હઉ. કંડેલ લાગેર્યો. તમે સાફસૂફ ચાલુ કરો. કોંય ઘરાગ નથી. હું દુકાન વધાવીને હમણાં જ આવુંર્યો. ન કાં તમે એકલાં થૈ રેસો. હું દુકાનના અંદરના દરવાજેથી આંગણામાં થૈ, ઘરમાં ગઈ. એણે દુકાન બંધ કરી. એ પણ પાછળ આવ્યો. હું હારમણી ખણી કંડેલના અજવાળામાં ઘર સાફસૂફ કરવા મંડી. મારા મગજમાંના અનેક અમંગળ વિચારો થકી મને બીક લાગતીતી. મારું હૃદય પણ ખૂબ તેજ ગતિએ ધબકતું'તું; હું હાચાહાચ બી ગીતી! ત્યાં જગે કહ્યું.

"ભાભી તમે શરૂ કરો, હું દુકાનનો આગળિયો બંધ કરવાનું નથી ભૂલ્યોને જરા જોઈ આવું." કહી ઉતાવળે પગે એ ગ્યો. મેં છૂપી રીતે તેને ડેલીનો આગળિયો બંધ કરતાં, ચંદરના અજવાળે જોયું. બીકથી મારી રુંવાડી ઊભી થૈ ગી; એને આવતો જોઈ હું પાછી ઘર સાફ કરવા મંડી ગી. તેના પગનો અવાજ હાંભળી, એની હામે જોયા વગર મેં પૂછ્યું, "આ તમારાં કપડાં ક્યાં મૂકવાં હે?"

એણે કેધું "કબાટના માથલ્યા ખાનામાં મૂકી ઘો." હું ખાટલા પર પડેલાં કપડાં લઈ કબાટના માથલ્યા ખાનામાં ગોઠવવા મંડી. ઇ નજીક આવ્યો ને પાછળથી મને... એ આગળ ન બોલી શકી. એની આંખમાં ફરી આંસુ આવી

ગ્યાં. આંસુ લૂછી એણે કહ્યું, "મેં એનો વિરોધ ન કર્યો. બાઈ આવું બધું થશે એવું હું ધારતી જ હતી અને હું એને વશ થૈ ગી." રતન ધીમે ધીમે થોડી વાર રોઈ પછી કહ્યું "ઇ વચ્ચે વચ્ચે વાતું કરવા મંડ્યો તો મેં કેધું વાતું કર્યા વગર તારું કામ ઝપાટે (જલદી) પતાવ. મને તક્કડ હે (ઉતાવળ છે.)

તો ઈ કે 'કાં ભાભી તમને મજા નથી આવતી?' મેં કેધું જગાભાઈ, હું તમારી કને મજા કરવા નથી આવી કે નથી આવી મારા શરીરની ભૂખ મટાડવા! હું તાં આવી હૌં મારી ચાર દીકરીયુંનાં પેટની ભૂખ મટાડવા. મારી દીકરી જ્યોતિને કામે ન લગાડવી પડે અને ઇ ભણી હકે એના હારું આવી હૌં. હવે તું તક્કડ કર."

જગો મને પૂછવા મંડ્યો તમને હાચાહાચ મજા નથી આવતી ભાભી?

જગાભાઇ, મજાની વાત ક્યા કરોર્યા? આ તો મારી મજબૂરી હે એટલે આવી હૌં. હું કેમ આવી હઉં ઈ તમને નીં હમજાય. તમને ખબર નથી મારી દીકરીયુંને બે દી થ્યા હું પેટ પૂરતો લૂખો રોટલોય નથી દઇ હકી. એના પેટની ભૂખ મટાડવા હારું આવી હઉં મારી જ્યોતિને કામે ન લગાડવી પડે ને એ આગળ ભણી હકે એના હારું આવી હઉં. હવે તમે તક્કડ કરો. તો એને કેધું. ઉવાં મારો ભાઈ તાં બંગાળી બાઈમણ ભેગો રોજ મજા કરેર્યાં પછી તમને મજા કરવામાં શું વાંધો? હું કાંઈ ન બોલી, થોડી વારે એણે ફરી પૂછ્યું, નોતા આવતાં નોતાં આવતાં તોય આવવું તો પડ્યું ને? આયાં તૈયે તક્કડ કાં કરોર્યા? ભાભી!

તો મેં કેધુ: જગાભાઈ! તમે ભૂલોર્યા. આ તમારી રતનભાભી નથી આવી, ભૂખી દીકરીયુંના પેટ ભરવા એક લાચાર મા આવી હે. તમને ખબર નથી પણ આજ મારા ઘરમાં ધાનનો એક પણ દાણો ન'તો એનો રસ્તો કાઢવા આવી હૌં." કહી રતન થોડી શૂન્યમનસ્ક બની ગઈ. પછી કહ્યું "બાઈ હું ખરેખર એનો રસ્તો કાઢવા જ ગી'તી. મારી છોરીયુંને આખો દી છાય જેવી આછી રાબ પીતાં હું ન જોઈ હકી. બાઈ હું ભૂખી કોકીનો રોટલા માટેનો વલવલાટ ને ઊંઘમાં એ ઉંકાટા કરતીતી ઈ હું ન હાંભળી હકી એટલે આ પગલું ભરવા હું લાચાર થૈ ગી!"

અને ફરી રતન નાનબાઈના ખભે માથું મૂકી રડવા લાગી. એ રોતી રહી. એનું પરસેવે રેબઝેબ, આખું શરીર ધ્રૂજતું હતું.

"હું હારી ગી, બાઈ હું નેઠ હારી ગી. તને આ વાત કીયા મોઢે કૌં? મને શરમ થતી'તી." કહી એ સાડીના છેડાથી આંખો લૂછતી રહી.

નાનબાઈને હવે સમજાયું, ક્યારેય ભગવાનનું નામ ન લેનાર રતન આજે માળા શા માટે ફેરવતી હતી?

નાનબાઈને તે રાત્રે ઊંઘ ન આવી. "બિચારી રતન."

તે પછી નાનબાઈને કોણ જાણે કેમ રતનને મલવાનું મન ન થતું. ક્યારેક નવરી પડતી ત્યારે એના તરફ લાગણી ખેંચાતી પણ તેનું મન મલવાની ના પાડતું. કદાચ નાનબાઈના મગજમાંથી રતન ઊતરી ગઈ હોય તેમ ને કાં તો સંસ્કારી પણ મજબૂર બહેનપણીને શરમાવું પડે ને એ પોતાની જ નજરમાં ઊતરી જાય એવું કરવા નાનબાઈ નહિ માગતી હોય!

સામે રતનને પણ અપરાધભાવને લઈને નાનબાઈને મલવા જતાં સંકોચ શરમ થતાં હશે. એ પણ મળવા ન જતી.

આ રીતે બંને સખીઓની રાત્રી રયાણ બંધ જેવી થઈ ગઈ. મળતી પણ અલપ-ઝલપ મળતી.

નાનબાઈ "શું હાલેર્યું?" એમ રતનને પૂછી તેના અંદરના દુઃખતા ઘાને તાજા કરી તેના પર મીઠું ભભરાવવા નહોતી માગતી. અને રતન પણ વગર પૂછ્યે પહેલાં કહેતી એમ હવે અપરાધ દોષના ભાવને લઈ (ઝાઝુ) કંઈ કહી શકતી નહીં.

બે અઢી મહિના પછી એક દિવસ સમી સાંજે ફળિયામાં જતી નાનબાઈને રતને બોલાવી.

"બાઈ, ખાધા પછી આવજો તાં થોડું કામ હે."

એ જ જૂની રયાણવાળો ઓટલો અને એ જ બે સખીઓ. રાત્રે મલી.

થોડી વાર બંનેમાંથી કોઈ કંઈ બોલ્યું નહીં.

રતન નાનબાઈની બાજુમાં થોડી ખસી. આજે ફરી નાનબાઈના હાથ પકડી, બોલ્યા ચાલ્યા વગર રતન રડી પડી. બાઈ મને બચાવી લ્યો.'

"શું હે વળી કે તો ખરી" નાનબાઈ ગભરાઈ ગઈ.

"કાલે મારા ભેગાં મોટા દવાખાને હાલશો..?"

નાનબાઈ વાત સમજી ગઈ 'રતન તેં આ શું કર્યું. હવે દુનિયાને મોં શું બતાવીશ?' નાનબાઈને ગુસ્સો આવ્યો. ગુસ્સામાં એ બોલી ગઈ "આના કરતાં તેં ઝેર પી લીધું હોત તો ધજ થત (સારુ થાત) રતન!"

"ઈ તાં હું લૈ જ આવીતી માંકડ મારવાની દવા. આ રી. ગઈ રાતે જ પીવાનો વિચાર હતો. તૈયારી કરી, કંડેલનાં અજવાળામાં મારી ચારે દીકરીયુંના છેલીવાર મોં જોવા ગઈ. ને હું ફરી વધુ એકવાર હારી ગઈ. હું એક મા હૌં.

બાઈ! હું એક મા હૌં. બાપ તાં બાપ ન થ્યો પણ જો હું જનમ દેનારી મા, મા મટી દીકરીયુંને રઝળતી મૂકીને જતી રૌં. તો વાંહે એનું કોણ? પાછળ એનું શું થાય? મારું જે થવાનું હોય તે થાય. સમાજને જે કહેવું હોય તે કહે અને કુટુંબને જે કરવું હોય ઈ કરે પણ મારી ફૂલ જેવી નિર્દોષ દીકરીયુંને મા વગરની કરી તેને રઝળતી નીં કરું?"

રતન ધીમે ડૂસકે રોતી રહી. થોડી વાર પછી બોલી, "બાઈ, તમે જ કો' હવે હું શું કરું? મારી દીકરીયુંની જવાબદારી તમે લેતા હો તો ચાર દીકરીયુંના હમ (સોગંદ) આ શીશી હમણાં જ પી જઈશ તમારી હાજરીમાં જ. ને કાલનો દી (સૂરજ) નીં જોઉ." ચંદરના અજવાળામાં નાનબાઈએ રતનની આંખોમાંથી વહેતાં આસું જોયાં.

નાનબાઈએ રતનના હાથ દબાવીને પકડી રાખ્યા. એની આંખમાં પણ આંસુ આવી ગયાં. "કાંય ન કરજે રતન! હું રસ્તો કાઢુંરી, મારા માથે વિશ્વાસ રાખજે. મારી બોન."

છતાં રતને આજીજીભર્યા અવાજે કહ્યું, "હાલશોને મારા ભેગાં દવાખાને?"

"મેં તને કેધુંને મારા માથે વિશ્વાસ રાખ. હું તારા માટે જે કરવું પડશે ઇ હંધુય (બધું જ) કરીશ. છોરીયું પ્રત્યેની તારી લાગણી હારું મને તારા પ્રત્યે માન હે."

અને નાનબાઈ ઘેર ગઈ. રતનને વચન તો આપ્યું પણ સૂઝતું નથી, આનો રસ્તો શું કાઢવો?

છેવટે નાનબાઈએ તે જ રાત્રે પતિ મનસુખને વાત કરી. બધું વિગતે સમજાવ્યું. આમાં રતનનો કંઈ દોષ નથી. એ નિર્દોષ હે. આ ભન્યું એના હારું સમય અને સંજોગો જવાબદાર હે. રતન એક મા હે. કોય પણ લાચાર મા ભૂખી દીકરીયુંના પેટ ભરવા બધું જ કરે. એને ઠેકાણે હું હૌં તો હું યે કંઈ પણ પગલું ભરું. તો હવે આપડે રતનને મદદ કરવી જ પડશે!

બંનેએ વિચાર કર્યો. "જો દવાખાનાવાળું પગલું આપણે ભરાવશું ને વાત ક્યાંક બારેં નીકળી જશે તો આપણા માથે છાંટા ઊડશે."

"તો...?"

"તમે તાર કરીને તાબડતોબ મણિલાલને તેડાવી લ્યો. પછી જે વિચારવું હશે ઇ વિચારશું." અને બીજે જ દિવસે મનસુખે મણિલાલને તાર કર્યો.

"રતનને તકલીફ હે. એનું મોં જોવું હોય તો તાર મલે કે તરત રવાના થઈ જજો. હોય તો પૈસા લેતો આવજે પણ આવજે જલદી" - મનસુખ.

અને સાતમે દિવસે મણિલાલ આવી ગયો.

નાનબાઈ અને મનસુખે મણિલાલને પોતાના ખેતરનાં એકાંતમાં મણિલાલને બોલાવી બધી જ વિગતે વાત કરી. નાનબાઈ અને મનસુખ પટેલની વાત સાંભળી, મણિલાલ બહુ ધૂંવાપૂવાં થયો. આમ હાલતું હશે કાંય ? હવે એને જેમ ઠીક લાગે એમ કરે. આવું કરતાં રાંડને કાંય વિચાર ન આવ્યો. શરમ વગરની હાવ." કહેતાં જ એના માનસપટ પર એને મંજુ દેખાઈ. એની સાથે કરેલ વાણી-વર્તન અને ક્રીડા, બધું દેખાયું "એ રીતે તો હું યે ક્યાં નિર્દોષ છું ? મેંએ એવું જ કર્યું કહેવાય ને ?" વિચારતો હતો ત્યાં નાનબાઈએ કહ્યું

"વિચાર તો તમને આયો ખપતો'તો પટેલ. કલકતે (જઈને) તમેય ક્યાં પગે હતા ? ડોઢ બે વર થ્યાં. ઘર હામે જોયું તું કેદી ? બિચારી છૂટક મજૂરીમાં પાંચ જીવનું કેમ પૂરું કરતી'તી ઈ મને ખબર હે ! હોશિયારી વતાવ્યા વગર હવે શું કરવું ઇ વિચારો.'

મણિલાલે કંઈ જવાબ ન આપ્યો. એ નીચું જોઈ પગથી જમીન ખોતરતો, વિચારતો હતો.

મણિલાલને મૌન જોઈ, મનસુખે કહ્યું : "મણિલાલ, જે થઈ ગ્યું હે ઈ થઈ ગ્યું હે. ઈ હવે નથી થ્યું નથી થનારું. હવે શું કરવું હે ઈ તું વિચાર, જલદી.

મણિલાલના મગજમાં વિચારોનું દ્વંદ્વ ચાલતું હતું. એનું મગજ "શું કરવું"નો નિર્ણય ન લઈ શક્યું એ મૌન વિચારતો રહ્યો. એને રતનને દોષિત ઠેરવતાં મગજમાં પોતે મંજુ સાથે વિતાવેલી પળો એને ફરી યાદ આવી... પછી મણિલાલને રતન પહેલાંના જેટલી દોષિત ન લાગી... એ વિચારતો હતો ત્યાં નાનબાઈએ કહ્યું :

"આ બધો તમારો જ વાંક હે. રતનનો વાંક જરાય નથી. ઈ ખાલી, સંજોગોનો શિકાર ભની હે. હવે જો તમે ધારો તો બધું પતી જાય" અને નાનબાઈએ એની બીમારી વખતે રતને કરેલી મહેનત મણિલાલને યાદ દેવરાવી. અને કહ્યું, 'તેદી એણે તમને ભચાવ્યા'તા, આજ હવે તમારે રતનને ભચાવવી હે."

શું જવાબ દેવો એ મણિલાલને સૂઝ્યું નહીં. એ ઢીલો થઈ ગયો "પટેલ, મારું તો આંમાં મગજે કામ નથી કરતું. તમને કાંય રસ્તો દેખાતો હોય તો કો ?"

મણિલાલ કે તો હો તો રસ્તો અમે વતાવીયેં, પણ કરવું તો બધું તમને જ પડશે. ને જલદી

બોલો એના હારું મને શું કરવું...

"બોલો, એના હારું મને શું કરવું પડશે ?" મણિલાલ ઢીલો થઈ ગયો.

"મણિલાલ, આવતી કાલે જ તું, રતન અને તારી પાટલાહાહુ (મોટા સાળી નાનબાઈ) મોટા દવાખાને જાઓ. તપાસ કરાવો ને ડૉક્ટરની સલાહ લઈ સાંજે પાછાં આવો. મનસુખે બે રસ્તા બતાવ્યા. આવનાર છોરું (બાળક) સ્વીકારી લેવું. કદાચ દીકરો હોય તો તારી ચાર દીકરીયુંને ભાઈ મલી જાય. આપણે સાતોડિયું જનમ્યું એમ જાહેર કરીશું અથવા પડાવી નાખવું આ બેમાંથી એકેય ન થાય તો રતન દવા પીશે." મનસુખે મણિલાલને આખરી શક્યતા તરફ ધ્યાન દોર્યું.

રતન દવા પીએ તો? દીકરીયુંનું શું?

દીકરીયુંનો વિચાર કરતાં મણિલાલને મનસુખની વાતમાં સંમત થયા વગર છૂટકો ન તો.

દવાખાને ગયાં. મશીનથી તપાસ (સોનોગ્રાફી) કરાવી. ડૉક્ટરે કહ્યું ખુશ થાઓ તમારી (ચાર) દીકરીઓનો ભાઈ છે.

સાંજે પાછાં આવ્યાં. ચારેય વ્યક્તિએ વિચાર કરી નિર્ણય લીધો. બાળક સ્વીકારી લેવું. પછી પડશે તેવા દેવાશે.

બે મહિના મણિલાલ રોકાયો. સુવાવડ પહેલાં આવી જઈશ. કહી એ કલકત્તે ઊપડી ગ્યો.

રતનની સુવાવડનો સમય નજીક આવ્યો પણ મણિલાલ, તેની ટપાલ કે મની ઑર્ડર કંઈ ન આવ્યું. રતન ટેન્શનમાં હતી તેના કરતાં નાનબાઈને આ બધાનું વધુ ટેન્શન હતું.

૧૯. ગેટેરાની ચોવટ અને છૂટાછેડા

મણિલાલ કલકત્તે ગયાના પાંચ મહિને સુવાવડ થઈ. બે મહિના મણિલાલના રોકાણના ને પાંચ પાછળના ગણી સાતોડિયું જાહેર કર્યું.

ચાર બહેનોનો ભાઈ આવ્યો. આખા ગામમાં બધાને આનંદ થયો. ચાર બહેનો ભાઈને જોઈને આનંદ આનંદ થઈ ગઈ. પણ જેણે જેણે બાળક જોયું તે કહે "આ સાતોડિયું નથી પૂરા મહિનાનું હે. મણિલાલ ભલે આવ્યો હતો પણ ડાળમાં કૈંક કાળું હે."

નાના સરખા આખા ગામમાં મણિલાલનો બાબો ચર્ચાનો વિષય બની ગયો.

સૌ મરઘાંમાને પૂછે : "મા આ શું હે ?"

જમાનાનો તડકો છાંયો જોયેલાં મરઘાંમાએ બધાનાં મોં બંધ થઈ જાય તેવા જવાબ દીધા. જેમજેમ સમય જવા મંડ્યો તેમતેમ બધું શાંત પડવા મંડ્યું પણ જ્યાં ઘરનાં જ વેરી થાય ત્યાં પાટા બાંધવા બહુ અઘરા થઈ જતા હોય છે.

મરઘામાંની નાની વહુ લીલા રતનની આગલ્યા જનમની વેરી થઈ, બહારવટે ચડી ગઈ. એ કુટુંબવાળાને રોજ ઉશ્કેરતી રહી ને આ મુદ્દો એણે શાંત પડવા જ ન દીધો. છેવટે કુટુંબવાળાઓએ ગેઢેરાઓની સલાહ લઈ મણિલાલને તથા તેના કાકાને ટપાલ લખી તેડાવ્યા.

અને કાકો-ભત્રીજો આવ્યા.

મરઘાંમાએ મણિલાલને પહેલે દિવસે જ પૂછ્યું તો મણિલાલે કહ્યું, 'ગગો મારો જ હે' સાંભળી મરઘાંમાને શાંતિ થઈ. છતાં મરઘાંમાએ ભલામણ કરી. "મણા તારી વાતમાં મક્કમ રેજે, તને એક દી તારી વઉએ ભચાવ્યો તો. હવે એને ભચાવવાનો તારો વારો હે, શું કઉ રી?"

"એમાં બીજી વાત જ ક્યાં હે મા. હું આયો જ હતો ને ?"

આમ તો મરઘાંમાને થોડી શંકા તો હતી જ. છતાં એ પણ ઇચ્છતાં હતાં જ કે મણિલાલ હરખો જવાબ દે તો બધું શાંતિથી પતી જાય.

લીલાવઉ ગમે તેટલી ગાંડ પેલપેલાવે પણ રતન વઉને એ એની પગની પાનીથી માથાના વાળ હોદી નખશિખ રગેરગ જાણતાં હતા. કદાચ રતનવઉથી

ખોટું પગલું ભરાઈ ગયું હોય તોય એમાં એના વાંક કરતાં મણિલાલનો વધારે વાંક હતો. એ મરઘાંમા જાણતાં હતાં.

પૈસા વગર એકલી બાઈમણને છૂટક મજૂરી કરી પાંચ મા દીકરીનાં પેટ ભરવાં ને સગાંવાલાંના વેવારમાં રહેવું. કાંય હેલું (સહેલું) નો'તું. પટેલ બાપાની વાડીની ઊંચા રોજની ઑફરવાળી લાગાબંધીની મજૂરીને (લાત) ઠોકરે મારનાર રતનવઉની જીવન સાધના જાણતાં હતાં. લાલબાઈનાં મામેરા વખતે પોતાના માવતરે (પિયરને) દીધેલા ટોલ (દાગીના) કાકાંણ નણંદને સગી નણંદ ગણી તેની લાગણીની હિફાઝત કરવા પોતાની ફરજ સમજી તેને મામેરામાં હાર આપવા પોતાનો હાર જોરાવી (ભંગાવી) નાખનાર રતનવઉની ભાવના અને સંસ્કાર, એનું કુટુંબ પ્રત્યેનું સમર્પણ, મણિલાલની ઘાસણીની માંદાઈ વખતનું તપ અને સત. પોતાની ફરજને પોતાનો ધરમ હમજતી રતનવઉંના પગલે પગલાંની છાપ પૂરેપૂરી ઓળખતાં હતા મરઘાંમા.

એના અને મણિલાલના પંદર અઢાર વરહ્ના ઘરવાહ્ દરમિયાન પોતે આ બધું જોયું તું, એનો આત્મા એનો સાક્ષી હતો.

મરઘાંમાને થયું ઈ (મણિલાલના મોટાબાપા) તાં કાંય બોલે એવા નથી. પણ આજ પોતાની ખરી કસોટી હે. મને ગમે તેમ કરીને ગેઢેરાની પંચાતમાંથી (ચોવટમાંથી) મારી રતન વઉંને એક ઇસ્તરી (સ્ત્રી) ધર્મ હમજીને બચાવી લેવી હે. નૈં તો મારો જ આત્મા એમ કેશે, તારા પેટના દીકરાની વઉ નથી એટલે તેં એના હારું કાંય ન કર્યું. ને નિર્દોષ ડાઈ વઉંને સજા ભોગવવી પડી,

પતિ અને કુટુંબના ખરાબ દિમાં સવાઈ વઉ થઈ કુટુંબના પડખે રેનાર વઉને એના હલકા દીમાં નસીબના ભરોસે છોડી દેતાં તારો જીવ જરાકે ન બળ્યો? એને ભચાવવી ઈ તારો ધરમ હે.' અને મરઘાંમાએ રતનવઉને બચાવવા કમર કસી. પણ એનાથી ઉપરવટ જઈ એની જ નાની વહુ લીલા આજ જેઠાણી રતનના હામે પડી'તી.

આ બધું મોકળું કરવામાં અને ચગાવવામાં અંદર પેટે એનો જ હાથ હતો.

મરઘાંમા એક વાતનો પાટો બાંધે ત્યાં લીલાવહુ બીજી બે જગ્યાએ બીજી બે વાત મૂકે. મરઘાંમાએ એને ઘણી સમજાવી, મરઘાંમાએ રતનવઉને બચાવવા લીલાવઉ આગળ હાથ જોડ્યા.

“વઉ તમે આમાં કાંય બોલો મા. અમે તમારાથી મોટાં હજી ધર્યાં હૈયેં! (જીવીયેર્યાં) બધું હંભાળી લેશું.” પણ લીલા વઉને કરેલી ભલામણ એ બધું જાણે પથ્થર ઉપર પાણી!

એક દિવસ કોઈ ઘેર ન હતું. ત્યારે મરઘાંમાએ રતનને પૂછ્યું, રતને મરઘાંમા કને કંઈ છુપાવ્યું નહીં. આમેય એ ભોળી અને ખુલ્લા દિલની હતી. તેથી બધું ભોળાભાવે સાચેસાચું મરઘાંમાને કહી દીધું. 'ઈ હાચું જ હે. હવે તમને જેમ કરવું હોય એમ કરજો. મારે ઠેકાણે તમારી દીકરી હોય ને આવા સંજોગોમાં આવું પગલું ભરે તો તમે એને ભૂલ ગણો તો હું ગુનેગાર હઉ. તમે જે કરશો ઇ મને કબૂલ કરવું જ પડશે. પણ મારા છોરાંનો વિચાર કરીને કરજો. મારા વાંહે એનું કોણ ?" કહેતાં રતનની આંખમાં આંસુ આવી ગયાં.

કેટલીયે મુશ્કેલીઓ સામે ઝઝૂમનાર બિચારી રતનવઉની હાલત અને આંસુ જોઈ, વાઘ જેવાં મરઘાંમા પીગળી ગયાં. એમણે રતનની આંખમાંથી વહેતાં આંસુ લૂછ્યાં. એની પીઠ ઉપર હાથ ફેરવ્યો. એટલે રતન એકદમ રડી પડી. મરઘાંમાની આંખમાં પણ આંસુ આવી ગયાં અને ભેટી એની પીઠ થપથપાવી. એને હૈયાધારણ આપી.

રતન મરઘાંમાના ખભે માથું મૂકી રડતી રહી. એને કેટલાય સમયથી, કહોને આ પ્રકરણ ચગ્યું તેટલા દિવસથી હૈયું હળવું કરવા, જેના પર માથું મૂકીને પેટછૂટું રડી શકાય એવો કોઈ ખભો ન'તો મલ્યો.

હમણાં આ ચર્ચાઓ પછી એનો કાયમનો આધાર, સુખદુઃખનો સાક્ષી નાનબાઈનો ખભો પણ ખસી ગયો હતો. આજે એને મરઘાંમાનો મજબૂત ખભો મલી જતાં એ ખૂબ રોઈ. પછી શાંત પડી એટલે મરઘાંમાએ કહ્યું, "એક કામ કરજો વઉ તમે કોયની કને કાંય કબૂલતાં નઈ. મારા દીકરાને હું કઈ દઈશ."

રતનને આજે થોડી શાંતિ થઈ.

ગામમાં થતી વાતું ઉપરથી રતનને એવું લાગતુ'તું "કુટુંબ એનો છૂટકો (છૂટાછેડા) કરાવનારું હે."

ક્યારેક તો એને એમ થઈ જતું ઇયા આવીને કીયો લકુબો કાઢવા મલ્યો હે મને. હવેતાં હુયે થાકી હૌં. છૂટકો કરાવે તો મારોય જેન્ધ છૂટે. હું યે એનાથી છૂટું પણ પછી છોરીયુંનું શું ? એનું કોણ મા ને કોણ બાપ ? મને દે તો વાંધો નીં પણ ન દે તો છોરીયું વગર એકલી તાં હું નીં જીવી હકું!'

આવા વિચારોમાં ઘેરાયેલી રતનને રાત્રે નિરાંતે ઊંઘ પણ ન'તી આવતી. ને ઊંઘ આવતી તો સપનામાં મા વગરની ઉદાસ રોતીયું દીકરીયું દેખાતીયું. એ ઝબકીને જાગી જતી ને રોઈ પડતી. પછી આખી આખી રાત એને ઊંઘ ન આવતી ને એ આંસુ સારતી રહેતી.

નક્કી કરેલા દિવસે કુટુંબના પરિવારના વડીલો અને જ્ઞાતિના ગેઢેરાઓ

(પંચાતિયા-ચોવટિયા) ભેળા થયા. ચર્ચા ચાલી. તેમાં મણિલાલે બધાં વચ્ચે ફરી ફરી કહ્યું, 'આ ગગો મારો જ હે. હું બે મહિના આવ્યો જ હતો ને?

પટેલ બાપાના નરેશભાઈના મિત્ર એવા પરિવારના એક ભાઈએ કહ્યું, 'ઈ તારો નથી. મને ખબર હે ઈ કેનો હે? આવી કુલ્ટા વઉ ન ખપે પરિવારમાં."

"પણ મને વાંધો નથી તો બીજાંને શું હે?" - મણિલાલે કહ્યું.

"પણ અમને વાંધો હે એનું શું? જો તને ઈ રાખવી હોયતો તમને કુટુંબથી બારે મૂકશું. નાત બાર કરશું. વિચાર કરી લ્યો. તમને ઇ ખપશે કે કુટુંબ?

પછી મણિલાલ અને મરઘાંમાની પરિવાર અને ગેઢેરા આગળ ખોંખારીને વધુ બોલવાની હિંમત ન ચાલી.

પટેલ બાપાના દીકરા નરેશભાઈએ વળી એવું કહ્યું, "તમે કોં પણ ગામમાં આવી બાઈમણને રેવાય ન દેવાય. ગામનું નામ બદનામ થાય."

કેસ ગેઢેરાની ચોવટમાં(કોર્ટમાં) સોંપાઈ ગયો હતો. એટલે હવે એમાં ઘરવાળાંનું કંઈ ન ચાલે. ઘરવાળાં ઘરમેળે હમજી લેવા માગે તોય જ્ઞાતિના ગેઢેરાને કબૂલ ન હોય તો ઘરવાળાં બારોબાર કંઈ કરી ન શકતાં. ગેઢેરાનો ન્યાય અસરકર્તાને દારૂ પાયેલી હાથણીના ન્યાય જેવો લાગતો. એમની પાસે નાત બહારનું બ્રહ્માસ્ત્ર હાથવગું હતું. જેના વપરાશ અને તેની આડઅસરથી ભલભલા ચમરબંધી પણ થરથરતા ને ગેઢેરા આગળ માંકડા બની જતાં.

ચોવટને અંતે ગેઢેરાઓએ જાહેર કર્યું. "રતન બદચલન અને કુલ્ટા હે. તેને છૂટી કરી તેનાં મા-બાપને બોલાવી સોંપી દેવી. પાંચે સંતાન મણિલાલ પાસે રહેશે.

ગેઢેરાઓનો ફેંસલો સાંભળીને રતન ઢકળાઈ ગઈ (બેભાન થઈ ગઈ.)

એના મોં ઉપર પાણી છાંટવામાં આવ્યું. મરઘાંમા વિંઝણો લૈ આવી તેનાથી પવન નાખવા મંડ્યાં. થોડી વારે રતન ભાનમાં આવી. એ અનિમેષ નયને ઉપર નળિયામાંથી આવતા પ્રકાશથી દીવાલ ઉપર પડતાં ચંદેડાં જોતી રહી. એનાથી એ ચદેડાં ગણાઈ ગયાં. નાનાંમોટાં પાંચ ચંદેડાં હતાં. એ પાંચે ચંદેડાંમાં એને એના પોતાનાથી દૂર જતાં બાળકો દેખાવા લાગ્યાં. એની આંખમાં આંસુ આવી ગયાં.

એ ધીમેથી બેઠી થઈ. ધ્રૂજતા શરીરે બે હાથ જોડી ગેઢેરાઓને વિનંતી કરી. કાલાવાલા કર્યા. "બાપા મને મારા છોરાંથી અલગ ન કરો. હું મારાં છોરાં વગર નીં જીવી હકું. મને ન રાખવી હોય તો વાધો નીં પણ મને મારાં છોરાં દયો. હું તમને હાથ જોડું રી!"

"કેયેંથી મારાં છોરાં, મારાં છોરાં કરોરી તે છોરાં તું તારાં માવતરેથી લૈ આવી તી?" - એક ગેઢેરાબાપા બોલ્યા, તો બીજાએ કહ્યું.

"ના ઈ હે તો હાચી, મણિલાલનાં ક્યાં હે? બધાં એનાં જ હે. એની તાં આ ચોવટ હે. શું કોર્યા બાપા?"

"ખબરદાર હે આ બાબતે કાંય બોલ્યા હો તો? તમને ફેંસલો હંભળાવવાનો અધિકાર હે. કોયના વિશે કાંય બોલવાની જરૂર નથી. મારા દીકરાને વાંધો નથી. અમને વાંધો નથી. તો ગેઢેરાને શું વાધો હે? એનાં છોરાં મા વગરનાં થૈ જશે ઈ તમને ખબર નથી પડતી? ઈ કેના આધારે જીવશે? તે છતાં પંચને છૂટી કરવી હોય તો છૂટી કરો. પણ મારી વઉ વિશે એલફેલ બોલવાની કંઈ જરૂર નથી." મરઘાંમાની વાઘ જેવી ત્રાડ સાંભળી બધા ગેઢેરાઓ અવાક્ થઈ ગયા. રતનમાં થોડો જીવ આવ્યો. મરઘાંમાએ આગળ ચલાવ્યું, "હું બાઈમણ હૌં. બાઈમણની આવી વાતની પીડા બાઈમણ જ હમજી હકે. ઈ તમને શું ખબર પડે ચોવટિયાઓને.

"એનાથી કોંક કારણસર કદાચ ભૂલ થઈ હશે તો આપણે પણ બધાં માહણ હૈયે. આપડાંમાંથી કેટલાંયની ગાંડું ગુવાળીયું હશે (હે) ઈ તાં કાં પોતે ને કાં ભગવાન જાણે. ઈ તાં કરશે ઈ ભોગવશે.' મરઘાંમાનું શરીર ને અવાજ ધ્રૂજતાં હતાં. એણે આગળ કહ્યું.

"બાપા તમારા બધાંના ઘરમાં તમારીયું માઉં, ઘરવાળીયું ને વઉ દીકરીયું હે, એના વિશે કોંય આવું કે તો તમને કેવું લાગે? વિચારો તો ખરા. ચોવટ કરવા નીકળી પડ્યા હો તે? ઘરવાળાંને પૂછીને આવી વાત કરજો." મરઘાંમાએ આવેશમાં આવી જઇ કડક અવાજે કહ્યું પણ તરત એને એમ લાગ્યું પોતાનાથી થોડું વધારે બોલાઈ ગયું છે એને બીક લાગી, એણે વાત વાળવા પ્રયત્ન કર્યો.

"તમે ગેઢેરા ને પરિવારના બાપા બધા પંચ હો. પંચ તાં પરમેશ્વર કહેવાય એટલે હાચાહાચ (ખરેખર) મને બોલવું ન ખપે. પણ કોક બિચારી દીકરી વિશે ક્યાંક હદ વટાતી હોય ને હું આખી હાચી વાતની સાક્ષી કાંય ન બોલું તો મનેયે ઉપરવાળાને જવાબ દેવો હે. એટલે હું હાથ જોડીને પંચને વિનંતી કરૂંરી, હવે તમે ફેસલો કરી જ લીધો હોય તો ઇંયાંથી ચોવટ બંધ કરો." મરઘાંમાએ બધાંને હાથ જોડી, દૂરથી વાંકા વળી, બે વખત જમીનને બંને હાથ અડાડી, માથે અડાડ્યા. મરઘાંમાનું આખું શરીર હજી ધ્રૂજતું હતું.

એના પછીયે, રતને છેવટે નાનાં બે ભાઈબોન પોતાને દેવાની વાત મરઘાંમા દ્વારા કરી. પણ મરઘાંમાએ મારેલાં ફૂંફાડા પછી ગેઢેરાઓ તો હવે વધુ ફુંગર્યા હતા.

"અમારા ફેસલામાં જો હવે ફેરફાર થશે તો કાનજીભાઈના ઘરને નાત

બાર મૂકશું." આ સાંભળી મરઘાંમા અને નાનબાઈએ હવે દલીલોનાં હથિયાર હેઠાં મૂક્યાં.

રતને મરઘાંમા દ્વારા "જો ઇ તૈયાર હોય તો અમે સાતે જણાં ગામ છોડીને બારે જતાં રૈયે. પૂછી જુઓ તમારા દીકરાને!"

મરઘાંમાએ મણિલાલને કહ્યું પણ મણિલાલ એ હિંમત બતાવી ન શક્યો અને રતન હિંમત હારી ગઈ. એ નિરાશ થૈ ગઈ. ને એની વિદાય પણ નક્કી થઈ ગઈ.

રતને કરેલી ભૂલની સજાના એકસો એક રૂપિયા ગાયોના ચરા માટે એનાં માવતર કનેથી લેવા, એવું ફરમાન કરી બધા ગેઢેરાઓએ વિદાય લીધી.

૨૦. મરઘાંમાએ હૈયાધારણ અને હિંમત આપી

રતનને હવે એક પણ ઘડી સુખ ન'તું આવતું. એ શૂન્યમનસ્ક અચેતન પૂતળું બની ગઈ હતી. સાંજે બધાંનું જમવાનું મરઘાંમાને ઘરે હતું. એ મરઘાંમા સાથે જમવા તો ગઈ, પણ એને એક પણ કોળિયો ગળેથી નીચે ન ઊતર્યો. એ આઘેરું ઓઢેલી સાડીના સહારે રોઈ પડી.

એ ખાધા વગર ઊભી થઈ. આંગણામાં જતી રહી.

રતનની પીડા માત્ર મરઘાંમા સમજતાં હતાં. તે એની પાછળ-પાછળ ગયાં. રતન તેના કાકાએ આપેલી ગાયના મોં આગળ ઊભી તેનાં ગળાની ઝૂલમાં હાથ ફેરવતી રોતી હતી, ને ગાય મોં ઊંચું કરી શાંત થઈ ઊભી હતી. આ બધું બન્યા પછી રતનની દીકરીયું પણ એની નજીક આવતી ન હતી.

આજે રતનને સાંભળનાર અને સંભાળનાર કોઈ ન હતું. ગાય જાણે એની બહેન હોય એમ રતન એની આગળ મનોમન વાતો કરતી હતી કે ફરિયાદ કરતી હતી. ત્યાં પાછળથી મરઘાંમાએ રતનના માથે હાથ ફેરવ્યો. "રતન બેટા હાલ ખાઈ લે થોડું...." આટલાં વર્ષો પછી મરઘાંમાએ આજે પહેલીવાર રતનને વહુ ન કહેતાં રતન કહીને સંબોધી, એટલે રતનને એક જુદો જ ભાવ અનુભવાયો.

રતન પાછી ફરી મરઘાંમાને ભેટી, રોઈ પડી. થોડીવારે "મને ભૂખ નથી મા તમે ખાઈ લ્યો."

"આજ તારા વગર મને નીં ભાવે. જો બેટા જે થવાનું હતું ઈ થૈ ગ્યું. હવે ભૂખ્યા રહેવાથી શું થશે. નકામી માંદી પડીશ. ખાઈ લે થોડું. જે ભાવે તે."

એણે ફક્ત નકારમાં માથું હલાવ્યું. એ ન બોલી શકી. મરઘાંમા ઘણું કરગર્યાં પણ એ ત્યાંથી ન ખસી. સાડીના છેડાથી આંસુ લૂછતી રહી.

"જો દીકરા આટલેથી જિંદગી પૂરી નથી થઈ જતી. કોઈ વાર વાવાંચ (વાવાઝોડું) આવે ને ખેતર ઉજ્જડી જાય એનો અરથ એવો નથી કે ઇ ખેતર હામીજ મોડે (હંમેશાં) ઉજ્જડ રહેશે. એ ફરીથી મોરે (મ્હોરે) ઈ ફરીથી નંદનવન પણ ભને. એના માટે એના ધણીમાં ઈ ખેતર લીલુંછમ (નંદનવન) બનાવવાની

ધૂન ખપે. એનામાં ઉજ્જડી ગયેલા ખેતરને ફરી નંદનવન બનાવવાની આવડત, આશા, અને ઉમેદ હોય તો એક દી ઈ ખેતર હરૂભરુ[૩૫] લીલુંછમ નંદનવન ભને.

ઈ બધું તારામાં હે રતન! ઈ બધું તારામાં હે. તું નિરાશ ના થા!

તું તાં સંસ્કારી હો. તું તાં સહનશીલતાની મૂરતી હો. તું ઈ જ હો તારા મરેલા જેવા ધણીને હાજો કર્યો 'તો. ભગવાન રામની ઘરવાળી સતી સીતાને તારા જેવી તકલીફ નો'તી પડી? એનાથી કાંય ગભરાઈ ન જવાય. તને તાં જલાબાપાના આશીર્વાદ હે. તું તાં કે'તીને, હારામાં તો હૌ જીવે પણ મુશ્કેલીમાં જે મ્હોરે એને જ ખરી ખૂબી અને ખાનદાની કહેવાય. તને હવે તારી ખૂબી અને ખાનદાની બતાવવી પડશે.

"તારા ઉજ્જડી ગયેલા ખેતરને ફરીથી નંદનવન બનાવવું હે. હવે હિંમત હાર્યે નઈ હાલે મારી દીકરી. મારા આશીર્વાદ તારા હાથે હૈ. તારા કને વચને બંધાઉરી તારી દીકરીયું ને હું જીવતી હઈશ ત્યાં હોદી જીવની જેમ જાળવીશ. ક્યાંક મોકો મલશે તો તને પણ મળાવતી રઈશ. હું યે એક મા હૌં. માની લાગણીને પીડા (વેદના) હું હમજું રી' પણ આ રાકસ જેવા પંચાતિયાને કોણ હમજાવે?" મરઘાંમાના મોએથી આટલું સાંભળતા રતન રહી ન શકી. એ ફરી મરઘાંમાને બખમાં લઈ રડી પડી, રડતી રહી.

આજે રતન એની સાસુ મરઘાંમાને નહીં પણ એની મા મરઘાંમાને મલીને રોતી હતી. સાસુ વહુનો સબંધ તો પંચના ફેસલા વખતે જ પૂરો થઈ ગયો હતો. રતનને આજે મરઘાંમામાં સગી માનાં દર્શન થયાં'તાં.

મરઘાંમા સમજતાં તાં કાલે એને જવું જ પડશે. આ ક્ષણ લાગણીશીલ રતન માટે એટલી કપરી અને અઘરી હશે કે એને લાગણી, આશ્વાસન ને હૈયાધારણ નહીં મળે તો એ કદાચ ગાંડી થઈ જશે.

એ આવી તે દીથી આજ દી હોદી બિચારીને હાચું હુખ મલ્યું નો'તું. મોટાં માબાપની દીકરી હોવા છતાં એણે કેદીયે દુઃખી હૌં એવું અનુભવ્યું નો'તું' કે ક્યાંય ફરિયાદ નો'તી કરી.

રતનના છૂટકાના બનાવથી મરઘાંમાને પણ અંદરથી ખૂબ દુઃખ થતું 'તું. પહેલાં એને એમ હતું હમણાં ભલે ગમે તેમ રૈયે, પણ ગેઢપણમાં તો અમારા વારા જ કરશું. એક મૈનો લીલાવઉ કને જેમ તેમ કાઢશું પણ એક મૈંનો તો રતનવઉ કને હોખી થશું ને? એની એને ખાતરી હતી પણ આજે ભગવાને ઓચિંતું પાનું ફેરવી નાખ્યું.

---

૩૫. હરૂભરૂ = અવશ્ય

મરઘાંમાને ખાતરી હતી જ કે "ઇ તો જ્યાં જશે ત્યાં બધાંને પોતાનાં બનાવી લેશે. પણ હું તો હખર વઉ વગર રખડી પડી ને?" વિચારતાં મરઘાંમા "ઊભી રે હું આવું!" કહી ઘરમાં ગયાં.

રતન ત્યાં જ ઊભી રહી.

થોડી વારે સાડલાના છેડામાં લકાડીને દૂધ ભરેલો એક પ્યાલો લઈ આવ્યાં. "રતન લે થોડું દૂધ પી લે. નકાં તને મારા હમ હે." કહી રતનના હાથમાં પ્યાલો આપ્યો.

રતન કંઈક વિચારતી ધીમે ધીમે પી ગઈ.

ખાલી ગ્લાસ એક હાથમાં લઈ સાડલામાં લકાડ્યો ને બીજા હાથે રતનનો હાથ પકડ્યો ને. "બેટા અંદર હાલ ને લાલિયાને ધવરાવી લે ભૂખ્યો થયો હશે."

લાલિયાની વાત આવતાં રતન પૂતળાંની જેમ મરઘાંમાની સાથે દોરવાઈ. બંને અંદર ગયાં. એ રૂમમાં ગઈ. નાના બાબાને ગોદમાં લઈ ધવરાવવા માંડી. એની આંખમાં આંસુ સુકાતાં ન હતાં. એને વિચાર આવ્યો. "એક બાજુ એમ કેર્યાં. આ ગગો (બાબો) એનો નથી. તો એને કાં દીધો? મને કાં નથી દેતા? બે ભાઈ બોન મને દીધા હોત તો હું એના આધારે જીવી હકત. આમ મારા જીવવાનો અર્થ શો હે? હું કેના આધારે જીવીશ.? ને કેના હારું જીવીશ? આમ મારાથી ની જીવાય! પણ હવે ઇયાં મને વલોપાત કરવાનો કાંય અર્થ નથી..

જુઓ તો ખરા જેના હારું મેં આ કર્યું ઇ દીકરીયું યે આજ ઓડીયુયે (નજીક) નથી આવત્યું. જોતિતાં (જ્યોતિતાં) ડાઈ ને બધું હમજે એવી હે પણ ઇયે એની લીલાકાકીની વાતુમાં આવી ગી લાગેરી. એટલે જ. ન કાં ઇ કેવી ડાઈ હમજુ ને કહ્યાગરી હે. છોરીયું તો ચારે ડાઈ ને કહ્યાગરી જ હે. ઇ ચારે બોનું મારા માથે ગીયું હે.

કોકીતાં હજી અણસમજ છોરું હે. પણ મોટીયું ત્રણે બોનું બધુ હમજેર્યું. ઈ એના મગજમાં મારા વિશે કેવું વિચારતીયું હશે. રતનને અંદરથી ઊંડે ઊંડે એક પીડા થઈ. એ આ વાતની પીડાથી પરસેવે રેબઝેબ થૈ ગઈ.

નાનો લાલિયો એના ખોળામાં ઊંઘી ગયો હતો એને ઘોડિયામાં સુવરાવવો હતો. પણ આજે એની ઊભી થવાની હિંમત ન ચાલી. દરવાજા વચ્ચે કમાડને પડતું ભરાવી (ટેકો લઈ) એ બેઠી રહી. એને માથું પાછળ કમાડને ટેકવ્યું ને એની આંખ ભેળી થઈ ગૈઈ એને ઝોકું આવી ગયું.

કમાડનો ટેકો લઈ બેઠી બેઠી સૂઈ ગયેલી રતન ઝબકીને જાગી ગઈ.

એણે જોયું બાજુમાં મરઘાંમાના ઘરમાં બધાં સૂઈ ગયાં હતાં.

ચારે દીકરીયુંને મરઘાંમાએ એની બાજુ સુવરાવી હતી. મરઘાંમાને એમ, આજની રાત ભલે રતન મોકળા મને મણિલાલ આગળ દિલ હળવું કરી લે.

રતન ઊભી થઈ. ખોળામાં સૂઈ રહેલા લાલાને ઘોડિયામાં સુવરાવી એ બહાર ગઈ.

મણિલાલ આંગણાંમાં છંડોડ નીચે ખાટલામાં નસ્કોરાં બોલાવતો સૂતો હતો.

રતન એના ખાટલાની બાજુમાં થોડી વાર ઊભી રહી. આજે મણિલાલને ઉઠાડવાની એની એકદમ હિંમત ન ચાલી. છતાં હિંમત કરીને એના હાથને પકડી "હાલો માંય હુઈ જાઓ. તમારું વેછાણ (પથારી) તૈયાર હે."

"હું ઇંયાં જ હુવુંર્યો. તું માંય હુઈ જા." મણિલાલે સૂતાં સૂતાં જ જવાબ દીધો.

"બારે માંક (ઝાકળ) કેટલી આવી હે? માંય હુવો નકાં ઠરી જશો. તમારો શરદીનો કોઠો હે, તો ધ્યાન ન રાખ્યું ખપે?"

"મને કાંય નીં થાય તું માંય હુઈ જા અને થશે તોય હવે તને શું?" મણિલાલે રતનથી છૂટવા કહ્યું.

"એટલે તાં કૌરી. હવે તમારી સેવા કરવાવાળું કોય નથી. ઈ બધું હવે તમને જ ધ્યાન રાખવું પડશે. હાલો હુઈ જાઓ."

"એકવારતાં કેધું મને માંય નથી હુવું. તને હુવું હોય તો હું. નૈં તો ઊભી હો એમને એમ." કહેતા મણિલાલ મોં ઉપર ગોદડું નાખી પડખું ફેરવી હુઈ ગયો.

રતન થોડી વાર વિચારતી ઊભી રહી. એની આંખમાં ફરી આંસુ આવી ગયાં. એને એમ હતું અંદર સૂવે તો થોડી વાતો થઈ શકે. જૂનું બધું યાદ દેવરાવી એને હમજાવું. હજીયે હિંમત કરે તો હાતે જણ જતાં રૈયે ગામ મૂકીને.તો એક ભવમાં બીજો ભવતાં ન કરવો પડે.' પણ રતનની એને સમજાવીને સાથે રહેવાની છેલી આશા ઉપર પણ મધ્યરાત્રીએ પાણી ફરી વળ્યું.

રતન નિરાશ થૈ ગઈ.

એ ઘરમાં ગઈ. ઘોડિયાંની બાજુમાં પાથરેલાં ગોદડાં પર બેસતાં. 'હે જલાબાપા' રોજની આદત મુજબ એનાથી બોલાઈ ગયું.

એને આજ કેટલાય દિવસ પછી જલારામ બાપા યાદ આવ્યા. એને દુઃખ થયું. મને કાયમ મદદ કરનાર બાપાને મેં ફરિયાદ ન કરી? હરહંમેશ મદદ કરનાર જલાબાપાને મેં આવડી મોટી મુશ્કેલી વખતે કેમ યાદ ન કર્યા? કાયમ મારાં દુઃખ દૂર કરનાર બાપાને મેં ફરિયાદે ન કરી? નસીબમાં એની મદદ નીં હોય તૈયે જ ને? નકાં મારી નેનકડી મોટી બધી તકલીફુમાં હમોવચ ઊભા

રેનાર જલોબાપો મદદ કર્યા વગર રે ખરા? માએ માગ્યા વગર ભોભો ન દે. કેધા વગર એને ખબર થોડી પડે?"

એના હૃદયના ઊંડાણમાંથી નીકળી ગયું. 'હે જલાબાપા હવે તમારે ભરોસે હૌં. મારી તાં વાડી વજીફું હંધુય ઉજ્જડી ગ્યું. પછી તું જે કર તે ખરું. હે જલાબાપા હજીયે રાતના એને હમજણ દેજો. હવાર હોદી રસ્તો નીકળે તો ધજ.' આવા વિચારો વચ્ચે ફસાયેલ રતનને બહુ મોડેથી ઊંઘ આવી.

* * * * *

ગેઢેરાઓ ગયા પછી, દી આથમે ખેપિયો રતનના કાકા નારણકાકાને પરિવારે લખેલી ટપાલ આપી આવ્યો હતો.

રાત્રે એના કાકા બે માણસને લઈને ખીરપર રતનના પરિવારવાળાને મળવા આવ્યા હતા. પણ અહીં બધું નક્કી થઈ ગયું હતું. એણે ઘણી દલીલો કરી પણ એની વાત કોઈ સાંભળવા તૈયાર નતું. પરિવારજનોને રતન પ્રત્યે લાગણી અને માન હતું છતાં ગેઢેરાઓએ આપેલી ધમકીથી બધા ડરતા હતા.

નારણકાકા સાથે આવેલા ભાઈએ કહ્યું, "અમને બોલવવા તો હતા. અમે એનાં માવતર હતાં ને?"

"જુઓ પટેલ તમારી બાઈનો વાંક જગજાહેર પાધરો હતો. ને એના પુરાવા ખપે તો હતા. પછી પોદળો વીંખતાં કીડા જ - નીકળત ને? પટેલ હું આપડી બાઈને પૂરેપૂરી જાણુર્યો ઇ નામ પ્રમાણે રતન. હાચું રતન હે. પણ થાય શું બિચારીને એના નસીબમાં કાળી ટીલી લખાઈ હશે. તમારી દલીલુંનો હવે કાંય મતલબ નથી. તમે હવારે આવો એને તેડી જાઓ." નારણકાકાને એક બાજુ બોલાવી પરિવારના એ ભાઈએ કહ્યું. "એના હારું નવું ઠેકાણું આનાથી ઘણું ચડિયાતું મારી નજરમાં હે. અને પાછુ બારે પરદેંમાં (પરદેશમાં) હું પોતે ગોઠવી દઈશ." કહી હાથ દબાવ્યો.

એ સમસમીને દીકરીનું એક કલંક લઈને પાછા ગયા.

રતન માટે નવા ઠેકાણાની આશા આપનાર મનજીબાપા લાખ રૂપિયાનો માણસ હતો. હવે એના જ પગ પકડવા પડશે. એવું મનોમન વિચારતા ને સંસ્કારી રતને કરેલું સહન, એણે જમાઈને જિવાડવા ઉઠાવેલી તકલીફ, એણે રાત-દી કરેલી મજૂરી અને એના સદ્‌ગુણોના અને એણે પરિવાર માટે કરેલા સમર્પણના ગુણગાન ગાતા અને એ બધાં ઉપર એની એક ભૂલે પાણી ફેરવી નાખ્યું. એમ વિચારતા રાત્રે મોડેથી પોતાના ગામ પોચ્યા.

૨૧. બાળકો સાથે છેલ્લી મુલાકાત અને વિદાય

સવાર પડી.

રતન નિત્યક્રમમાંથી પરવારી.

આજે એને ભગવાનનો દીવો કરવાનું મન ન થયું, છતાં મને-કમને, કરવા ખાતર દીવો કર્યો. હવે એની સાથે મરઘાંમા સિવાય કોઈ બોલતું નો'તું ઘરમાં: મણિલાલ પણ નૈ.

અધ અગાડે એના માવતરેથી ગાડું લઈ એનાં બે કાકા-કાકી અને એનાં પરિવારનાં એક મા અને એક બાપા આવી ગયા.

એનાં વાસણકુસણ ગુણુંમાં (કોથળામાં) ભર્યાં. નવાંજૂનાં કપડાં જે હતાં ઇ ટંકમાં (લોખંડની પેટી) નાખી ગાડામાં મૂક્યાં. મરઘાંમા એની સાથે જ હતાં. કોઈ ખાસ વસ્તુ રહી ન જાય એનું ઇ ધ્યાન રાખતાં હતાં.

મરઘાંમા બધાંને બેસાડી ચાય લેવા એના ઘરમાં ગયાં.

પાછળ રતનની કાકીઓએ કંઈક ગુસપુસ કરી.

ચાય પીધા પછી મરઘાંમાએ રતનને પૂછ્યું, "હવે તમારું કાંય રેતું'તાં નથી ને? હંભારી જોજો!"

રતને બોલ્યા વગર નકારમાં માથું હલાવ્યું. પણ મનમાં બોલી. હતુંઇ બધું જટી[૩૬] જ લીધું. બધું ઇયાં જ રૈ જાયર્યું. મારી રડું[૩૭] ક્યાં કોય હાંભળોર્યા?

ત્યાં રતનનાં પાનુકાકી બોલ્યાં, "રતનના ટોલનું શું હે વે....?" વેવાણ ન કહેતાં અર્ધેથી અટકી ગયાં.

"હમણાં મારી દીકરી લાલબાઈ બારે રસોડો કરવા ગી હે, ઈ વરહાળે આવશે તૈયે તમને ઇજ પોચાડી દેશું. તમારું અમે કાંય નીં રાખીએ. લાલબાઈને અમે બીજો હાર કરી દેશું."

"ના મા એમ કરો તો મારા હમ હે. એને મેં પ્રેમથી જ દીધો હે. ઇ નથી લેવો મને પાછો. જૈયે મારું આખું રાજ લૂંટાઈ ગ્યું, મારું આખું જીવતર

---

૩૬. જટી - ઝૂંટવી

૩૭. રડું - બૂમો

લૂંટાઈ ગ્યું, મારો આખો સંસાર લૂંટાઈ ગ્યો; તૈયે એટલા ટોલ શું ગણતરીમાં? ભલે ઈ પેરે લાલબાઈ. કહેતાં રતન રોઈ પડી ને બધાંની આંખમાં પણ આંસુ આવી ગયાં.

આઘેરું ઓઢી નીચું જોઈ બેઠેલી રતને વિચાર કર્યો. 'મને પાંચે છોરા મૂકીને હમણાં જ જવું હે ઇ નકી હે. તૈયે જ્યોતિને થોડી ભલામણ તો કરું ને છેલીવાર દીકરીયુંનાં મોં તાં જોઈ લઉં. જેના હુખ હારું મેં આ પગલું ભર્યું એના ભેગી બે વાતુંતાં કરી લઉ છેલે છેલે. આગળ ઉપર ભવિષ્યમાં એના મોં જોવા મળશે કે કેમ એ તો ઉપરવાળો જાણે. વિચારતાં રતનની આંખના ખૂણા ભીના થયા.

રતન નાનબાઈને મળવાનું બહાનું કરી તેના ઘેર ગઈ. નાનબાઈ ઉદાસ મને કંઈક વિચારતી બેઠી હતી. બંને સખીઓ ભેટીને રોઈ પડી. રતને વાત કરી "બાઈ મને મારી દીકરીયુંને એકવાર મલવું હે."

નાનબાઈ પોતાના ઘરમાં રતનને બેસાડી ચારે દીકરીયુંને તેડવા ગઈ. પ્રથમ તો જ્યોતિએ ના પાડી. "નથી મળવું મને એને. ઇતાં બદચલન હે, કુલ્ટા હે. કુલ્ટા માને મલવામાં મને શરમ થાયરી." કહેતા જ્યોતિની આંખમાં આંસુ આવી ગયાં એની અનિચ્છા છતાં નાનબાઈ તેને સમજાવીને તેડી આવી.

રતનને ચારે દીકરીયું મળતાં એનું હૈયું હાથ ન રહ્યું. એને બખમાં લઈ રોઈ પડી. ઘણી વાર સુધી એ રોતી રહીઃ નાની બે દીકરીઓ તો જાણે નાદાન હતી પણ જ્યોતિ અને પ્રેમીલા આઠમા અને છઠ્ઠા ધોરણમાં ભણતી હતી. જ્યોતિ બધું સમજતી હતી. ઘણું બધું સમજતી હતી ને વધઘટનું તો લીલાકાકીએ અને એવી ગામની બીજી સ્ત્રીઓએ એને સમજાવી દીધું હતું.

આંખમાં આંસુ સાથે રોતાં રોતાં સજળ નયને રતને જ્યોતિને કહ્યું, "બેટા તું મોટી હો. હવે હું જાઉંરી, લાગેર્યું આ જનમની આપણી લેણદેણ પૂરી થૈ ગી. હવે આ તારાં ચારે ભાઈબોનની તું જ મા હો. એનો તું ખ્યાલ રાખજે. તારા બાપ તાં બાપ નથી થયા. એને પેન્ઢની (પોતાની) જવાબદારી નથી નેભાવી એની સજા હવે વાંક વગરનાં તમને બધાંને ભોગવવી પડેરીં." બોલતી રતનને અટકાવતાં જ્યોતિ વચ્ચે બોલી. 'બંધ કરો તમારા નાટક. તમને મા કે'તાં પણ અમને શરમ આવેરી. તમારે લીધે મારી જડલું (બેનપણીયું) ને મલતાંય મને શરમ આવેરી. તમે સ્વાર્થી હો. તમારાં પોતાના થોડાક હુખ હારુ તમને દીકરીયુંનોય વિચાર ન આવ્યો?" રોતાં રોતાં એ આગળ બોલી.

"તમે મા નૈ તમે કુલ્ટા મા હો. ભગવાન કરે આ જનમમાં હવે અમને

તમારું મોં જોવું ન પડે. તમે કુલ્ટા મા હો સાડી સાતવાર કુલ્ટા હો.” આટલું કહેતાં જ્યોતિને ગુસ્સો આવ્યો.

ગુસ્સો આવતાં જ્યોતિએ રતનના ગાલ ઉપર તમાચો મારવા હાથ ઉગામ્યો. ત્યાં બાજુમાં ઊભેલી નાનબાઈએ તેનો હાથ પકડી લીધો. ને તેના ગાલ ઉપર બે તમાચા મારી દીધા અને “તારી મા કુલ્ટા નથી. તારી મા તાં સતી હે સતી. એનો જરાકે વાંક નથી. આ બધો વાંક એના નસીબનો હે. હવે એક પણ શબદ બોલ્યા વગર પ્રેમથી મલી લે. છેલ્લીવાર. અને એના ને મારા શબદ યાદ રાખજે. કેનીક વાતુમાં આવી, મોટીમા થૈ ને જેમ તેમ બોલોરી તે?” કહ્યું ત્યાં રતન રડી પડી ને ફસડાઈ પડી. એ બેભાન થઈ ગઈ. જ્યોતિ અને પ્રેમિલાની આંખમાં પણ આંસુ આવી ગયાં. અને થોડી વારે જ્યોતિની કુલ્ટામાને તેડવા આવેલા તેના નાનાબાપા અને નાનીમા તેની કુલ્ટા મા રતનમાને તેનાં ઘરે લઈ ગયાં.

૨૨. રતનનું ગરગેણું : એ નવા ઘેર ગઈ

સાત મહિના માવતરે બેઠા પછી રતનના નવા સબંધનું મનજીબાપાએ છૂટાછેડાના દિવસે કીધેલી વાતવાળું બારેવાળું ઠેકાણું ગોઠવાયું.

આગળ માત્ર એક દીકરી અને બે દીકરા એમ ત્રણ જ સંતાન હતાં. દિયર-જેઠ વગરનો નાનો સરખો પરિવાર હતો. એમનાં મા જીવતાં હતાં. જ્યારે બાપુજી હયાત ન'તા. એમની ઉંમર રતન કરતાં દશ વર્ષ મોટી હતી. હલકો ભારે પણ પોતાનો ધંધો તથા શહેરી જીવનના હિસાબે ઓછી તકલીફોમાં જીવેલા. તેથી ઉંમર જણાતી ન હતી. બંને ઉંમરમાં સરખાં લાગતાં હતાં.

એ લોકો ઉગમણા પાંચાડાનાં હતાં. આવામાં તો ક્યાંક બાંધછોડ કરવા જેવું હોય તો કરવીયે પડે. આ તો 'થીગડાં' કહેવાય. ક્યાંક પોતથી થીગડું જુદા કલરનું હોય તોય મજબૂરીથી મારવું પડે. દશ વરસની ઉંમરના ફરકને હામે આ તો બારે ધંધાવાળાં હતાં ને સુખી હતાં.

તેથી મનજીબાપાની વાત માથે શ્રદ્ધા રાખી રતનના કાકાબાપા અને પરિવારવાળાએ તાત્કાલિક નક્કી કરી નાખ્યું. જેટલા દિવસ દીકરીને ઘરે બેહાડી રાખવી. છ મહિનામાં તો ઈ અડધી થૈ ગીતી. ઈ જેટલી વેલી નવાં ઘરે જશે તેટલો વેલો એને જૂનાનો વિહારો પડશે

રતનના કાકાએ લીધેલી માહિતી મુજબ એને ત્યાં આગળ ત્રણ ભાઈબોન હે. આગળવાળાં બાઈ ટૂંકી માંદગીમાં ચારેક વર્ષ પહેલાં મૃત્યુ પામ્યાં'તાં. ઈ વખતે એને નવું ઘર કરવાનું (પુનર્લગ્ન કરવાનું) બધા કે'તા'તા પણ શામજી નવું ઘર કરવાની ના પાડતો હતો. એને એમ 'નવું ઘર કરવાથી બે 'થરાં' છોરાં થાય એટલે ઘરમાં ઘણા ડખા થાય. પછી છોરાંય દુઃખી ને મોટાંય દુઃખી. એના કરતાં હમણાં રોટલા ઘડનાર મા હે. પછી દસેક વરમાં દીકરાની વહુ આવી જશે. પછી શું ખપે! એમ કરીને એણે બધાને નવું ઘર કરવાની સાફ સાફ ના પાડી દીધી'તી.

પણ થયું એવું, એક દી એમનાં માને પેટમાં એકાએક દુખાવો ઊપડ્યો.

દવાખાને લઈ ગયા. પેટમાં ગાંઠ હતી. તાત્કાલિક ઑપરેશન કર્યું, તો ખબર પડી કે ગાંઠ કેન્સરની હતી.

હવે...'

મા ક્યારે જતાં રે એ કે'વાય એવું નતું.

માના ગયા પછી....? .....પછી ઘરમાં સ્ત્રી પાત્ર કોણ?

"જુવાન દીકરીને ઘરમાં મા કે દાદીમાનો હથવારો[38] તો જોઈએ જ ને!'

બધાંએ શામજીને ફરી સમજાવ્યા.

વાસ્તવિકતા ધ્યાને લઈ એમણે પુનર્લગ્નની હા વાળી.

મનજીબાપા શામજીના ભાઈબંધના સગા હતા. એમના પ્રયત્નથી આ રીતે રતનનું શામજી સાથે ગોઠવાયું.

રતન મનજીબાપાને બરાબર જાણતી હતી. એટલે એણે ચીંધેલું ઠેકાણું વ્યવસ્થિત જ હશે એની એને પાકી ખાતરી હતી.

ઘરગેણાંની વિધિ કચ્છમાં ગામડે જ કરી. ખૂબ સાદાઈથી.

શામજી સાથે તેના પરિવારના બે વડીલો, એક બેન અને સાથે શામજીના સાળા (મૃત્યુ પામેલ પત્નીના ભાઈ) અને તેના ઘરેથી આવ્યાં હતાં.

ગરગેણાં પછી શામજી અને રતન કચ્છમાં ગામડે આઠેક દિવસ રોકાણ કરી બારે ઊપડી ગયાં.

પ્રથમ દૃષ્ટિએ રતનને એનો (એના પતિનો) સ્વભાવ થોડો અતડો અને થોડો તેજ હશે એવું લાગ્યું. "છેલાં ચારેક વર્ષથી એ એકલા રહેતા હતા. એના હિસાબે એનો સ્વભાવ કદાચ એવો થઈ ગયો હશે. જીવનસાથી હોય અને એકલા રહેવું અને જીવનસાથી જ ન હોય એ બેમાં ઘણો ફરક હોયર્યો." એ રતને પોતાના હમણાંવાળા છ સાત મહિનાના સ્વાનુભવથી અનુભવ્યું હતું.

રતન એના નવા પતિ શામજી સાથે પરદેશવાળા નવા ઘરે પોચ્યાં ત્યારે સાંજ થવા આવી હતી.

રતન એના પતિ શામજી સાથે ઘરમાં દાખલ થતાં ત્રણે બાળકો સોળ સત્તર વર્ષની દીકરી જ્યોતિકા અને ઓગણીસ અને ચૌદ પંદર વર્ષનો દીકરો કિશોર અને સુધીર ત્રણે સામે મલવા આવ્યાં. ત્રણે રતન અને શામજીને પગે લાગી ચાલ્યાં ગયાં.

શામજી રતન સાથે બીમાર માને મલવા રૂમમાં ગયો.

શામજીએ માને હાથ મિલાવી ચરણ સ્પર્શ કર્યા, રતન પણ હાથ મિલાવી

---

૩૮. હથવારો = સંગાથ

પગે લાગી અને હાથથી પગ દબાવ્યા.

માએ બંનેને 'જીયો, જીયો હુખીર્યો' એવા આશીર્વાદ આપ્યા.

શામજીએ 'કેમ હે તમારી તબિયત?' માને પૂછ્યું.

"ઠીક હે. હમણાં કાંય તકલીફ નથી. દેશમાં કાકાવાળાં બધાં મજામાં હે?"

"બધાં મજામાં હે, બધે ઘણા ઘણા હરિહર કેધા હે. લ્યો ચારે માહણે તમને ચાર ચાર આના હોપારીનાં દીધા હે."

માએ શામજીના હાથમાંથી ચાર-ચાર આની લઈ, પોતાના મસ્તકે અડાડી બાજુમાં મૂકી. શામજી ઓશરીમાં જઈ સેટી પર બેઠો.

રતન એની સાસુના પલંગ પર બેસતાં 'કેમ હે તમને?' કહી એનો હાથ પોતાના હાથમાં લીધો.

"મને તાં હવે એમ જ રેશે. તમને વાટમાં ક્યાંય તકલીફ નથી પડી ને?" અને રતને એમની નવી સાસુ સાથે થોડી વાતો કરી.

રતનને અજાણ્યું અજાણ્યું તો લાગતું જ હતું. એટલુંય હારું કે કચ્છમાં એના ભેગા આઠેક દી કાઢ્યા'તા એટલે ઈ તાં થોડાક ભોઈયાણા થૈર્યા હે. હાહુ કને તાં એટલું બધું અજાણ્યું ન લાગ્યું. પણ છોરાં મોટાં થૈર્યાં હે તૈયેં એના ભેગાં મન મળતાં થોડી વાર લાગશે, એવું લાગેર્યું. પણ હવે એનામાં મન લગાડવું જ પડશે ને, ઉવાંવાળું ભૂલવું પડશે. હે તો ઘણું ઓખું કામ પણ થાય શું? એમ કર્યા વગર થોડો છૂટકો હે. હે જલાબાપા આગળનું બધું જલદી જલદી ભૂલારે પાડજો. ઇ નીં ભૂલાય તો ઇયાંય મન નીં લાગે. એકવાડીતાં ઉજ્જડી ગઈ, મારી થોડીક ભૂલથી. પણ હવે નવી વાડી લીલી રાખજો.' એની આંખના ખૂણા ભીના થઈ ગયા.

દીકરી જ્યોતિકા દાદીમા માટે જમવાનું લૈ આવી. માને જમાડ્યાં.

જ્યોતિકાએ એના બાપુજીને અને બંને ભાઈને જમવા બોલાવ્યા.

કોઈ પણ જાતની વાતચીત વગર ત્રણેએ જમી લીધું. 'હાલો આપેં જમી લઈએ.' જ્યોતિકાએ રતનને કોઈ પણ જાતના સંબોધન વગર કહ્યું, ને રતન અને જ્યોતિકા બંને 'મા-દીકરી' જમવા બેઠાં.

રતને બહુ થોડું, નૈં જેવું ખાધું.

જ્યોતિકાએ થોડો આગ્રહ કર્યો. તો રતનની આંખમાં આંસુ આવી ગયાં. એ કૈંક કહેવા જતી હતી પણ એને ગળે ડૂમો ભરાઈ આવ્યો, એ બોલી ન શકી.

જ્યોતિકાએ પછી બહુ આગ્રહ ન કર્યો.

જમી, બંનેએ એઠવાડો ઉતાર્યો. કોઈ કંઈ બોલ્યું નહીં.

જ્યોતિકા વાંચવા બેઠી.

રતન એના રૂમમાં ગઈ.

* * * * *

રતન સવારમાં વહેલી જાગી.

નિત્યક્રમ પતાવી એણે દીવો કર્યો.

જ્યોતિકાએ અને એણે બંનેએ સાથે મળી દૂધ-ચા અને રોટલી તૈયાર કર્યાં. સાસુમા માટે દૂધ ને રોટલી લઈ રતન એના રૂમમાં ગઈ. દૂધ અને રોટલી સાસુમાની બાજુમાં મૂકી, કચ્છના નિત્યક્રમ મુજબ મરઘાંમાને જેમ પગે લાગતી તેમ હાથ મિલાવી, પગ દબાવી, પગે લાગી. પછી "બાઈજી લ્યો શિરામ પી લ્યો. ચાય પછે લૈ આવુરી" કહ્યું.

બીમાર સાસુ પૂરીમાને આ નવી વહુની સવારમાં માવતરને પગે લાગવાની જૂની (દેશી) પદ્ધતિ બહુ ગમી. એને એમ થયું 'લાગે સંસ્કારીરી.' ભગવાન કરે છોરાંને દુ:ખી ન કરે તો ધજ.

રતન ચાય લેવા ગઈ.

જ્યોતિકા કૉલેજ જવા તૈયાર થઈ.

એ દૂધ પી 'હું કૉલેજ જાઉંરી દાદીમા' કહી એ કૉલેજ ગઈ.

રતને ત્રણે બાપ-દીકરા માટે ચાય-દૂધ રોટલી તૈયાર કરી.

'શિરામ તૈયાર હે પી લ્યો.' અને ત્રણે બાપ-દીકરે શિરામ પીધું. શામજીભાઈ દુકાને ગયા અને સુધીર કિશોર કૉલેજ અને સ્કૂલે ગયાં.

બપોરે એક વાગે રતન વાસણ સાફસૂફ કરી બેઠી, ત્યાં કૉલેજથી જ્યોતિકા આવી. એ બારણામાં દાખલ થઈ એટલે રતને થોડા સંકોચ પણ સ્મિત સાથે 'આવી ગઈ બેટા' કહ્યું.

જ્યોતિકા પણ થોડી શરમાઈ અને મૂંઝાઈ એને 'હોવે મા' હોઠે આવ્યું પણ શરમ અને સંકોચને લઈ એ રતનને 'મા' ન કહી શકી. એ કોઈ પણ જાતના સંબોધન વગર માત્ર 'હોવે' કહી બાજુમાં ઊભી રહી ગઈ.

એ નવીમા રતનમા પાસેથી ખસવાનું બહાનું શોધતી, બીમાર દાદીમાના રૂમ બાજુ જોતી ઊભી'તી, ત્યાં રતને 'બેટા દાદીમાને મોં વતાવી આવ. થોડીવાર પેલાં જ તને હંભારતાં'તાં.'

...ને જ્યોતિકાને ત્યાંથી ખસવાનું બહાનું મલી ગયું.

એ દાદીમાને મોં બતાવવા ગઈ.

જ્યોતિકાને નવીમાના મોંએથી બેટાનું સંબોધન બહુ મીઠું લાગ્યું. એણે

૧૨૮ છોરાંવછોઈ

એની જનેતા મા પાસેથી પણ આ રીતના લાગણીભર્યા આત્મીયભાવથી ઉચ્ચારેલ બેટા ન'તું સાંભળ્યું. એ દાદીમા સાથે થોડી વાતો કરી બહાર આવી. ત્યાં 'ઇયા આવજે બેટા તારા બાપુજીના રૂમમાં' રતને કહ્યું.

જ્યોતિકા તેના બાપુજીના રૂમમાં ગઈ. પલંગ ઉપર બેઠેલી એની નવી માએ એને બાજુમાં બેસાડી માથે હાથ ફેરવ્યો. રતન કંઈ કહેવા જતી હતી ત્યાં તેની આંખમાં આંસુ આવી ગયાં. જ્યોતિકાને એ ન સમજાયું કે શા કારણે તેની નવી માને આંસુ આવ્યાં હશે? એને થયું, 'મને મા વગરની જોઈને કે એને આ ઉમરે નવું ઘર કરવું પડ્યું તેથી? કે તેને એના માવતરવાળા યાદ આવ્યાં હશે.

ના આ ઉમરે સ્ત્રીને આ રીતે માવતર યાદ ન આવે. પણ કદાચ એને એનાં બાળકો યાદ આવ્યાં હશે. નવી માને આવેલાં આંસુનું કારણ જ્યોતિકા સમજી શકી નહીં.

થોડી વારે રતન સ્વસ્થ થઈ.

એણે જ્યોતિકાને કહ્યું, "બેટા, હવે હું તારી મા હૌં. મને મા કહીને જ બોલાવજે."

"તો પછી તમે એમ કાં કીધું તારા બાપુજીના રૂમમાં આવજે. અમારા રૂમમાં આવજે એમ કેવું ખપેને?" જ્યોતિકાએ કહ્યું ત્યાં રતન નવી દીકરી જ્યોતિકાને ભેટી પડી ને બંને 'મા-દીકરી' રડી પડ્યાં.

જ્યોતિકાને આ બનાવ બહુ ગમ્યો. ચાર વર્ષ પછી એને એમ થયું. ભગવાને મારી મા ફરી જીવતી કરી.

તે દિવસ પછી જ્યોતિકાની નવી માએ એને એક દિવસ પણ એની જનેતા મા યાદ આવવા નથી દીધી. એવું કહીએ તોપણ ચાલે.

રતનને જ્યોતિકામાં કાયમ એની દીકરી જ્યોતિ દેખાતીતી. એનું નામ પણ પાછું એને મળતું હતું. એને એમ થતું મને મારી જ્યોતિ મલી ગઈ. એ એને જ્યોતિ કહીને જ બોલાવતી. રતને પણ જૂનું ભૂલવા જ્યોતિકાના ઉછેરમાં પૂરું ધ્યાન આપ્યું. આમેય એ ભોળી ખુલ્લા દિલની તો હતી જ.

જ્યોતિકાને ક્યારેક એમ થતું 'દીકરી કેમ ઉછેરાય?' એ કદાચ મારી મા પણ ન'તી જાણતી. ને આપણી ઘણી બધી માંઉને પણ આવું બધું નથી આવડતું. છોરાંને ઉછેરીને માત્ર મોટાં કરવાં અને એમાં સંસ્કાર, સભ્યતા, વિનય અને જીવન જીવવાની સ્કીલ ડેવલપ કરવી એ બેમાં ઘણો ફરક છે. એ જ્યોતિકાને આ નવી મા રતનના આવ્યા પછી સમજાયું.

મારી મા ભલે થોડું ઘણું ભણેલી ને શહેરમાં રહેવાવાળી હતી. ને આ

નવી મા ગામડામાં જીવેલી ને જેને વાંચતાં-લખતાં પણ બિલકુલ નથી આવડતું એવી અભણ હે તોય મારી મા કરતાં વધુ ભણેલી લાગેરી."

જેમ જેમ સમય પસાર થતો ગયો, તેમ રતન આખીને આખી દીકરીના ઉછેરમાં ઠલવાઈ ગઈ. જ્યોતિકાને ઘણી વાર એમ થતું. મારી માના મૃત્યુ પછી તરત આ નવી મા મળી હોત તો કેવું સારું થાત!

ખરેખર તાં મૂંઝવતી કિશોરાવસ્થામાં જ દીકરીને માની હૂંફ તથા માના માર્ગદર્શનની વધુ જરૂર હોય રી. દીકરીની કુમળી લાગણીઓની હિફાજત એની મા સિવાય બીજું કોણ કરી શકે?

એની માના મૃત્યુ પછી ચાર વર્ષે એને નવી મા મળી.

એને ઘણી વાર એવું થતું ગામડામાં ઊછરેલી અને જીવેલી આ મારી મા ભલે ભણેલી નથી પણ ગણેલી છે. આજે એને ભણતર જેટલું જ ગણતરનું મહત્ત્વ લાગવા માંડ્યું. નવી માએ એના અનુભવના આધારે ઉછેરની અખત્યાર કરેલી પદ્ધતિ જમાનાને અનુરૂપ અને પોતાને ખરા સમયની લાગી. તેથી જ એને નવી મા માત્ર 'મા' કરતા 'મિત્ર મા' વધારે લાગી.

એ એની નવી મા પાસે પોતાનાં દિલની બધી જ વાતો કરતી. મનને મૂંઝવતા અને કિશોરાવસ્થાને લઈને ન સમજાતા લાગણીના પ્રશ્નો તથા મૂંઝવતી સ્થિતિ નવી મા (રતનમા) આગળ રજૂ કરતાં એને બિલકુલ સંકોચ ન થતો. એ એને પ્રશ્નો પણ પૂછતી.

રતન મા પાસે કોઈ થિયરીનો આધાર ન હતો. તે અનુભવના આધારે શીખેલું અને હૈયામાં હોય એવી બધી વાતો નિખાલસ બની કરતી.

જ્યોતિકાને પોતાના અનુભવના આધારે ઘણી વાર એમ થતું, 'આ ઉંમરમાં દીકરીને માત્ર મા નહીં 'મિત્ર મા'ની વધારે જરૂર હોય રી. મા મિત્ર બને અને દીકરી માટે થોડો ખાસ સમય ફાળવે તો દીકરી પણ એની પાસે બહેનપણીની જેમ (દિલની) વાતો કરે, પછી એને જ્યાં ત્યાં, ક્યાંય દિલ હળવું કરવા જવાની જરૂર જ ન રહે.

મિત્ર મા અને ઉંમરના અનુરૂપ સંસ્કારી વાચનના અભાવે જ ઊગતી કુમળી ઉંમરે દીકરીના વિચારોને યોગ્ય દિશા ન મળતાં અપરિપક્વ વિચારો ક્યાંક ભટકે ર્યાં. જ્યોતિકાને થતું પરિવારથી ભાગીને ચોરી છૂપીથી કરાતાં લગ્નના મૂળમાં આવી "મિત્રમાના પ્રેમનો અભાવ" જવાબદાર હે, જુવાન દીકરીઓના ગૃહત્યાગ પાછળ પ્રેમની ભૂખ સામે પારિવારિક લાગણીનો અભાવ 'કારણભૂત હોય ર્યાં' એવું એને મહેસૂસ થવા લાગ્યું.

એની માની ભલીભોળી પણ અનુભવસિદ્ધ વાતોમાં પ્રત્યક્ષ-અપ્રત્યક્ષ ભલામણ શિખામણ આવતી. એના લગ્ન પહેલાંનાં ત્રણ-ચાર વર્ષ મા-દીકરીએ આવી જ વાતો કરી. દીકરી સાસરે જાય ત્યારની લાગણી. એને નવા વાતાવરણમાં ઍડ્‌જેસ્ટ થવાની વાત, ઍડ્‌જેસ્ટ થવાની જરૂરિયાત, અને એનું મહત્ત્વ સમજાવ્યું અને ઍડ્‌જેસ્ટ ન થવાનાં જોખમો પણ સમજાવતી. અત્યારના સમય સાથે એની મા ક્યારેક એના જમાનાની પણ વાતો કરતી.

સગપણ થઈ જાય તો જ્યોતિકા અને કિશોરનાં લગ્ન આવતાં વર્ષે દિવાળી પછી કરવાં એવું ઘરમાં નક્કી થયું. બંને ભાઈ-બહેનના સગપણની વાતો ચાલુ થઈ, ત્યારે જ્યોતિકાને તેની રતનમાએ ચાર વાત ભારપૂર્વક સમજાવી. "માવતરની જીવનપદ્ધતિ માવતરે જ રહેવા દઈ દીકરીએ સાસરે દૂધમાં સાકર ભળે તેમ ભળી જવું અને તમામ કુટુંબીજનોને વધુમાં વધુ વહાલાં થવાય એવું વર્તન કરવું.' એ ફરી ફરીને કહેતી. 'તમારે જે ખપતું હોય ઇ પહેલું સામે પક્ષે ઘો. એ તમને પૂરા વળતર સાથે પાછું દેશે. તમને પ્રેમ જોઈતો હોય તો પ્રથમ સામે પક્ષે પ્રેમ આપો. માન અને મોટાઈ ખપતા હોય તો માન અને મોટાઈ આપો, એ તમને બમણું થઈને આપોઆપ પરત મળશે. અને જે વ્યક્તિ પોતાના જીવનમાં ચાલશે, ગમશે, ફાવશે અને ભાવશે આ ચાર શબ્દો ઊતારે તેને કેદીયે મન મારીને જીવવું ન પડે. એને પોતાના જીવનમાં કેદીયે અધૂરપ નીં અનુભવાય. અધૂરપના અભાવની અનુભૂતિ એ જ પૂર્ણ સુખ.'

આવું બધું જ્યોતિકાને કૉલેજમાં કે ક્યાંય શીખવા ન'તું મળ્યું. એવું ઘણું બધું નવી અભણ રતનમા પાસેથી શીખવા મલ્યું. રતનમાની વાતોમાં એને જીવનની સ્કીલ અને સફળ સંસારી જીવનની ફિલસૂફી જોવા મળી.

કુદરતી રીતે જ્યોતિકા એની ઉંમરની અન્ય દીકરીઓ કરતાં થોડી વધુ ગંભીર બની ગઈ હતી. એ કદાચ નાની ઉંમરમાં એની માનું મૃત્યુ અને પછીનાં ચાર વર્ષ મા વગર દાદીમા પાસે ઉછરી. તેનું અને એની માના સાંન્નિધ્યના અભાવનું પરિણામ હોઈ શકે.

૨૩. જ્યોતિકાની મિત્ર મા

જ્યોતિકા ઓગણીસ વર્ષ પૂરાં કરી વીસમા વર્ષમાં બેઠી.

તેના સંબંધની વાતો ચર્ચાવા લાગી.

જ્યારથી એના સંબંધની વાતો ચાલુ થઈ ત્યારથી એ એની રતનમાની ખૂબ નજીક આવતી ગઈ.

આ સમયમાં એમણે પોતાની મુગ્ધાવસ્થામાં જે મૂંઝવણો અનુભવી હતી. તેવી જ મૂંઝવણો એને હમણાં ફરી થવા લાગી. એને થતું પહેલાં જમાનામાં તો માતાપિતા જે ઘર અને વર પસંદ કરે ત્યાં દીકરીએ પરણવું પડતું હોય પણ હવે બાળકોની મરજી–ના મરજી, પસંદ–ના પસંદ બધું પુછાય છે, ત્યારે પોતે...?

પરંતુ પોતે પોતાના જીવનસાથી માટે અને એના ઘર માટે કંઈ વિચાર્યું જ નથી અને ક્યાંક ઉપરછલ્લું વિચાર્યું હોય તોય, ત્યારે કયા કયા મુદ્દા ધ્યાનમાં લેવા અને માત્ર પંદર-વીસ કે ત્રીસ મિનિટની મુલાકાતના અંતે તરત જિંદગીભરના જીવનસાથીનો નિર્ણય લેવાનો. વળી પોતે તો સામે કંઈ પૂછી નથી શકવાની. પોતાને માત્ર જવાબ જ આપવાના છે. આ રીતની હા-ના પૂછવાની પદ્ધતિ જ્યોતિકાને માત્ર ફોર્માલિટી જેવી નિરર્થક લાગી. એને આ બધું કરવા ખાતર કરાતું હોય એવું લાગ્યું. આ રીતે દીકરીની માત્ર સંમતિ લઈ બાંધી લેવાની વાત છે.

જ્યોતિકા માટે આ નવો પ્રસંગ હતો. સમાજની સંસ્કારી પરંપરાના પરીઘમાં મર્યાદાને નામે દોરાયેલ લક્ષ્મણરેખાની સીમારૂપ ઘરના બંધિયાર માહોલમાં થયેલ ઘડતરને લઈને આ ક્ષણો એને મૂંઝવી નાખનારી હતી.

જ્યોતિકા મુંઝાઈ ગઈ. વારતહેવાર પ્રસંગે પણ કોઈ સગાવહાલા કે પરિચિત યુવક સિવાય કોઈ અજાણ્યા યુવક સાથે ક્યારેય વાત ન કરતી અને વાત કરીશને કોઈ જોનાર કંઈ ધારી લે અને માણસો વાતો કરે તો? આવી બીકે કોઈ પણ સમોવડિયા યુવક સાથે, એવો પ્રસંગ ઊભો થયો હોય તો પણ એ વાત કરવાની ટાળતી, ત્યાં સાવ અજાણ્યા યુવક સાથે મુલાકાત અને એ

પણ જીવનસાથીની પસંદગીના મુદ્દે? આવી ચિંતામાં જ્યોતિકાને રાત્રે નિરાંતની ઊંઘ પણ ન આવતી.

એને ગભરામણ, શરમ-સંકોચ, અને મૂંઝવણ થવા લાગી. કેમ થશે, શું થશે ના પ્રશ્નો વચ્ચે જેમ કરોળિયાના જાળાંમાં કોઈ નાનું જંતુ ફસાય અને ક્ષેમકુશળ બહાર આવવાની દિશા ન સૂઝે તેમ એ દિશાહીન બની માર્ગદર્શન માટે એને એક પ્રકારની ઝંખના, એક પ્રકારની ભૂખ. અને એને સંતોષવા માટે હૈયું રીતસરનું તલપાપડ થતું હોય છે. ને મન તરફડાટ અનુભવે છે.

આ સ્થિતિમાં એને માટે ત્રણ આશ્વાસન હતાં.

કૉલેજ કરતી કે કરેલી દીકરી માટે એના વ્યક્તિગત પરિચયને લઈને એના પ્રત્યે લાગણી અને આત્મીયભાવ ધરાવતી પ્રાધ્યાપિકા અને બીજી એની સિનિયર બહેનપણી કે ભાભી જેણે આવી પરીક્ષા પાસ કરી હોય. અને ત્રીજી એની મા.

આ ઉંમરની દીકરીઓને આ ત્રણ વ્યક્તિ પાસેથી યોગ્ય માર્ગદર્શનની બહુ મોટી આશા હોય છે; પરંતુ નાના-મોટાની મર્યાદાને સંસ્કાર અને સંસ્કૃતિ ગણતો અને સંસ્કૃતિને ધર્મના પાયા ગણતા સમાજમાં દીકરી મા કનેથી આવા મુદ્દે માર્ગદર્શન કઈ રીતે લઈ શકે? અને એ ઇચ્છે તો એ અપેક્ષા વધારે પડતી કહેવાય. છતાં આ બાબતે જ્યોતિકા ખૂબ નસીબદાર હતી. જ્યોતિકા એમ માનતી, યુવાન દીકરીને એની ઉંમરને લગતું અને જમાનાને અનુરૂપ બધું માર્ગદર્શન એની મા કનેથી સંકોચ વગર નોર્મલ વાતચીતથી મળ્યું ખપે.

મા પોતાના અનુભવથી સમાજની સંસ્કૃતિ, સંસ્કાર અને સમાજના રીતરિવાજની પરંપરામાં સમયને અનુરૂપ સુધારાનો સમન્વય કરી માર્ગદર્શન આપે તો જ સંસ્કૃતિ, સંસ્કાર અને સમયનો તાલમેલ જળવાય. નહીં તો આમાંથી એકનો પણ અભાવ લાંબાગાળે અનેક સમસ્યાઓનું સર્જન કરશે. અને ત્યારે આપણને એનો ઉકેલ ઘણો મુશ્કેલ લાગશે. સમાજમાં જનરેશનગેપના પરિણામ સ્વરૂપ આંતરજ્ઞાતિય લગ્નો, બાપ-દીકરા વચ્ચે કડવાશ, સાસુ-વહુના ઝઘડા અને પતિ-પત્ની વચ્ચે મનમેળનો અભાવ સર્જાય છે. પરિવારમાં બનતાં આવા બનાવોની અસર પરિવારની જવાબદાર વ્યક્તિના મગજ ઉપર થયા વગર રહેતી નથી. તેને લઈને તે બેધ્યાનપણે પ્રવૃત્તિ કરે છે અને પ્રવૃત્તિમાં એ નિષ્ફળ જાય છે. આવા સંજોગોમાં જો એ પરિવારનું શ્રદ્ધાનું કેન્દ્ર અને તેના ગાદીપતિ પ્રભાવશાળી ન હોય તો તે પરિવારને અંધશ્રદ્ધામાં ફસાઈ જવું સહજ બને છે. આવા બનાવો રોકવા સંતાનોને આ પ્રકારનું માર્ગદર્શન જ ટૂંકો અને

સરળ રસ્તો છે, એવું જ્યોતિને લાગ્યું.

એણે દિવસોના દિવસો, મહિનાઓના મહિનાઓ, કહોને સળંગ ત્રણ-ચાર વર્ષ રતનમાના સાંન્નિધ્યમાં એટલી બધી લાગણી અને આત્મીયતા કેળવી હતી કે તે એની રતનમાની જુનિયર બહેનપણી બની ગઈ હતી. તે એની સાથે વાતો કરતાં ક્યારેય ધરાતી ન હતી. એને રતનમાની ભલીભોળી વાતો સાંભળવી ખૂબ ગમતી.

તે કોઈ પણ મુદ્દાની વિના સંકોચે તેની મા સાથે ચર્ચા કરતી અને મૂંઝવણો પણ જણાવતી અને માર્ગદર્શન મેળવતી. આથી જ એને એની નિખાલસ અને ભોળી રતનમા બહુ ગમતી. એને એમ થતું; સમાજમાં મારા જેવી બહુ ઓછી દીકરીઓ હશે, જેને મારા જેવી મા, મિત્ર મા મલી હોય. તેથી જ સગપણ જેવા ગૂંચવી નાખનાર પ્રસંગ બાબતે પણ આજે એને ખૂબ રાહત હતી.

અને જ્યોતિકાના સગપણનું ગોઠવાઈ ગયું.

સરસ મજાનો મોટો ભર્યોભાદર્યો પરિવાર હતો.

અહીં પોતાનો ધંધો અને દેશમાં ખેતીવાડી પણ સારી એવી હતી. એના સસરાને એ ચાર ભાઈ હતા.

એના સસરા ચોથા નંબરના સૌથી નાના ભાઈ હતા.

એમનાં રસોડાં (ઘર) જુદાં હતાં પણ ધંધામાં ચારે ભાઈઓ ભેગા હતા.

સામે છોકરો દશ ધોરણ ભણી ધંધે લાગી ગયો હતો.

એના એજ્યુકેશનના મુદ્દે જ્યોતિકાને થોડી મૂંઝવણ હતી : હું ગ્રેજ્યુએટ ને એણે કૉલેજનું પગથિયું પણ નથી જોયું. તેથી બહેનો અને બહેનપણીઓમાં મારું કેવું લાગશે? પણ એના મનને એનો જવાબ શોધવા ક્યાંય જવું ન પડ્યું.

એનો જવાબ આખે આખી એની રતનમા હતી ને? એ ક્યાં ભણેલી હતી, છતાં...?

એના મગજમાં હવે પૂરેપૂરું બેસી ગયું હતું. 'જીવનમાં ભણતર બહુ જરૂરી હશે. પણ માત્ર ભણતર જ યોગ્યતાનું મીટર અને પ્રમાણ નથી. એના સિવાય એના ઘડતરના પાયામાં સંસ્કાર સાથે સમય ઓળખવાની હમજણ, જતું કરવાની ભાવના, ઍડ્જેસ્ટ થવાની આવડત, ધીરજ અને લાગણી એ પણ બહુ જ મહત્ત્વનાં પાસાં છે.'

જ્યોતિકાના સગપણ પછી કિશોરના સગપણની વાતો ચાલી. સામેવાળાને અહીંનું બધું અનુકૂળ લાગે. પણ ઓરમાન સાસુના મુદ્દે વાત આગળ વધતી અટકી જાય.

બે ચાર જગ્યાએથી ઓરમાન સાસુના મુદ્દે આ રીતે હા-ના થતાં શામજીએ વિચાર્યું. "એનામાં ઓરમાનપણું બિલકુલ નથી છતાં સામેવાળાની માન્યતાને આપણે નથી બદલી શકવાના ને? શામજીને લાગ્યું ઈયાં તો નીં જ ગોઠવાય. આપડા જેવું હોય તો કચ્છ સુધી લાંબા થવામાંય વાંધો નથી." અને ચર્ચા ચાલી. જ્યોતિકાના સસરાએ કચ્છમાં ખેતી કરતા એના જ પરિવારમાં કિશોરના સંબંધનું ગોઠવી આપ્યું.

૨૪. લગ્ન વખતે બાળકોની યાદ

સમય પસાર થતાં ક્યાં વાર લાગે છે?

લગ્નની તૈયારીઓ ચાલુ થઈ.

એમ કરતાં લગ્નના દિવસો નજીક આવી ગયા.

રતન આમ તો જે કંઈ પણ કરતી તે પોતાના નેચરલ સ્વભાવથી કરતી. તેની નિખાલસતા અને તેનું ભોળપણ જ તેનું જીવન હતું. છતાં હમણાં હમણાં ક્યારેક એને એમ થતું 'જ્યોતિનાં લગન ઈ મારી પરીક્ષા હૈ. મને થોડું ધ્યાન તો રાખવું જ પડશે. નૈં તો કોક કે'શે 'હે તો ઓરમાન મા ને?'

એ ક્યારેક આ બાબતે ચિંતા કરતી. ત્યારે દીકરી જ (જ્યોતિકા જ) એને આશ્વાસન આપતી. એ કહેતી, "મા, જશોદા મા કદીયે તમારી જેમ ચિંતા નો'તાં કરતાં. ઈયે ઓરમાન મા જ હતાં. તમે મારાં એવા જ ઓરમાન મા હો. મારી જશોદા મા હો." અને રતનને નિરાંત થઈ જતી.

આ દિવસોમાં રતનને એનાં આગલ્યાં ઘરનાં બાળકો બહુ યાદ આવતાં એમાંય એની જ્યોતિ અને કોકિલાની યાદ તો એને આટલાં વર્ષો પછીયે એવી ને એવી આવતી. કેટલીયે વાર એને રોવરાવી દેતી, એકલી હોય ત્યારે.

હમણાં હમણાં એને એમ થતું 'હવે મારી જોતિ (જ્યોતિ) પણ મોટી થૈ રી હશે. એનાં હગપણનીયે વાતું થતીયું હશે. ગામડા-ગામને હિસાબે કદાચ એનાં લગન પણ થૈ ગ્યાં હશે. બિચારીને કેવું ઘર મલ્યું હશે?'

લગનમાં કેણે એની માનું સ્થાન શોભાવ્યું હશે? ઇતાં લીલા વઉ જ એની મા ભની હશે. પણ મા કહેવાથી કાંય મા થોડું ભની જવાયર્યું. મા તો એક સાધના હે, તપ હે એક સિદ્ધિ હે એ બધુ સિદ્ધ કરવાથી જ મા ભનાયર્યું.

એને યાદ આવ્યું એક કથામાં બાવજીએ ગીતાના શ્લોક ટાંકીને કહ્યું'તું કોઈ સ્થાન, કાર્ય કે દરજ્જો સાર્થક તો જ થાય કે તેમાં જ્ઞાન, ભક્તિ અને કર્મનો સમન્વય થાય. એનો પ્રત્યક્ષ દાખલો દરેકના ઘરમાં જોવા મળેર્યો અને એ માના પાત્રમાં જોવા મળેર્યો. સાચી મા થવા માટે તેના હૃદયમાં મા બનવાનું

જ્ઞાન જોઈએ. મા તરીકેનું કર્તવ્ય અને મા બનવા માટે ભાવ-લાગણી એટલે કે ભક્તિ જોઈએ. નહિતો બાળકને જન્મ દેવો એ એક કુદરતી ઘટના હે. બચ્ચાને જન્મ દે એટલે કોય પણ જનાવર પણ મા ભની જાયર્યું પણ સાચી મા આદર્શ મા એમ પોતમાડું થોડું ભની જવાયર્યું?

લીલાવહુ તો મારી છોરીયુંની કાકીયે નો'તી ભની હકતી ઇ મા કેવી ભની હકી હશે? ઇ તાં હું જાણુંરી." એને લીલા વહુનું છોરીયું હાથેનું તે વખતનું વર્તન યાદ આવતાં એની આંખ ભીની થઈ ગઈ. "એના હુખ હારું કેણે જીવ બાળ્યા હશે? કેણે એનાં અરમાનનાં જતન કર્યા હશે? કેણે એની લાગણીનો ખ્યાલ રાખ્યો હશે? કેણે એના હૈયાના કોડ પૂરા કર્યા હશે? એને હાહરે મોકલાવતી વખતે ભાવથી ભેટીને કેણે વિદાય આપી હશે? બાપ તો હાજર ર્યો હશે કે કેમ ઇયે ભગવાન જાણે' એની આંખમાં ફરી ફરી પાણી આવી જતાં...

આવામાં તો લગ્ન પછીના પ્રસંગોમાંય બિચારીયુનાં શું.......! એ યાદ કરતાં એના કરતાં એના હૃદયમાં એક પ્રકારની રીતસરની વેદનાનો અહેસાસ થયો. અને એ ફરી આંસુ ન રોકી શકી.

જ્યારે જ્યારે એને આવા વિચારો આવતા, જૂની યાદો આવતી ત્યારે એ નર્વસ થઈ જતી. ઉદાસીનતા એને ઘેરી વળતી એની આંખમાં ઘડી ઘડી આંસુ આવી જતાં.

એણે આવી અનેક વાતો અને વિચારો હૈયામાં ભંડારી રાખ્યા હતા. એને ઘણી વાર એમ થતું કોઈકને મારી વીતક અને વેદના કહી દિલનો ભાર ઘટાડવો ખપે. એને વર્ષોથી એના હૃદયમાં સંઘરાયેલી વેદનાનો ધોધ વહાવી દિલ હળવું કરવું હતું; પરંતુ એ કોઈને આ બધું કહેતાં શરમ-સંકોચ અને બીક અનુભવતી એને એમ થતું આમ કરવાથી ન જાણતાં માણસો પણ મારા ભૂતકાળની વાત જાણશે પછી મારા વિશે શું વિચારશે? અને કેવું કેવું ધારશે એટલે એ કોઈને ન કહી શકતી. એ પોતાના ભૂતકાળને ભૂલવા સતત પ્રયત્ન કરતી. આમ તો એને આ બધું કાયમ માટે ભૂલી જવું હતું. કારણ એના ભૂતકાળ સાથે કેટલીયે હૃદયદ્રાવક ઘટનાઓ જોડાયેલી હતી. તેથી એને ભૂલવા એ સતત પ્રયત્ન કરતી. પણ એના શરીરનું એવું કોઈક તત્ત્વ એને આ બધું ભૂલવા ન'તું દેતું. ઊલટાનું જેટલા બળથી એ ભૂલવા પ્રયત્ન કરતી, તેનાથી બમણા બળથી એને એ બધું યાદ આવતું.

આમ કરતાં ઘેર લગ્નનો પ્રસંગ આવી ગયો.

મહેમાનો આવવા લાગ્યા.

લગ્નની ચહલપહલ અને ધામધૂમ ચાલુ થઈ.

આ લગ્નમાં બે મામેરાં આવવાનાં હતાં.

આજે બે મામેરાં આવશે, એનાં સામૈયાંની તૈયારી થવા લાગી.

મામેરા'તો આવશે પણ કોણ જાણે કેમ રતનને આજે સવારથી મજા નહોતી આવતી. એને પોતાની લાડકી દીકરીના લગ્નનો ઉમંગ હોવો જોઈએ તે આજે એના ચહેરા પર નહોતો.

રતને ખુદ મોં ઉપર ઉત્સાહ લાવવા પ્રયત્ન કર્યો પણ એ એમાં સફળ ન થઈ. એની ઉદાસીનું મૂળ અંતરના ઉંડાણમાં હતું. એના મોં ઉપરની ઉદાસીનતા એની દીકરી પારખી ગઈ, "મા તમારી તબિયત બરાબર નથી કે શું?"

"ના બેટા મને કાંય તકલીફ નથી." રતને મોં ઉપર કૃત્રિમ પ્રસન્નતા લાવતાં કહ્યું.

"તો પછી તમારું મોં મને ન ગમે એવું કાં થૈ ગ્યું હે?" જ્યોતિકાએ કહેતાં, એની રતનમા આંસુ ન રોકી શકી. એ રડી પડી. ચહેરા ઉપર હાથ ઢાંકી રોંઘું રોકતી રોઈ પડી.

ચાલાક દીકરી બધું સમજી ગઈ. એ એની લાગણીશીલ રતનમાને પૂરેપૂરી જાણતી હતી ને? એને થયું આજે મારી માના હૃદયના જૂના જખમ પર મારે લાગણીનો મલમ લગાવવો જ પડશે. એને છેલ્લાં ચાર વર્ષ મને આપેલ લાગણી અને પ્રેમની આજે પરીક્ષા છે. આજે મારે એને સંભાળવી પડશે.

એણે રૂમમાંથી બધાંને બહાર નીકળી જવાનો ઇશારો કર્યો. બધાં બહાર જતાં, રૂમ બંધ કરી એની માને કહ્યું, "મા મારી સામે તો જુઓ. આજે કેનાં લગ્ન હે? તમારી જ્યોતિનાં લગ્ન હે. તમારી દીકરી જ્યોતિનાં." આટલું કહેતાં રતન જ્યોતિને ભેટીને એટલી રડી, એટલી રડી કે એને જોઈને જ્યોતિકા પણ રડી પડી.

જ્યોતિકાએ થોડી વાર એની રતન માને રોવા દીધી. પછી એણે એની માની પીઠ ઉપર હાથ ફેરવતાં કહ્યું, "મા તમે મને તમારી દીકરી માની હેને? તો મારા લગ્ન પ્રસંગે તમે રોવો તો મને કેમ થશે?" અને જ્યોતિકાની આંખમાં ફરી આંસુ આવી ગયાં.

'મા તમારી આગલી જિંદગી વિશે આટલાં વર્ષો સુધી મેં કંઈ પૂછ્યું નથી. હું એ પૂછીને તમારા હૈયાના જખમ તાજા કરી દુખાવવા નો'તી માગતી. પણ આજ હું તમારી કને એ જાણવાની રજા લઉરી. તમને આજે નહીં પણ પછી એકદી એ બધું કહેવું પડશે. તમારી જે લાગણી દુભાણી હશે. એનો હું એક દી

જરૂર ઇલાજ કરીશ.' જ્યોતિકાએ આટલું કહેતાં એની રતનમા ડૂસકે ચડી ગઈ.

"મા આજે મારા બે મામાપરિવાર જો તમારી આંખમાં આંસુ જોશે તો એને શું લાગશે?" કહેતાં જ્યોતિકાએ રતનમાની આંખમાંથી વહેતાં આંસુ લૂછ્યાં. "મા મને વચન દ્યો હવે તમે નઈ રૂવો." જ્યોતિકાને એ ક્યાં ખબર હતી, એ પણ રોવા નહોતી માગતી; પરંતુ એનાથી રોવાઈ જતું હતું. રોવાઈ જ જાયને. એના દિલની હાલત તો એના જેવી કોઈ 'છોરાંવછોઈ મા' જ જાણી શકે!

દીકરીએ રતનમાને પાણી આપ્યું. એ સ્વસ્થ થઈ. દીકરીએ માનાં કપડાં ઠીકઠાક કર્યાં. અને જ્યોતિકા માને લઈ બહાર આવી. અને મામાના સામૈયા માટે ગોતિડો ખણવા ગઈ.

૨૫. જ્યોતિકાને વિદાય

વાજતે ગાજતે સામૈયું મામેરાનું સ્વાગત કરવા નીકળ્યું.

ગોતીડો (કળશ) લઈને ધીમી ચાલે ચાલતી જ્યોતિકા લગ્નનાં કપડાંમાં, હસમુખા ચહેરા થકી દીપી ઊઠતી હતી. એ આશા પારેખ જેવી લાગતી હતી.

બે મામા પરિવાર લાઇનસર ગોઠવાઈ ગયો.

ગંભીર ચહેરે રતન મામાઓને વધાવવા આવી. તેની બંને નણંદો તેની સાથે હતી.

જ્યોતિકાના સગા મામાપરિવાર લાઇનમાં પહેલો ઊભો હતો.

રતન એક પછી એક મામાને કંકુચોખા થકી વધાવીને મીઠાઈ ખવડાવતી આગળ વધતી હતી. તેનું હૃદય ખૂબ તેજ ગતિએ ધબકતુ હતું. તેનો હાથ ધ્રુજતો હતો.

હવે તેનો માવતર પરિવાર આવ્યો. ને પેલા જ તેના નારણકાકા ઊભા હતા. રતને એને કંકુનું તિલક કરવા હાથ લાંબો કર્યો ત્યાં એને ચક્કર આવી ગયા. પડતી રતનને એના નારણકાકાએ પકડી લીધી.

ત્યાં 'શું થયું ? શું થયું ?' થઈ ગયું.

આ જોતાં જ જ્યોતિકા પોતાના માથા ઉપરનો ગોતીડો (કળશ) એની બાજુમાં ઊભેલી એની ફઈની દીકરીને દઈ એની ઢકળાઈ ગયેલી રતનમા પાસે ઝડપથી ગઈ. એણે એની રતનમાને નાનાબાપાના હાથમાંથી લઈ લીધી. રતનમાને લઈ એ ત્યાં જ બેસી ગઈ તેનું માથું ખોળામાં લઈ એ દબાવવા લાગી. તેના ફઇ તેને સાડીના પાલવથી હવા નાખવા લાગ્યાં .

'મા મા તમને શું થ્યું?' જ્યોતિકાની આંખમાં આંસુ આવી ગયાં' મા, મા, આંખું ખોલો. જ્યોતિકાએ રોતાં રોતાં કહ્યું. મારા જ લગ્નમાં મારી જશોદામાને આમ થશે તો મારું શું થશે ? મા આ બે દિવસ તમારે હાચવવાનું હે. પછી હું નૈ હૌં ને ? મા, તમને મારા હમ હે' જ્યોતિકાની આંખનાં આંસુ ખોળામાં સૂતેલી રતનમાના ચહેરા પર પડતાં રતનમાએ આંખો ખોલી. એને થોડું પાણી પાયું.

એના કાકા અને કાકી બધી વાત સમજતાં હતાં. લાગણીશીલ રતનને આ પ્રસંગે એનાં બાળકો યાદ આવ્યાં હશે! અને એના આઘાતથી જ આ બધું થયું હશે.

જ્યોતિકાએ રતનમાને ઊભી કરતાં "મા હાલો મામાને વધાવીએ." રતનમાને બદલે જ્યોતિકા બધા મામા નાનાબાપાને કંકુ ચોખા લગાવી પોંખતી હતી. અને એની બાજુમાં એની નણંદના સહારે રતન ઊભી હતી. જ્યોતિકા મામાઓને તિલકચોખા કરતી હતી પણ એની આંખમાંથી આંસુ વહેતાં હતાં. રતન પણ ઘડી ઘડી આંસુ લૂછતી. સૂનમૂન યંત્રવત્ આગળ વધતી હતી.

આ દૃશ્ય જોઈને મામેરાંવાળાં તથા હાજર સૌ માંડવિયામાં કોઈની આંખો કોરી ન હતી. ઘણાં બધાં લકાઈ લકાઈને આંસુ લૂછતાં હતાં.

રતનને થયેલી તકલીફને લઈ ડૉક્ટરે ખાસ સૂચના આપી એની જ્યાં ખાસ જરૂર હોય ત્યાં જ બોલાવવાં, બાકી આરામ કરાવજો. આમ તો બધું બરોબર છે. લાગણી અને આઘાતને લઈને ચક્કર આવ્યા હતા. ચિંતા જેવું નથી.

ડૉક્ટરની ના છતાંય, મામેરું ભરતી વખતે રતન પોતે હઠ કરી, માંડવામાં બેઠી, હર્ષ–વિષાદમય લાગણીઓ તેના ચહેરા પર સ્પષ્ટ દેખાઈ આવતી હતી.

બે મામા પરિવાર તરફથી રંગેચંગે મામેરાં ભરાયાં. ભાભીઓને ભારપૂર્વક પીરસવાની લાગણી છતાંય, રતન એને પીરસી ન શકી. રતન એ લહાવાથી વંચિત રહી.

* * * * *

જાન માંડવે આવી.

રતન જમાઈરાજને પોંખી – આરતી ઉતારી, આરામ કરવા ગઈ.

રતનના હૈયામાં વેદના થઈ "પાંચ દીકરીઓની મા છતાંય મારા નસીબમાં શું એક પણ દીકરીને "મંગળફેરા" ફરવાનો લહાવો નહીં હોય?" દીકરીને મંગળફેરા ફરવાનો લહાવો લેવાનાં રતનનાં ઓરતા અધૂરાં રહ્યાં.

રતન એના રૂમમાં સૂતી આરામ કરતી હતી.

એના શરીરને આરામ હતો પણ આ સંજોગો વચ્ચે મનને ક્યાંથી આરામ હોય. પ્રસંગને લઈ જૂની યાદો તાજી થતાં, એના મનને એનાં પોતાનાં બાળકો યાદ આવતાં, લાગણીશીલ રતનનું મન વલોવાતું હતું. એની બાજુમાં એની કાકીમા(પારૂકાકી) બેઠાં હતાં. રતનને એની પાસેથી એનાં છોરાંના હમાચાર જાણવા હતા. પણ જૂના ઠેકાણેથી એનું એવા મુદ્દાએ છૂટું થયું હતું કે જેને લઈને એ કાકીમાને એ બધું પૂછવાની હિંમત ન કરી શકી. એટલે એણે પૂછ્યું,

"મા ફેરા ફરાઈ ગ્યા?"

"હોવે. બેટા જમણવારે થૈ ગ્યો. તું થોડુંક ખાઈ લેને?"

રતન મૌન રહી, નકારમાં માથું હલાવ્યું. "જ્યોતિને મોકલાવે તૈયે મને કેજો." કહેતાં એની આંખમાં આંસુ આવી ગયાં.

"ભલે પણ તને ડાક્ટરે આરામ કરવાનું કેધુ હે."

"એમ મને કાંય થ્યું નથી. મને થોડું ઓલી, છોરીયુંને જૂનું યાદ આવી ગયું." કહેતા એનાથી ડૂસકું મુકાઈ ગયું.

'રતન બેટા હવે એ બધું ભૂલી જા, તને તાં તારી દીકરી જ્યોતિ તો મલી જ ગી હે ને? જોતાં; તારો કેવો ખ્યાલ રાખેરી. પેટની દીકરીયે આવો ખ્યાલ ન રાખે. હવે ઇયાં તને ઉંવાં જેવાં ક્યાં દુઃખ હે! ઘણીયે ભગવાને કસોટી કરી. હવે તાં રાજલ[૩૯] લગાવી દીધી હે ભગવાને, હવે તું ઇ બધું યાદ કરીને દુઃખી ન થા."

"પણ મા મને મારા છોરાં...?" એ આગળ બોલી ન શકી, એ ફરી રોઈ પડી.

"રતન! દીકરા હવે ગાંડી ન થા. ઈ કુટુંબવાળાં તારાથી કેવું વર્ત્યાં હે? તેં એના હારું શું-શું નોતું કર્યું? ઈ મેં મારી હગી આંખે જોયું હે. હું એની સાક્ષી પણ હૌં. હવે ભૂલી જા. અને જોને ભગવાને તારાં ઇ તપની કદર કરી જ હેને? ઇયાં કેવી રાજલ લાગી પડી હે. જ્યોતિ જેવી જ તને જ્યોતિ મલી ગી હે."

"તોય મારાં ...." એના ગળે ડૂમો ભરાઈ આવ્યો, તે આગળ ન બોલી શકી એની આંખમાં આવેલાં આંસુ પારૂકાકીએ લૂછ્યાં.

થોડી વાર થઈ ત્યાં પાનેતર ઘરચોળાથી સજ્જ જ્યોતિકા માની પૃચ્છા કરવા અને મળવા આવી. ઉદાસ વદને બેઠેલી એની રતનમાને ભેટીને એ રોઈ પડી. થોડી વાર બંને મા-દીકરી રોતી રહી. રોતી જ્યોતિકાએ રતનમાના આંસુ લૂછ્યાં.

"હવે કેમ છે તમને મા?" એ માંડ માંડ બોલી શકી.

રતને બોલ્યા વગર હકારમાં માથું હલાવ્યું.

"મા હવે હું મારે હાહરે જઈશ." જ્યોતિકાને રડવું ન'તું છતાં એનાથી રડી પડાયું. આમ તો એ રડીને રતનમાને દુઃખ પોચાડવા ન'તી માગતી.

રતને કંઈ જવાબ ન આપ્યો. એ એકીટશે એની સામે જોઈ રહી. એની

---

૩૯. રાજલ = રાજા જેવી જાહોજલાલી

આંખમાં આંસુ આવી ગયાં. રતનને થયું, "ખરેખર તો હાહરે જતી દીકરીને મારે હૈયાધારણ આપવી ખપે. પણ આજ આ બધું કેમ થઈ જાયર્યું?"

થોડી વારે સ્વસ્થ થઈ, આંસુ લૂછી જ્યોતિકા બોલી, "મા હવે તમે તમારું શરીર હાચવજો ને કોઈ વાતે જીવ ન બાળજો. મારી ચિંતા જરાય ન કરજો. હું જલદી જ આંટો દઈ જઈશ. તમને કાંય તકલીફ થાય તો બાપુજીને કે ભાઈને જલદી કઈ દેવું."

"ભલે. લે હવે તું મારી ચિંતા ન કરજે. ને તારું ધ્યાન રાખજે. નવાં નવાંમાં માવતર યાદ આવે પણ દીકરીએ માવતરને ને બાળપણને જલદી ભૂલી જવું. થોડું અટકી આગળ કહ્યું: "પણ ભૂલવું તાં ઘણું ઓખું હે..." કહેતાં એના ગળામાં ડૂમો ભરાઈ આવ્યો. ને આંખના ખૂણા ભીના થઈ ગયા.

દીકરીએ ફરી એનાં આંસુ લૂછ્યાં. 'મા' જ્યોતિકાએ રતનમાની હડપચી પકડી પોતાની સામે જોવરાવતાં કહ્યું." મારી જશોદા મા હવે તમે ઢીલાં થાઓ તો તમને તમારી આ દીકરીના હમ હે." કહી એ એની માને ભેટી પડી. 'ભલે મા હવે તમે આરામ કરો. હું હવે જાઉં. તમારા શરીરને હાચવજો.ભલે નાનીમા હું હવે જાઉ, મારી માનું ધ્યાન રાખજો" કહી પારૂ નાનીને મલી. રતન કંઈ કહેવા જતી હતી પણ એ કંઈ કહી ન શકી. એનો હાથ લાંબો રહી ગયો ને જ્યોતિ એની રતનમા ન દેખે તેમ પોતાનાં આંસુ લૂછી બહાર નીકળી ગઈ. બહાર તેની બહેનો અને બહેનપણીઓ તેની રાહ જોઈને ઊભી હતી. ત્યાં એણે રોકી રાખેલા આંસુ એ ન રોકી શકી. એ રોઈ પડી. એ ડૂસકે ચડી ગઈ. એની બહેનપણીઓ જેવી મામાણ[૪૦] કાકાણ[૪૧] અને માસિયાણ[૪૨] બહેનો અને બહેનપણીઓએ તેને ઘેરી લઈ એને માંડ માંડ છાની રાખી. અને થોડી વારે જાનની ગાડીના વ્હીલે નાળિયેર સીંચી જાનને વિધિસર વિદાય આપી. એની રતનમા સિવાય તમામ સૌ વિદાય થતી ગાડીમાં પાછળ બાંધેલ સળગતા લામણ (રામણ) દીવાને જોતાં સૌએ આંખો લૂછી, વિદાય આપી.

---

૪૦. મામાણ = મામાની દીકરી

૪૧. કાકાણ = કાકાની દીકરી

૪૨. માસિયાણ = માસીની દીકરી

૨૬. સુધીરનાં લગ્ન

સમયને સરકતાં ક્યાં વાર લાગે છે?

જ્યોતિકા અને કિશોરનાં લગ્નને ચાર વર્ષ થવા આવ્યાં.

રતન એક પોત્રાની દાદી થઈ ચૂકી હતી.

આ બાજુ જ્યોતિકાનું ઘર પણ બાર મહિનાની બેબીના કિલ્લોલથી ગુંજતું હતું.

જ્યોતિકા એના સાસરે ખૂબ સુખી છે.

એની રતનમાને (માના જીવનને) રોલ મૉડલ માની તેના જેવું જ જીવન જીવવાના પ્રયત્ન થકી તેના પરિવારમાં તેનાં વખાણ થતાં હતાં. લોકો એમ કહેતાં હતાં, 'જ્યોતિકાની મા ભલે ઓરમાન હે, છતાં દીકરી કેવી હમજણી હે?"

આ સાંભળીને જ્યોતિકાને થતું "બધાને કેમ હમજાવવાં કે મારામાં આ હમજણ મારી ઓરમાન માના પ્રતાપે જ છે. મેં તો ખાલી એની દરેક વાત પોઝિટિવ ઍંગલથી વિચારીને સ્વીકારી છે."

જ્યોતિકાને એની નવી મા આજે પણ બહુ વહાલી લાગતી. જ્યોતિકા પ્રસંગોપાત એનાં વખાણ પણ કરતી. તો લોકો કહેતાં 'એને એની મા બઉ દેર્યાં એટલે જ ઈ વખાણ કરે રી. પણ એની મા ક્યાં એના માવતરેથી લઈ આવી હે? એના બાપુનું જ કમાયેલું હે ને? પછી એને દે'રી એમાં શું નવી રીત કરેરી. નૈં તો ઓરમાન મા, ઓરમાનપણું બતાવ્યા વગર રે ખરી?'

તો જ્યોતિકા સામે એવું વિચારતી, 'બધાને ક્યાં ખબર હતી કે એના માવતરની વળતવેળા એની રતનમાને પગલે જ થઈ હે.'

એક વખત વાત ઉપર વાત આવતાં એની મોટા જેઠાણી (મોટા સસરાની વહુ)એ એની માનાં ઓરમાનપણાની વાત કરી હતી ત્યારે જ્યોતિકાથી સહન ન થતાં, તેને સખત શબ્દોમાં સંભળાવી દીધું 'તું : દીદી, આજ પછી મારી માને ઓરમાન ન કેજો. એને ભલે મને જનમ નથી દીધો. પણ ઈ મારી જશોદામા હે. જશોદા માય ઓરમાનમા જ હતાં ને? તો એને કોઈ ઓરમાન મા નથી

કે'તાં ને ઉપરથી એના વખાણ કરોર્યાં. ને મારી મા માં એવું શું જોઈને તમે ઓરમાન ઓરમાન કરોર્યા?'

એનો જવાબ સાંભળી એની જેઠાણી અને સાંભળનાર બધી સ્ત્રીઓને નવાઈ લાગી. એના પછી જ્યોતિકા આગળ આવી વાત કરવાની કોઈ હિંમત ન કરતું.

જ્યોતિકાથી ક્યારેક ત્રણે માની મનોમન સરખામણી થઈ જતી. મૃત્યુ પામનાર જન્મદાતા મા, નવી રતનમા અને તેની સાસુમા. એ ન ઇચ્છતી છતાં એની તુલના થઈ જતી. ને એમાં રતનમા શ્રેષ્ઠ મા તરીકે એના માનસપટ ઉપર ઊપસી આવતાં. આ ત્રણ મા માંતો ઠીક પણ પોતે જાણતી હતી તેવાં સગાં- વહાલામાં ને સમાજમાં પણ તે રતનમાનો વિકલ્પ નહોતી જોતી. આ મુદ્દે તે પોતાને નસીબદાર માનતી.

આ બાજુ જ્યોતિકાની નણંદ શ્લોકાનું સગપણ ગોઠવાઈ ગયું. અને પિયરમાં તેના નાનાભાઈ સુધીરનો પણ સંબંધ ગોઠવાઈ ગયો. સુધીરના સંબંધ બાબતે એક બે જગ્યાએથી હા ના થઈ.' હામે ઓરમાન મા હે' તેથી ઓરમાન સાસુને લઈને એક બે જગ્યાએ હા ના થતાં પોતાના વર્તમાન મોભાથી થોડા નબળા ઘરની દીકરી જયશ્રી સાથે તાત્કાલિક નક્કી કરી દીધું. ઘર ગરીબ હતું છતાં 'દીકરી બહુ ડાઈ હે' એવું સૌ કહેતાં હતાં.

ભાઈ સુધીરના લગ્નની તૈયારી બાબતે ક્યારેય બહેન (જ્યોતિકાને) ચિંતા ન થતી. તેની મા ક્યારેક ફોનમાં કહેતી 'અમે હાહુવઉએ હેરેલું (તૈયાર કરેલું) જોઈ તાં જા. ને ઓછું વધું હોય તો હેરાવી જા.' પણ એને ખાતરી હતી.' મારી માના કામમાં કાંઈ ખામી નહીં હોય. એની કાળજી, એની ચીવટને લઈને એનું દરેક કામ ચોક્કસ જ હોય. એની માની કોઈ પણ કામ કરવાની પદ્ધતિ દાદ માગી લે તેવી હતી.

એ દરેક જગ્યાએ પોતાની જાતને ગોઠવીને બધું વિચારતી ને પછી એનું મન કહે એમ તૈયારી કરતી. એમાં રહી જતી ખામીઓ ગોતતી. પછી ખામી ક્યાંથી રહે?

અહીં પોતાની નણંદના લગ્નની તૈયારી બાબતે આમ તો ઘરમાં એ નાની હોવાથી હજી એની કોઈ જવાબદારી ન'તી. છતાં એને બહુ ચિંતા રહેતી ને એનામાં એ એક્ટિવ રહેતી.

લગ્નની તૈયારીના સમયમાં રજાના દિવસે ફરવા જવાની બાબતે "શ્લોકાબહેનના લગ્નનું હેરવું હે એટલે મારાથી ની અવાય" કહી ના પાડતાં

તેની કાકાણ જેઠાણીએ કટાક્ષ પણ મારેલો. જ્યોતિકા એની દીકરી પેંણાવે રી એટલે એને ટેમ ક્યાંથી હોય?'

જ્યોતિકાને નણંદ શ્લોકા ખરેખર દીકરી જ લાગતી હતી. એની દીકરી તો હજી ઘોડિયામાં હતી. એને થતું "નાની નણંદને દીકરી ગણવી એમાં શું ખોટું છે? એને લીધે પોતાનું મા તરીકેનું ઘડતર પણ થાયને!"

જ્યોતિકાએ નણંદ શ્લોકાને દીકરી સમજીને સાસરે મોકલાવી.

શ્લોકાને સાસરે મોકલાવ્યે બે દિવસ થયા. એટલે એનો ફોન આવ્યો. મા-દીકરીની વાત ચાલુ હતી. વાત લાંબી ચાલી એટલે ત્યાં જ્યોતિકાએ સાસુ પાસેથી ફોન લઈ રાજીખુશીના સમાચાર પૂછી "ખાસ કામ વગર ઘડી ઘડી ફોન ન કરવા અને ફોનમાં ખાસ જરૂરી ટૂંકી વાત કરવાની" ભલામણ કરી જ્યોતિકાએ ફોન મૂકી દીધો.

એને એની રતનમાએ એક વખત આવી જ ભલામણ કરી હતી.

શ્લોકાના લગ્ન પછી જ્યોતિકાને નવરાશનો સમય મલવા લાગ્યો. એ હવે નવરી પડી ગઈ. નવરાશના સમયમાં એને ક્યારેક પોતાના લગ્ન વખતના બનેલા બનાવો યાદ આવતા.

મામેરાના સામૈયા વખતે એની માને ઢકળ વળી ગઈ હતી. પછી રૂમમાં આરામ વખતે એની ને એની માની થયેલી ચર્ચા યાદ કરતી. એ વખતની એની માની ઉદાસી આજ પણ એને કોરી ખાતી હતી.

એના મનથી એટલું તો નક્કી થઈ જ ગયું કે 'મારી માની ઉદાસીનું કારણ એનો ભૂતકાળ છે. વળી એ પણ જાણતી હતી કે એને એના ભૂતકાળના પડદા ઉપર કૂંચી વગરનાં મૌનનાં તાળાં મારેલાં છે' જ્યોતિકાએ ઘણી વાર એના ભૂતકાળ ઉપરનો પડદો ઉચકવા પ્રયત્ન તો કરેલો પણ એ સફળ ન થઈ. એને લાગ્યું જાણે એની મા એનો ભૂતકાળ ખોલવા માગતી જ ન હતી. અને એ સાચું પણ હતું કે રતન એના ભૂતકાળના રહસ્યને રહસ્ય જ રહેવા દેવા માગતી હતી.

રતન માટે એ સારું હતું કે એનાં આગલ્યાં ઘરનું (પતિનું) ગામ વચલ્યા પાંચાડામાં (વિસ્તારમાં) હતું અને નવા ઘરનું (પતિનું) ગામ ઉગમણા પાંચાડામાં છે. ઇ વચલ્યા પાંચાડાવાળાનાં કોઈનાં સગાં આ ઉગમણા પાંચાડાવાળામાં ન'તાં ને આ ઉગમણા પાંચાડાવાળાનાં કોઈના સગા ઇ વચલ્યા પાંચાડાવાળામાં ન'તાં. તેથી રતનના ભૂતકાળના બનાવો વિશે આ પાંચાડામાં કોઈ જાણતું ન હતું. ને રતને પણ પોતાના પતિ શામજી સિવાય કોઈને પોતાના ભૂતકાળની નાની

સરખી કોઈ વાત કહી ન હતી.

એ બધું ઢાંકેલું રાખવા રતને પોતાનાં બાળકોની માહિતી પણ ક્યાંય અને ક્યારેય હૈયાંથી બહાર કાઢી ન હતી. અને એનાં બાળકોને મલવાનો કે તેનો વર્તમાન જાણવાની એની ઇચ્છા અને ઝંખનાને દિલ ઉપર કઠોરતાના પથ્થર મૂકીને મહામહેનતે દબાવી રાખી હતી. એ એટલે સુધી કે એણે એ માહિતી એની વહાલી દીકરી જ્યોતિકાથી પણ ગુપ્ત રાખી હતી.

છતાં રતન એક મા છે.

તેથી જ એની બાળકો માટેની લાગણી ક્યારેક વારતહેવાર પ્રસંગે બળવો કરીને પણ આંસુરૂપે બહાર આવી જતી હતી.

એનાં આંસુ અને ઉદાસીનું કારણ એનો ભૂતકાળ જ છે. અનુમાન થકી જ્યોતિકા એવું પાકું માનતી હતી; પરંતુ એની મા પોતાનો ભૂતકાળ શા માટે ખોલવા માગતી ન હતીં એ એને સમજાતું ન હતું. રતન મનથી કબૂલતી હતી. મારા ભૂતકાળમાં એક દાગ ચોક્કસ છે. પોતાની એ ભૂલ કબૂલતી પણ હતી. એને થતું એ ભૂલની ભીતરમાં શું છે? એ જોવાની કેમ કોઈ તસ્દી નથી લેતું?

માણસોને ઉપર ઉપરનો ભભકો કે ઉપર ઉપરના દાગ જોવાની જ આદત છે. જેમાં કોઈને કંઈ લેવાદેવા નથી હોતા તેવા બનાવની ભીતરમાં જવા કોઈ નવરું નથી. આ સ્વાર્થી જમાનામાં "એમાં મને શું? મને શું લેવાદેવા?"

આવું વિચારી, લેવાદેવા વગરનું બધું પડતું મેલી દેતાં હોય છે. અને તે રીતે જ રતનની ભૂલની ભીતરમાં શું છે એ જોવા જ કોઈએ તસ્દી ન લીધી અને જુઓ તો ખરા, ગેઢેરા અને પરિવારના કેવા ન્યાય? આને ન્યાય કેમ કહેવાય?

બિચારી જ્યોતિકા ક્યાં જાણતી હતી કે એની માના સોના જેવા ભૂતકાળમાં એક લોઢાની મેખ હતી. એના ગૌરવશાળી વર્તમાન જેવા જ ઉજ્જ્વળ ભૂતકાળમાં એક નાનો સરખો કલંકિત કાળો દાગ હતો. એથી જ એ સતત બીતી બીતી જીવતી'તી. એને એમ હતું કે "જો હું ધ્યાન નીં રાખું" તો એ ભૂતકાળનો દાગ મારા વર્તમાનને પણ બગાડી નાખશે.

જે ભૂલનું પરિણામ ગગો હતો, તે ગગો એને સ્વીકાર્ય હે તો એ ગગાને જન્મ દેનારી અને સંતાનોના પ્રેમ માટે તડપથી માનો આવડો બધો વિરોધ શા માટે? આવી બાઈમણ ગામમાં રે ઈ ગામનું કલંક કહેવાય. તો ઈ ભૂલ કરાવનાર જગાને કંઈ ઠપકોય નીં. એનો વિરોધે નીં ને દંડે નીં? ભૂલના પરિણામ રૂપ ગગો આપી દેવો હતો ને?

એ ન આપ્યો. ઇયાં બોનુંને ભાઈ ખપતો તો ને?

તો એક માને પોતાના કાળજાના કટકા એવાં બાળકો નીં ખપતા હોય?

એ ન્યાય કરવાવાળાએ એક માના હૃદયની વેદના કેમ ન વાંચી?

એક માની એનાં સંતાનો વગર શું હાલત થશે? એ કોઈએ ન વિચાર્યું?

એ ન્યાય કરનારના ઘરમાં રહેતી એની મા, પત્ની કે બહેનોમાંથી આ કરેલા ન્યાય સામે કોઈએ વાંધો નહીં નોંધાવ્યો હોય? ત્યારે રતનને થતું ઇયાં (અહીં) આ ગેઢેરાઓ જે કરેર્યાં ઇ ન્યાય નીં પણ નેછેડો (નિકાલ) કહેવાય.

નૈં તો એમાંથી કોયને એમ ન થ્યું? આ કેમ બન્યું? જેને આખું ગામ સતી સાવિત્રી કહીને વખાણતું હતું એ રતનને આ પગલું કાં ભરવું પડ્યું? મને ખાલી આટલું પૂછ્યું હોત તોય મન વળત. ને દુનિયા આગળ હાચી વાત રજૂ કરી હકી હોત ને! તો મારો ગુનો હળવો થ્યો હોત. પણ કોઈએ ઇ પૂછ્યું નીં ને હું થયેલી ભૂલના ભાર તળે દબાઈને હાચી હકીકત (વાત) કોઈના આગળ કૈ ન હકી. એને લીધે મારો ભવ્ય ભૂતકાળ એક ભૂલથી રફેદફે થૈ ગ્યો. હવે ઈ ભૂલવાળા ભૂતકાળને લીધે જિંદગી આખી પિસાવાનું રહ્યું.

રતને વિચાર્યું, મારી એ ભૂલના ભીતરની હકીકત ત્રણ-ચાર જણ જાણતાં હતાં. એક ભગવાન, બીજી પોતે, ત્રીજી નાનબાઈ અને ચોથાં મરઘાંમા. મરઘાંમાની નજરથી કદાચ આ અછાનું નીં જ હોય. તૈયેં જ ગેઢેરા હામે મારા હારૂ બાથ ભીડી બોલ્યાં'તાં.

નાનબાઈ અને મરઘાંમા ગેઢેરાની નાતબહારની ધમકીથી ગભરાઈ ગ્યાં. મરઘાંમા થોડું બોલ્યાં'તાં હતાં પણ રતનને ખરું મન દુઃખ ભગવાનથી હતું. એને તો હાચી વાત હારું ગેઢેરાની કાંધે બેહવું તું ને પ્રેરણા દેવી'તી.

પણ એમાંય ભગવાનનું કાંક ચોક્કસ ગણિત હશે. એનું ગણિત શું હે ઇ તાં જે જાણતા હોય ઇ જ જાણે. એને થતું આપણી ક્યાં એવી કરણી હે કે ઈ બધી આપુંને ખબર પડે. પારૂકાકી કે'તાં'તાં કે તને દુઃખમાંથી ઉગારીને ભગવાને હુખમાં બેહારી હે. અમે જોઈએર્યાં ને ઈયાં તાં રાજાલ લાગી પડી હે...રાજાલ.

રાજાલ લાગી પડી હે ઇ હાચું, ઇયાં કાંય દુઃખ નથી મને. પણ હૈયામાં હજી છોરાંને મળવાની ઝંખના, તાલાવેલી ને લાગણીની આગ અટલા વરહે પણ ઠરી (ઠરતી) નથી. એનું શું?'

રતને નકારમાં માથું હલાવ્યું.

"લાગેર્યું મારા હૈયાની ઈ આગ હવે સોનપરીમાં જ ઠરશે." અને રતને નિસાસો નાખ્યો.

કિશોરનાં લગ્ન પછી ચાર વર્ષે સુધીરનાં લગ્ન લેવાયાં. રતનની બીજી વહુ આવી. આ વખતે સુધીરના સંબંધ માટે વતન સુધી લાંબું થવું ન પડ્યું. નજીકમાં જ ગોઠવાયું. વેવાઈનું ઘર ઉભું હતું. પણ માણસ તરીકે છાપ સારી હતી.

નાની વહુ પણ બહુ ડાહી અને સમજણી હતી.

ત્રણેય સાસુવહુનું સરસ બનતું જાણે મા દીકરીઓ.

હજીયે રતન નવરાશના સમયે ક્યારેક ઉદાસ બની જતી.

૨૭. વતનમાં જતાં દીકરીઓ યાદ આવી

સુધીરના લગ્નના સવા વર્ષે સુધીરના ઘરે લક્ષ્મીજી આવ્યાં.

રતનના આનંદમાં ઉમેરો થતો ગયો. તેના એક વર્ષે કિશોરને ત્યાં પણ બેબી આવી. નાના ભૂલકાઓના કિલ્લોલથી રતનનું ઘર ગુંજતું થઈ ગયું.

રતન પોતરાઓને રમાડવામાં ગળાડૂબ બની ગઈ. એના હૈયામાં એક આશા જીવંત બની. મને મારા ભૂતકાળના ભરડામાંથી મારાં પૌત્રાં જરૂર છોડાવશે.

નાની પૌત્રી પ્રજ્ઞા (કિશોરની બેબી) સાત મહિનાની થઈ. દરમિયાન તે અવારનવાર સાજીમાંદી રહેતી હતી. શરદી, ઉધરસ અને તાવ તૈયોં એનો પીછો છોડતાં ન હતાં. એના માટે ફઈવાળાં કહેતાં હતાં. કંઈક સોજરો કરાવો. "આડી અવળી" કે કાંક "નડતર" હશે.

રતનની બેઉં નણંદ કહે. અમે સોજરો કરાવ્યો. એકે કહ્યું અમારા જયરામભોપાએ અને બીજી નણંદ કે અમારા હિરાભોપાએ ઈ જ કેધું. એની ડાડી(દાદી)ની આશાઉં અધૂંરીયું રૈ ગીયું હે. એટલે ઈ નડે રીંયુ. એની વિધિ કરાવવી પડે.

તો વેવાઈવાળા કેતાં'તાં "આંવું બધું કાંય ન હોય. છોરાંને જેના તેના જંડીયાં રાખ્યા વગર હુરધનબાપાના જંડીયાં રાખ્યાં ખપે. તો કાંય ન નડે. આપડો ડાડો તાં ઈ જ કહેવાય ને? એટલે ઉંવાં જ લટ લેવરાવી ખપે ને ઉવાં જ પહેલાં પગે લગાડયાં ખપે. નકાં ડાડો (હુરધનબાપા) નારાજ થાય ને આવું બધું થાય."

ગળથૂથીના સંસ્કારને લઈ આ વાતમાં શામજીએ પણ ટાંક પુરાવી. તો તરત જ રતને માનતા માની. "હે હુરધનબાપા, મારાં બધાં પૌત્રાંને હાજાં નરવાં મોટાં કરજો. અમારી આ જીણકીને હવા વરહે તમને પગે લગાડી જશું ને લટ લેવરાવશું. ત્યાં હોદી તમારી જંડીયા રાખશું. અમારી ભૂલ થી હે એની માફી માંગી જશું ગુનામત ચઢાવી જશું. ને બધાં છોરાંને વારાફરતી પગે લગાડી

જશું." એવી કરેલી માનતા ઉતારવાનો પણ સમય આવી ગયો.

રતન એનો પતિ શામજી અને મોટી વહુ શારદા પૌત્રીને તેડી કચ્છમાં એના સુરધનબાપાના દર્શન કરવા અને એ બાજુના સામાજિક અને અન્ય કામો માટે પોતાની ગાડી લઈ પંદર દિવસનું કરી કચ્છમાં ગયાં.

બધાથી પહેલું એનું કામ હતું પોત્રાંને હુરધનબાપાનાં દર્શન કરાવવાં. અન્ય કામો પણ કરવાનાં હતાં. છેલ્લે વળતાં વીરપુર જલાબાપાનાં દર્શન કરવાં હતાં. રતને નાના દીકરા સુધીરને તમાકુ અને સિગારેટ છોડાવી હતી. એને તમાકુ અને સિગારેટ કાયમ માટે છૂટી જાય એટલા હારુ ગુરુવારના ઉપવાસની કરેલી માનતા, એનાં દર્શન કરી ઉપવાસ છોડીશ એવું દોઢ વર્ષથી ચાલતું વ્રત, જલાબાપાનાં દર્શન કરી પૂરું કરવું હતું.

રતનનું વ્રત ફળ્યું હતું. 'જલાબાપાના આશીર્વાદથી સુધીરને તમાકુ-મસાલા અને સિગારેટનું બંધાણ છૂટી ગયું હતું. નૈં તો રતનને બીક હતી. એક વ્યસન બીજા વ્યસનને આમંત્રણ આપતું હોયર્યું. પોતાની આ હાલતના મૂળમાં એક વ્યસન જ હતું. એ પોતાના જેવી બીજાં કોઈની હાલત થાય ને જિંદગીભર તડપે એવું એ ન'તી ઇચ્છતી.

વચ્ચે એક દિવસ રતનના માવતરે આંટો મારવાનું ગોઠવ્યું હતું.

રતનના માવતરના ગામથી પાંચ કિલોમીટરે રતનનું જૂનું ગામ હતું. ત્યાં એની લાગણીના ઝરા હતા. એને થયું : 'ત્યાં જાઉરી તો નાનબાઈ કને જઈ આવું. એના કનેથી છોરાંના હમાચારે મલશે ને વેત ખાય તો જે છોરાં હાજર હશે એને મલીશ. મરઘાંમાને પણ મળવાની એની ઇચ્છા હતી.

રતને એના પતિને વાત કરી. બાપાવાળાના ઘરેં જૈયેં તૈયેં તમે રજા દ્યો તો નાનબાઈને મલી આવું ને મારાં છોરાં હોય તો એનાંય મો જોઈ આવું.'

"ત્યાં નીં જા તો નીં હાલે?"

"હાલસે. પણ થાયર્યું, અટલે આવ્યાં હેયેં તૈયેં નાનબાઈ કને છોરાંના હાલહવાલ જાણી આવું. બિચારાં મા વગર હુખીદુખી કેમ હે? ઇયે જાણી આવું ને ગામમાં હોય તો મોય જોઈ આવું. કેટલાં વર થઈ ગ્યાં. બૌં હાંભરેર્યાં. રજા દ્યો તો એનાં મો જોઈ આવું." કહેતાં રતનની આંખમાં આંસુ આવી ગયાં.

'છોરાંનાં મોં તાં ઠીક પણ એમ કેને ઓલ્યાનું મોં જોવું હે. હું હમજુર્યોં તને છોરાં નીં પણ ઇ હાંભરેર્યો.' થોડું અટકી આગળ કહ્યું "આવડું બધું થૈ ગ્યું પછીયે હજી તું એને ભૂલતી નથી. તું તાં હવે હઘ કરોરી. તારો તો જોલમ હે. હવે બધું ભૂલી જા. હવે તું નેનકડી નથી. ગેઢી* થઈ ગેઢી. તોય

* ગેઢી – ઘરડી

હજી તને ઇ બધું હાંભરેર્યું. એના નજીક આયાં એટલે તને ચળ ઉપડી. એના કરતાં બેહી જવું તું ને એના ઘરમાં." રતનને એના પતિએ ગુસ્સે થઈ થોડામાં ઘણું બધું કહી દીધું.

આ સાંભળતાં રતનનું મોં રોવા જેવું થઈ ગયું. એને કાપો તોય લોહી ન નીકળે એવી એની હાલત થઈ.

સામાન્યપણે પોતાના હૈયાની લાગણી વ્યક્ત કરતાં એનું પોતાનું માહણ આવો જવાબ દેશે, એવું એણે ધાર્યું પણ નો'તું. પોતાનો ભૂતકાળ અને આગળની વાત વતનનાં ગામડાંના જુદા વિસ્તારને લીધે આમ તો એ જાણે તેમ ન હતા. પણ એ બધું ભોળી રતને જ ખુલ્લા દિલથી કહ્યું હતું. પોતાની ભૂલનો એકરાર કર્યો હતો. અને એની ભૂલના ભીતરની બધી વાતો, સાચો ખોટો બચાવ કર્યા વગર નિખાલસભાવે સત્ય વાતો જણાવી દીધી હતી.

આજે રતનને પોતાની નિખાલસતા ભારે પડી હતી. રતનને યાદ આવ્યું. 'ઘરમાં વહુ હે. આ બધું સાંભળશે તો? રતને એના પતિને ઇશારાથી બોલતાં રોકવા પ્રયત્ન કર્યો. આંખમાં આંસુ સાથે એણે હાથ જોડ્યા. મોં બંધ કરે એના માટે તે પગે લાગી. તો પણ એ જેમ તેમ બોલ્યે જ જતા હતા.

એમના પતિ આટલા બધા શંકાશીલ હશે એ એણે આજે જાણ્યું.

રતનને ને એના પતિને ખબર ન હતી પણ આ વાત ઘરમાં દીકરી ધવરાવતી મોટી વહુ શારદા બધું સાંભળી ગઈ હતી.

રતનને આ વાત અને બનાવનો એટલો ભયંકર આઘાત લાગ્યો કે એને થયું 'ઘરનું માહંણ જ જો મને ન સમજે તો બીજા કને શું અપેક્ષા રાખવી? મારે હવે જીવવું જ નથી. આ રીતે સંસારની ચક્કીમાં પિસાઈ પિસાઈને જીવવાનો શું અર્થ? એને હવે જીવનથી નફરત થવા લાગી એને જેમ બને તેમ જલદી કૂવો હવાડો કરવાનું મન થ્યું. પણ ના. એમ કરીશ તો મને લાગેલા કલંકને એક વધુ ટેકો મળશે. જેમ થાય તેમ પણ મારે અહીં કંઈ નથી કરવું. ત્યાં જઈને જે કરવું હશે તે કરીશ.

રતનને એ વાત ખટકતી હતી. 'મારું પોતાનું માહણ તાં મને પૂરેપૂરું જાણેર્યું. મારા ભૂતકાળના રજેરજની હકીકતથી માહિતગાર હે છતાં ઇ જ જો મને આ રીતે શંકાથી જુએ તો દુનિયા મને કઈ દૃષ્ટિથી જોતી હશે?' એના મગજમાં આવા વિચારો ઘુમરાવા લાગ્યા.

આ વખતે એના મગજને આવા વિચારોથી એનાં પોત્રાં પણ મુક્ત ન કરી શક્યા. હવે તેનું મગજ ક્યાંય ચોટતું નથી. એણે હવે સામેથી જ મામાને

ઘરે (માવતરે) નથી જવું કહી, ત્યાં જવાની પણ ના પાડી.

વહુ સમજી ગઈ 'મારી સાસુ હવે માવતરે જવાની શું કામ ના પાડેર્યા. નૈં તો કોય પણ બાઇમણ માવતરનું નામ પડે એટલે એ બધું મૂકી તરત માવતરે દોડી જાય. એને પણ મન તાં થતું જ હશે પણ બાપુજી કેવું કેવું બોલ્યા. પછી મન વાળી જ લેને? નહિ તો ઇજ કે'તાં'તાં આયાં હૈયેં તૈયે ગેઢાં નાનીમાનું મોં જોઈ આવીએ; નહિ તો પછી જોવા નીં મળે ફરી.

ત્યાં એનું બાળપણ હે. ત્યાં એની મમતા હે. ત્યાં એને ઉછેરનાર પ્રકૃતિનો પ્રેમ હે. ત્યાં એની વાડીનાં ઝાડવાનો પ્રેમ હે. ત્યાં એના લોહીના સંબંધો હે. એના માવતરના ગામથી નજીકના ગામમાં એ જ લોહીના સંબંધવાળાં એનાં પેટના જણ્યાં છોરાં હે. એના પ્રેમનું અદશ્ય ખેંચાણ હે. ઇ બધાંની લાગણી એને ખેંચતી'તી. એની મમતા એને ખેંચતી'તી. એની સાથેના સુખદુઃખના પ્રસંગો એને ત્યાં ખેંચતા હતા.

પરંતુ સ્ત્રીઓની લાગણી શું છે એ પુરુષો ક્યાં જાણે છે? પુરુષોએ સ્ત્રીઓની લાગણી જાણી હોત તો આજે દુનિયામાં અમન અને શાંતિનું રાજ હોત. શકુંતલાને દુષ્યંત ન ભૂલી ગયો હોત, સીતાનું હરણ ન થયું હોત. રાજરાણી સીતાએ દીકરાઓને જંગલમાં જન્મ આપવો ન પડ્યો હોત. દમયંતીને નળરાજા અડધી રાતે વનવગડે સૂતી મૂકીને ચાલ્યો ગયો ન હોત. દ્રૌપદીનાં ચીરહરણ ન થયાં હોત અને મહાભારતનું યુદ્ધ પણ ન થયું હોત. પૃથ્વી ઉપર ઘેર ઘેર સ્વર્ગ હોત.

રતને માવતરે નીં જૈએ તોય હાલશે કહ્યું ત્યારે વહુ શારદાએ કહ્યું, 'ના મા આપે મામાને ઘરે હાલશું. અટલે છેટેથી આવ્યા હૈયેં તૈયેં મામાને ઘરે કાં નીં જઈએ, ઠીક લાગે ત્યાં જઇ હકાય એટલા હારુ તાં ઘરની ગાડી લૈ આવ્યાં હૈયે. મને મારા મામાજીના ઘરે જવું હે શારદાને એમ 'જો હું આટલું નીં કૌં તો બાપુજીએ કરેલા અપમાનને લીધે રતનમા માવતરે જવાની ના જ પાડશે.' અટલે છેટેથી આવ્યા હૈયેં તૈયેં હાજાં-માંદાં રહેતાં ગેઢાં નાનીમાનું મોં જોવાનું મારા હાહુને કેટલું બધું મન થતું હતું. તૈયે આજ ત્યાં ન જાય તો ફરી એનું મોં જોવા મળે કે નય મલે. એટલે શારદાએ હઠ પકડી. અને ગ્યાં પણ રતનની ઇચ્છા બિલકુલ ન'તી. ને તેને ત્યાં મજા પણ ન આવી.

હસમુખી રતનનો ઉદાસીન ચહેરો જોઈ એની ભાભીયુંએ અને ભાઈઓએ પૂછ્યુંયે ખરું. 'બાઈ તમને ભરાભર નથી કે શું?'

"મજા નથી આવતી. માથું ભારે થૈ ર્યું હે" ટૂંકો જવાબ દઈ, વાત પૂરી

કરી. ત્યાં એક રાત રોકાયાં. પણ રતનને રાત્રે નિરાંતની ઊંઘ ન આવી. જોગમૈયા મા ને આશાપુરામાનાં દર્શન કરી બીજે દિવસે પોતાના ગામ પાછા આવ્યાં.

હવે રતન માત્ર પોત્રાંને રમાડતી હતી. અન્ય કોઈથી ખાસ વાત પણ ન'તી કરતી. કોઈ પૂછે તો માત્ર ટૂંકો જવાબ દેતી. શારદાવહુ સાસુની વેદના સમજી ગઈ. કોઈ પણ સ્ત્રી બધું સહન કરી શકે છે પણ પોતાના ચારિત્ર્ય ઉપર નાનો સરખો પણ ઘા સહન નથી કરી શકતી. શારદા પણ એ બનાવ પછી સાસુને કાંઈ આઘાત ન લાગે એનું ખાસ ધ્યાન રાખતી હતી.

વચમાં આવતાં સગાં-વહાલાંને ત્યાં મલતા જવાનો પંદર દિવસનો કાર્યક્રમ બનાવીને નીકળેલો પરિવાર દશ દિવસમાં જ પાછો આવી ગયો.

૨૮. જ્યોતિકાએ માની ઉદાસીનું કારણ જાણ્યું

કચ્છમાંથી આવ્યા પછી રતન સૂનમૂન રહેવા લાગી.

એટલે સુધી કે એને ખાવાનું પણ ભાવતું ન હતું. અને ઊંઘ તો હરામ જ થઈ ગઈ હતી.

અહીં આવ્યા પછી ઘણીયે વાર એને આપઘાતના વિચારો આવ્યા. પણ એને થતું એમ કરવાથી લોકો કદાચ વધુ એક કલંક લગાવશે. લોકો કહેશેઃ પહેલાના જેવું જ કંઈક કારણ હશે. આવું વિચારી એણે આપઘાતનો વિચાર માંડી વાળ્યો. આવું આવું વિચારી એ રોઈ પડતી. એને થતુંઃ 'ભગવાને અવતાર અને નવું ઘર અનોધાં હુખમાં જિવાય એવું દીધું હે. પણ લોકવાણીની બીકમાં હું જીવી તો ન હકી અને હવે શાંતિથી મરવું હે તૈયેં ઇ જ લોકોની વાતુંની બીકમાં હું મારી રીતે મરી પણ નથી હકતી. એને નકારમાં માથું હલાવ્યું. એની આંખો ભીની થઈ ગઈ. "હે છઠ્ઠીમા, મારા નસીબમાં આવું જ ભોગવવાનું લખ્યું હે? હજી કેટલું બાકી હેં? હવે તાં હું થાકી ગી હૌં. તું જ કે, કેના આધારે ને શેની આશાએ હું જીવું?" એ નિરાશ થઈ ગઈ હતી.

જેમ તેમ કરીને એણે પોત્રાંમાં મન લગાડ્યું. છતાં એના ચહેરા ઉપર પહેલાંના જેવી પ્રફુલ્લતા ન જ આવી. એ ઉદાસીનતા ખંખેરવા માગતી હતી. પણ એમાં એ સફળ ન થઈ. રતનના ચહેરા ઉપર અને તેનાં વાણી-વર્તનમાં આ પ્રકારે આવેલ પરિવર્તનનું કારણ દેશમાં એના સાસુ-સસરા વચ્ચે બનેલ બનાવ જાણતી વહુ શારદાને આ બધું સમજતાં વાર ન લાગી.

દેશમાંથી વળી આવ્યા પછી શારદાએ એની સાસુ રતનમાને ક્યારેય હસી- મજાક કરતાં જોયાં ન હતાં પરંતુ એને ક્યારેક એકલા સૂનમૂન બેઠેલાં તો ક્યારેક આંસુ સારતાં પણ જોયાં હતાં. ખાવાનું તો જાણે અડધું થઈ ગયું હતું. દીયાદી એનું શરીર ગળતું જતું હતું. એક દિવસ સાંજે જ્યોતિકાનો ફોન આવ્યો ત્યારે શારદાએ એની સાસુ પાસેથી ફોન લઈ પોતે થોડી વાત કરી. એમાં એને 'જલદી આંટો મારી જજો. માને ભરાભર નથી. ઇ બોલતાં'ય નથી

ને ખાતાંય નથી. ઉદાસ ઉદાસ રેર્યાં. એટલે તમે આંટો જલદી મારી જજો. પંદર વી દિ માં ઇ અડધાં થૈ ગ્યાં હે. દેશમાંથી આવ્યા પછી."

એની મા વિશે ભાભીના મોંએથી આટલું સાંભળતાં જ્યોતિકા બેબાકળી થઈ ગઈ. એનાથી ન રહેવાયું. એને એ રાત્રી વિતાવવી બહુ વસમી લાગી. દિવસ તો પ્રવૃત્તિમાં જતો રહ્યો. વળી રાત આવી. જ્યોતિકાએ એના પતિને બહુ આગ્રહથી કહ્યું. "મારી મા બીમાર હે. મને કાલે જ જવું પડશે. તમે હાલો."

અને બીજે જ દિવસે જ્યોતિકા એના બાપુજીના ઘેર ગઈ.

એ માને મલી. મા કંઈ બોલી નહીં ને એને ભેટીને રોઈ પડી. દીકરી માની પીઠ ઉપર હાથ ફેરવતી રહીને એને રોવા દીધી.

શારદાએ બંને મા-દીકરીને પાણી પાયું.

જ્યોતિકાએ વાતાવરણ હળવું કરવા દેશની વાતો કાઢી; પરંતુ એની મા વાત ટૂંકાવતી કે હકાર-નકારમાં માથું હલાવતી ને બોલ્યાચાલ્યા વગર પણ ઓચિંતાં આવતાં આંસુ એ લૂછી નાખતી.

જ્યોતિકાને વાતની ગંભીરતાનો તાગ મળી ગયો. એણે વિચાર્યું : પૂરી વિગત જાણ્યા વગર મા કને હવે વાત નથી કરવી. એ ત્યાંથી ઊભી થઈ.

જ્યોતિકાએ શારદા કનેથી જીણકીને લઈ એને પોતે તેડી પપ્પી કરી માને રમાડવા આપી. ને બંને નણંદ ભોજાઈ કિશોરભાઈના રૂમમાં ગઈ. દરવાજો આડો કરી જ્યોતિકાએ શારદાને બધી વિગત જણાવવા કહ્યું.

શારદાએ દેશમાં એની સાસુ-સસરા વચ્ચે બનેલ બનાવ જે સાંભળ્યો હતો તે અક્ષરસહ કહી સંભળાવ્યો.

જ્યોતિકા જેમ જેમ સાંભળતી ગઈ, તેમ તેમ તેના હૃદયના ધબકારા વધતા ગયા ને એને એના બાપુજી ઉપર ગુસ્સો ચડતો ગયો.

એને એ ન સમજાયું કે આવા સંજોગોમાં માને કેવા શબ્દોથી આશ્વાસન દેવું ? એ મા હતાં. જશોદા મા. એ મૂંઝાઈ ગઈ. એની આંખમાં આંસુ આવી ગયાં. આજે એના મગજ ઉપરથી એની માના ભૂતકાળ ઉપરનો પડદો હટી ગયો હતો.

એને વિશ્વાસ ન તો બેસતો કે સમજણ ને સંસ્કારની દીવાદાંડી જેવી મારી રતનમા આવી ભૂલ કરે ? એનામાં પણ કંઈક રહસ્ય હશે. એવી એને શંકા ગઈ. ક્યાંક નજરે જોયલું પણ ખોટું હોઈ શકે. આ તો નજરે ચડે તે ચોર, એવી વાત છે. પેલા જમાનાની ગેઢેરાની વાતું સાંભળી'તી ઇ પ્રમાણે ગેઢેરાના ન્યાયની પદ્ધતિ દારૂ પાયેલી હાથણીના ન્યાય જેવી હતી. એ જેના પર કળશ

ઢોળે એ ગુનેગાર કે એ રાજા જાહેર થાય. ત્યારે હાંથણીના મગજમાં ગુણ દોષ કે ન્યાય-અન્યાયનો મુદ્દો તસુભાર નથી હોતો. તેવી વાત હતી. વળી આ તો અનુશાસનમાં માનતો પુરુષપ્રધાન અભણ સમાજ!

છોરાં વછોઈ માનો એનાં બાળકોને મલવાનો વલવલાટ, એનાં બાળકો પ્રત્યેની મૂરઝાયેલી લાગણીની પીડા. એનાં વિખૂટાં પડેલાં બાળકો સાથેના લોહી અને લાગણીના સંબંધને લઈને એને મલવાની ઝંખના, એક મમતાભૂખી માની સંતાનોને મલવાની તડપ એની રતનમાની આટલાં વર્ષોની વેદના, ઉદાસી અને આંસુનું રહસ્ય જ્યોતિકાએ જાણી લીધું.

જ્યોતિકાએ મનમાં નક્કી કરી લીધું હું મારી માને એનાં સંતાનો સાથે જેમ બને તેમ જલદી મુલાકાત કરાવીશ.

હવે એને રતનમાને મળવા જવું હતું. પણ એને મળવા જવાની હિંમત ન'તી ચાલતી. આજે જ્યોતિકા એના બાપુજીના વર્તન બદલ ક્ષોભ અનુભવવા લાગી. આ સંજોગોમાં પોતાની જાતને પરોક્ષ રીતે ગુનેગાર ગણવા લાગી.

આજે એને એની માના જખમ પર મલમપટો બાંધવો હતો. પણ એની માનો આ જખમ એવી જગ્યા પરનો હતો, જ્યાં એ મલમ લગાવતાં મર્યાદાભંગ થાય એવું લાગ્યું. છતાં એને આ કામ કરવું જ પડશે તેવું લાગ્યું.

એને એ મોટું આશ્વાસન હતું કે આ તો મારી મિત્ર મા છે ને. આજે એને હું આશ્વાસન નહીં આપું તો કોણ આપશે?

માને આવો આઘાત જો કોઈ બીજી વ્યક્તિ આપે તો એના બાપુજીએ આશ્વાસન આપવું જોઈએ. પણ અહીં એના બાપુજીએ જ જો આઘાત આપ્યો છે તો...?

ઇ ભાઈમણ હે. એને એક બાઈમણની આવી વેદના કેમ હમજાય?

મારા બાપુજીએ જો મારી માનો થોડો થકો પણ વિચાર કર્યો હોત તો આવા ઘાય ન માર્યા હોત. જો ઈ મારી માનો આટલો ભૂતકાળ જાણેર્યા તો મારી માએ એનાં હાચાં કારણો અને તેની પૃષ્ઠભૂમિ પણ જણાવી જ હશે. મારી મા કેવા ખુલા દિલની નિખાલસ હે એને કાંય છુપાવ્યું નીં હોય ઇ હાચું. એને ન છુપાવીને ભૂલ નથી કરી. કોઈ પણ બાઈમણ આવા સંજોગોમાં પોતાના ધણીને આવી વાત ન કરે તો આવી વાત કોને કહે? કોઈને કહેવા ધારે તોય એ કોઈનેય ન કહી શકે એવી આ વાત હતી.

દીકરી જ્યોતિકાએ એની માની મનોસ્થિતિનો પૂરેપૂરો તાગ મેળવી લીધો.

એને થયું "રતનમાની જગ્યાએ હું હોત તો કદાચ મારાથી આપઘાત થઈ

ગયો હોત. જે વ્યક્તિ કનેથી દુખતા ઘા પર દવાની આશા હોય એ જ વ્યક્તિ જો એ ઘા ઉપર મરચું ભભરાવે તો એની કેવી હાલત થાય ?"

જ્યોતિકાએ આંસુ લૂછી, હિંમત કરી. એની માને મળવા એના રૂમમાં ગઈ.

મા-દીકરીએ એક દોઢ કલાક બંધ બારણે સુખદુઃખની વાતો કરી.

જ્યોતિકાએ એના બાપુજીની ભૂલ બદલ માફી માગી, હવે આવું નીં થાય અને આ બધું ભૂલી જવાની વિનંતી કરી.

રતન તો વર્ષોથી અહીં આવી ત્યારથી આગળ-પાછળનું બધું ભૂલી જવા માગતી હતી. પણ એનું મરકટ મન ક્યાં કહ્યું કરતું'તું? આગળના ઘા હજી પૂરા રુઝાયા ન'તા, ત્યાં એ જ ઘા ઉપર નવા ઘા થયા.

આગળના ઘા તો ત્રાટ વ્યક્તિઓએ માર્યા હતા પણ આ તો...?

પારકાના ઘા કરતાં પોતાનાના ઘા રતનને વધુ પીડાકારક લાગ્યા.

એની આંખમાં આંસુ આવી ગયાં.

જ્યોતિકાએ એનાં આંસુ લૂછતાં રતનમાને મનોમન વચન આપ્યું : હું જ્યાં સુધી મારી જશોદામાની આંખમાં આવતાં આંસુ બંધ નીં કરું ત્યાં હુદી હું જલાબાપાના નામના ગુરુવારના ઉપવાસ (એકટાણાં) કરીશ અને મને બહુ પ્રિય એવી એક પણ મીઠાઈ નીં ખાઉ. અને એ બધું હું ન ભૂલું એટલા હારુ ખાતી-પીતી વખતે 'જય જલારામ' બોલીશ. મારી પ્રતિજ્ઞા પૂરી થશે પછી જલાબાપાનાં દર્શન કરીને આ વ્રત છોડીશ. હે જલાબાપા હું મારી જશોદામાનું ઋણ ઉતારી શકું એવી મને શક્તિ અને સંજોગો દેજો.

મા-દીકરીનાં હૈયાં થોડાં હળવાં થયાં.

જ્યારે મા-દીકરી રૂમની બહાર આવી ત્યારે વહુ શારદાને થયું 'મા-દીકરી બેય એક કલાક હરખે હરખી રોઈ લાગેરી' એની બંનેની આંખો લાલઘૂમ હતી.

જ્યોતિકા રાત રોકાઈ. એને એના બાપુજી સાથે થોડી ચર્ચા કરવી હતી. પણ બધાની હાજરીમાં આ ચર્ચા કેમ થઈ શકે ?

એણે કિશોર અને સુધીરને વાત કરી. એ ત્રણેય સાળો બનેવી કોઈને મળવા જવાનું કહી બાઈક લઈ બહાર નીકળી ગયા.

જ્યોતિકાએ બંધ બારણે એના બાપુજી સાથે ચર્ચા કરી.

શરૂઆતમાં એના બાપુજીએ પોતાના બચાવમાં વાતનો અવળો અર્થ કરી, એની માને જ દોષી ઠેરવતા હતા. ને એવી જ વાતો કરતા હતા; પરંતુ મહામહેનતે એ સમજાવી શકી કે 'મને મારી માએ આ બાબતે કાંય નથી કેધુ ને મને તમારી કને આ બાબતે ચર્ચા ન કરવા પોતાના હમ દીધા હૈ. પણ હું

તમને કેધા વગર નીં રઉં.' જ્યોતિકાએ સત્તાવાહી અવાજે કહ્યું.

એ અત્યારે ભલે કબૂલ ન'તા કરતા, પણ દેશમાં બોલવાનું થયા પછી એને પોતાની ભૂલ તો સમજાઈ જ હતી તે દિવસે તલાટીએ મગજ બગાડ્યું હતું ને એનો ગુસ્સો રતન ઉપર કઢાઈ ગયો હતો. એનો એને પસ્તાવો પણ થયો હતો. તેથી તો ઓડા ઓડા થતા હતા પરંતુ એનામાં રહેલા પુરુષનો અહમ્ એને સામેથી ઝૂકવા કે ભૂલ કબૂલવા દેતો ન હતો.

'હવેથી તમારી કોઈ વાતથી મારી માને ખોટું લાગશે કે એની આંખમાં આંસુ આવશે તો બાપુજી હું તમારા ઘરનો ત્યાગ કરીશ. આટલામાં હમજી જજો.' જ્યોતિકાનો અવાજ અને હાથ ધ્રૂજતા હતા. એની આંખમાં આંસુ આવી ગયાં.

દીકરાનું માને કે ન માને પરંતુ બાપને દીકરીનું તો માનવું જ પડે.

જ્યોતિકા કેટલી ટેકીલી હતી એ એના બાપુજી જાણતા હતા.

જ્યોતિકા સામે એના બાપુજી હવે મૌન થઈ ગયા.

રાત્રે મા-દીકરી બંને રૂમમાં સૂતી.

રતનને આજે ઘણા દિવસ પછી હૈયું હળવું થતાં થોડી નિરાંતની ઊંઘ આવી.

માને નિરાંતે ઊંઘતી જોઈ દીકરીને પણ શાંતિ થઈ. એને થયું, 'મારી લગાવેલી દવા યોગ્ય સમયે અને યોગ્ય જગ્યાએ કામ લાગી હે.' હવે એને બાકીનું કામ જેમ બને તેમ જલદીથી કરવું'તું.

સવારમાં જ્યોતિકાએ એના ઘરે જવાની રજા લીધી.

એના રૂમમાં જતી રતનની પાછળ-પાછળ જ્યોતિકા પણ ગઈ.

રતન મોકલામણી આપતી'તી તો જ્યોતિકાએ ના પાડી. "મા આજે હું કાંય નીં લઉં. જૈયે હું મારી બોન જ્યોતિને ને બધા ભાઈબોનનો તમારાથી મેળાપ કરાવીશ ને તમારી હગી દીકરી સાબિત થૈશ પછી જ હું તમારા કનેથી મોકલામણી લૈશ. ત્યાં હોદી ઈ લેવાને હું હક્કદાર નથી." રતન જ્યોતિકાને ભેટી બંનેની આંખમાં આંસુ આવી ગયાં.

દીકરીએ આંસુ લૂછતાં કહ્યું, "મા હવેથી તમે રોશો તો તમને મારા હમ હે... ભલે અમે જૈયે." કહી જ્યોતિકા અને સુમીત નીકળ્યાં.

જ્યોતિકાને હવે એક જ ધૂન હતી, ગમે તેમ કરીને જેમ બને તેમ જલદી એની રતનમાના આગલ્યાં ઘરનાં સંતાનોની ભાળ મેળવવી.

છ-આઠ મહિના પછી એને આ કામ એ ધારતી'તી એના કરતા ઘણું અઘરું દેખાવા લાગ્યું.

જ્યોતિકાએ માની ઉદાસીનું કારણ જાણ્યું ૧૫૯

મુશ્કેલી એ હતી કે એના વતનનો પાંચાડો (વિસ્તાર) અને એના નવા મામાના વતનનો પાંચાડો જુદો હતો. એ ઉગમણા પાંચાડાનાં હતાં ને એના નવા મામા વચલ્યા પાંચાડાના હતા. સમાજમાં જુદાં પાંચાડામાં દીકરા-દીકરીના સંબંધની બંધી ન'તી છતાં પોતાના પાંચાડાની બહાર જલદી કોઈ સંબંધ કરતું નહીં. તેથી તેના નવા મામાના સગા બધા વચલ્યા પાંચાડામાં હતાં જ્યાં એના બાપુજીના પાંચાડાનાં કોઈનાં સગાં ત્યાં ન હોય.

નૈ તો અવળ નવળ સંબંધના છેડા છબતા જ હોય; પરંતુ એવો ત્યાંનો કોઈ તાર આ બાજુ છબતો ન'તો, કે અહીંનો કોઈ તાર ઈ બાજુ છબતો ન'તો. તો હવે કઈ રીતે બધાંનો તાગ મળશે?

બીજા ઉપાયરૂપ જ્યોતિકાએ એના નવા મામા જગદીશમામાને આના માટે બે વાર કાગળ લખ્યા હતા. પરંતુ કોઈ જવાબ ન તો આવ્યો. એના મામાને બીક હતી 'કોઈ નવો પ્રશ્ન ઊભો થશે તો?'

જ્યોતિકા આ કામ માટે નિરાશ થતી જતી હતી. એને થયું 'જોઉંરી. આ રીતે ભાળ મળે તો ઠીક, નૈતો હાતમ માથે દેશમાં જૈને પણ આ કામ પૂરું કરીશ.' એને યાદ આવ્યું. રતનમાની વાતુમાં એના નારણકાકા અને પારૂકાકીની વાતું આવતી.

મામેરા ટાણે રતનમાની સારસંભાળ પારૂનાની જ કરતાં હતાં. જો એને કાગળ લખીશ તો કદાચ ઇ માહિતી દેશે. એને થયું નાનાબાપાને બીજું કંઈ ન લખું નૈં તો એનેય વિચાર થૈ પડશે. એના કરતાં 'નાનુમાસી'નું બારેનું સરનામું લઈને મોકલજો.' એટલું જ લખું. જો ગમે તેમ કરીને નાનુમાસીનું સરનામું મળે તો બધું સેલું થઈ જાય.' એમ વિચારી એને નારણનાનાને પત્ર લખ્યો.

એનો પણ જવાબ ન આવ્યો.

બીજા પત્રમાં બહુ આગ્રહથી લખ્યું હતું, પછી એનું સરનામું આવ્યું. જ્યોતિકાને થયું આ વખતનાં સમૂહ-લગ્ન નાનુમાસીના ગામમાં હે. તો તૈયેંજ રૂબરૂ મુલાકાત કરીશ; પરંતુ થયું એવું, એ સમૂહ-લગ્નના દિવસે એના મોટા સસરાને ત્યાં પ્રસંગ હતો. એટલે એ પોતે નહીં જઈ શકે એનો એને અફસોસ થયો. પણ સમાજનું કોઈ જતું હશે, તો નાનુમાસીની ઓળખાણ કાઢવા ભલામણ કરીશ - સમૂહ-લગ્નના દિવસની એ રાહ જોવા લાગી.

૨૯. નાનબાઈને રતનની યાદ

રતનના છૂટાછેડાના બનાવ પછી ત્રણેક વર્ષે મનસુખના (નાનબાઈના સસરાના) પરિવારે મહારાષ્ટ્રમાં ધંધો શરૂ કર્યો. શરૂઆતમાં જ કંપનીનો રસોડો કરવા નાનબાઈ ગઈ હતી. મનસુખની આગેવાનીમાં ધંધો સારો ચાલતાં મનસુખ સાથે નાનબાઈને પણ કાયમ માટે ત્યાં રહેવાનું થયું. અને તેની દેરાણી-જેઠાણી પણ વારાફરતી રસોડો કરવા આવતી.

આજે જ દેશમાંથી વારા પ્રમાણે એના દેર ને દેરાણી આવ્યાં હતાં.

એની દેરાણીએ વાત કરી 'પારૂકાકી મલ્યાં હતાં. ઇ આપડું સરનામું માગતાં'તાં. કેતાં'તાં રતનબાઈની દીકરીએ તમારું બારેનું સરનામું મંગાવ્યું હે.'

નાનબાઈને થયું 'મણાભાઈએ તાં ઇ ઘરથી છેડો ફાડી નાખ્યો હે. તો એની દીકરીને સરનામું ખપતું હોય તો આપડે ઘરેથી મંગાવે. પણ પારૂકાકી કનેથી ન મગાવે. પણ પછી ચોખવટ થઈ. નવા ઘરની દીકરીએ સરનામું મંગાવ્યું હે.'

વર્ષો પછી આજે નાનબાઈ કને રતનની વાત નીકળતાં તેને રતન અને તે વખતે બનેલા બનાવો યાદ આવ્યા.

શરૂઆતનાં ઘણાં વર્ષોના અંતે અનેક પ્રયત્નો પછી નાનબાઈ રતનને માંડ ભૂલી શકી હતી. પોતે એ બનાવની કેટલીક ભીતરી હકીકતો જાણતી હોવા છતાં ગેઢેરાઓને એ બધું કહેવાની હિંમત ન બતાવી, ઇ પોતાની પ્રિય સખી રતનને ન બચાવી શકી. પોતાનાથી એક પ્રકારનું એ પાપ થઈ ગયું હોય એવા અપરાધભાવથી નાનબાઈ આ બધું ભૂલી શકતી ન હતી.

ઘણાં વર્ષો સુધી રતન માટે જીવ બાળ્યા પછી નાનબાઈ, એ બનાવને અને રતનને માંડ માંડ ભૂલી શકી હતી. હવે એના દુઃખી દિવસો યાદ કરીને પોતાનો જીવ બાળવા નો'તી માંગતી. છતાં આજે તેની દેરાણીએ વાત કાઢતાં નાનબાઈ થોડી વ્યથિત થઈ ગઈ.

હવે નાનબાઈને રતન વિશે આગળ ઝાઝું જાણવામાં રસ પણ ન હતો. નકામો જીવ બાળવો, રતનને ક્યાં વળાવી? ત્યાં શું છે? શું નથી? વગેરે પોતે

અહીં આવી ગયા પછી એને કંઈ જાણવા મળ્યું ન હતું. શરૂઆતના માત્ર એટલા જ સમાચાર હતા કે એને ઉગમણા પાંચાડામાં વળાવી હતી. એને આજે પંદરેક વર્ષ વીતી ગયાં હશે.

આટલાં વર્ષો પછીયે રતન પ્રત્યે એટલી જ લાગણી અને એટલો જ આદર નાનબાઈના હૈયામાં હતો. એણે નારણકાકાને પોતાનું સરનામું જણાવ્યું અને કહેવડાવ્યું રતનબાઈની દીકરીએ સરનામું મંગાવ્યું હોય તો આ મોકલી દેજો.

પછીથી કોઈ સમાચાર ન હતા.

૩૦. રતન નાનબાઈને મળી

સમૂહલગ્નમાં કિશોર અને શારદા સાથે રતન પણ ગઈ. બે દિવસનો પ્રોગ્રામ હતો. પહેલા દિવસે માંડવા-મામેરાં અને બીજે દિવસે લગ્ન. માંડવાના દિવસે એ પ્રોગ્રામમાં રતને દૂરથી નાનબાઈને જોઈ.

એ મનમાંને મનમાં ખુશીથી ઝૂમી ઊઠી. 'મારાં છોરાંના તાં હમાચાર જાણવા મલશે.' એ આશાએ રતન ખુશ થઈ. આનંદમાં એના રોમેરોમ ઊભાં થઈ ગયાં. એણે જલાબાપાને યાદ કર્યા. નાનબાઈને મળતાં એની આંખમાં આંસુ આવી ગયાં. એક બાજુ જઈ થોડી વાતો કરી.

રતનને ઘણી બધી વાતો કરવી હતી પણ બધાંની વચ્ચે ઝાઝી વાતો થઈ નહીં શકી.

તે રાત્રે નાનબાઈ આગ્રહ કરી રતનને પોતાના ઘેર લઈ ગઈ. કિશોર તેનાં સાસરાપક્ષના કોઈ સગાને ત્યાં આવેલો હોઈ ત્યાં જ રોકાયો.

રતન તેની દીકરીયું અને દીકરાના એ છૂટી પડી ત્યારથી આજ સુધીના ઝીણા-જાડા, નાના-મોટા, આગળ-પાછળના બધા જ સમાચાર ફરી ફરી પૂછતી રહી. નાનબાઈ એના વિશે ઝાઝું જાણતી ન હતી. છતાં જેટલી માહિતી હતી તે બધા સમાચાર આપ્યા. નાનબાઈને થયું, 'બિચારીને આટલાં વર્ષો પછીયે છોરાં માટે કેટલો બધો પ્રેમ હે! કેટલી બધી લાગણી હે! છોરાંને મલવાની કેટલી બધી ઝંખના હે? ગમે તેમ તોય એ મા હતી ને? એક જન્મદાતા મા.'

તે દિવસે કોઈની ચડામણીથી દીકરી જ્યોતિએ તેને ભલે કુલ્ટા મા કેધી'તી. આડે દિવસે રતન ઈ બધું ભૂલવાના પ્રયત્ન છતાં એ એનાથી નો'તું ભુલાતું. તે નાનબાઈ મલતાં રતન આજે એ બધું ભૂલી ગઈ. રતનના દિલમાં વર્ષોથી સૂતેલી મા આજે ફરી જાગી ઊઠી. જન્મદાતા મા.

રતન માટે તો એ આજ પણ કાળજાના કટકા હતા. પવિત્ર કટકા! એ કટકા આજે નવી યાદો થકી લાગણીમાં તરબતર થયા. જેનાં ભૂખ-દુઃખ અને ભવિષ્ય માટે તો રતને તે દિવસે જગાને વશ થઈ પોતાના સર્વસ્વનું બલિદાન

આપ્યું હતું.

નાનબાઈ પાસેથી રતને ગામની પણ ઘણી વાતો જાણી.

"તારા ગયા પછી બાર પંદર મહિને પાંચે ભાઈ-બહેન અને સાસુવહુને તારો દેર નાનજી બારેં તેડી ગયો. પછી તેના કોઈ સમાચાર નથી." ત્યાં રતનથી વચ્ચે જ પૂછાઈ ગયું.

"એના શું હમાચાર હે? ઈ ગામમાં આવેર્યા? બાઈ, તમને ખબર હે એને બીજી જડી?" - રતને જિજ્ઞાસાથી પૂછ્યું.

"એને હવે કોણ દેશે? હું ગામડે હતી ત્યાં હોદી એકાદીવાર ઈ ગામમાં આવ્યો'તો. મને મળવાની એની હિંમત ન હાલી. પણ એક દી શેરીમાં એની મુલાકાત થૈ ગી. તારા વિશે પૂછતો તો. ત્યાં કોઈ આવી ગયું ને વાત અધૂરી રી. ફરીવાર મુલાકાત થૈ નીં. તારા ગયા પછી બે ત્રણ વરહે અમે ઇયાં ધંધો કર્યો. અમને ઇયાં બાર ચૌદ વર થ્યાં. પણ ઇતાં કે તું કેમ જેમ કરોરી? કેમ હે તારો નવો પરિવાર ને સંસાર?"

"બાઈ બધું ભરાભર હે, બૌ હુખી હૌં. લીલા લેર હે મને. ને દાદીયે થૈ ગી હૌં. પણ મારાથી મારાં છોરાં નથી ભૂલાતાં..." અને એની આંખમાં આંસુ આવ્યાં.

રતને નાનબાઈને એના પરિવારની બધી માહિતી આપી. "મારો પરિવાર ખપે એટલા ધંધાવાળો પણ બહુ હુખી પરિવાર હે." એણે કહ્યું, 'આગલ્યા ઘરનાં એક દીકરી અને બે દીકરા જ હૈ. ત્રણેનેં મેંજ પેણાવ્યાં. છેલે દીકરો પેણાવ્યે ચાર વર થૈ ગ્યાં. શરૂઆતમાં દીકરાને મને મા કહેતાં શરમ થતીંતી. પણ ધીમે ધીમે બધું બરાબર થૈ ગયું.

"દીકરી મારી જ્યોતિ જેવી જ હૈ. હોશિયાર અને ડાઈ નામે એનું જ્યોતિ જેવું જ હે જ્યોતિકા. એટલે તાં જ્યોતિની છેલી મુલાકાત નથી ભુલાતી...!" કહેતાં રતનની આંખમાં ફરી આંસુ આવી ગયાં.

રતને સામે બેઠેલી નાનબાઈના હાથ પોતાનાં હાથમાં પકડતાં આજીજીભાવે કહ્યું, "બાઈ, મને એકવાર મારાં છોરાંને મળવું હે. ક્યાંકથી એનાં સરનામાં મળે તો ગોતી દ્યોને? હું એને હમજાવી લૈશ. ઈ ના નીં કે. ને કદાચ આડાઅવળા થશે તો મારી દીકરી જોતિકા હેને. ઇ ચોક્કસ મોંમેળાપ કરાવશે. ઇ મારી જોતી જેવી જ...! રતનને એની દીકરીઓ યાદ આવી ગઈ. એની આંખમાં ફરી આંસુ આવી ગયાં. એના ગળે ડૂમો ભરાયો. એ આગળ ન બોલી શકી.

આ રીતે આખી રાત બંને સખીઓ વાતો કરતી રહી ને રડતી રહી. રતન

વાતોથી ધરાતી ન હતી. બંને સખી છેક ત્રણેક વાગે પથારીમાં આડી પડી.

રતન પથારીમાં પડી પડી રડતી રહી. વારંવાર જલાબાપાને યાદ કરી પ્રાર્થના કરતી રહી 'હે જલાબાપા આજ નાનબાઈ મલી તો એના દ્વારા હવે છોરાંના મોં-મેળાપ કરાવી દ્યો. જલદી મોંમેળાપ થાય એના માટે રતને અનેક માનતાઓ કરી નાખી. એને ઊંઘ ન આવી. તો નાનબાઈ પણ પડખાં ફેરવતી રહી.

છેક સવારમાં બંનેની આંખ મીંચાઈ હશે. ત્યાં જ સવાર પડી.

૩૧. જ્યોતિકા નાનબાઈ માસીને મળી

સમૂહલગ્ન વખતે રતન અને નાનબાઈની અનાયાસે થયેલી મુલાકાત પછી જ્યોતિકાના કહેવાથી રતન, જ્યોતિકા અને બે દોયત્રાં (જ્યોતિકાનાં બે બાળકો)લઈ નાનબાઈને મલવા આવી.

નાનબાઈને રતનની દીકરી સમજદાર, ગંભીર અને રતન કહેતી'તી એવી જ લાગણીશીલ લાગી. વાતચીત દરમિયાન રતનથી ન રહેવાતાં જ્યોતિકાની હાજરીમાં જ પાંચેય બાળકોને મળાવવાનું નાનબાઈને રતને યાદ દેવરાવ્યું ને તેની આંખમાં આંસુ આવી ગયાં.

દીકરી જ્યોતિકાએ આંસુ લૂછતાં કહ્યું, "મા, તમને તમારી દીકરી માથે વિશ્વાસ નથી ? મેં તમને વચન દીધું હે ને હવે જેમ બને તેમ જલદી મારાં પાંચે ભાઈબોનથી તમારો મોંમેળાપ કરાવીશ. તમે હવે થોડીક ધીરજ રાખો." કહેતાં રતન દીકરીને ભેટી રડી પડી.

નાનબાઈની આંખમાં પણ આંસુ આવી ગયાં.

થોડી વાર પછી જ્યોતિકાએ કહ્યું, "માસી, નાનાબાપાએ દેશમાંથી તમારું સરનામું તો મોકલ્યું'તું ને હું તમને મલવાય આવનારી'તી. પણ થ્યું, સમૂહલગ્નના દી મળશું પણ તે દી મારા મોટા હાહરાને ઘરે પ્રસંગ હતો એટલું હું ન આવી હકી પણ હારું થ્યું. તમારી ને મારી માની મુલાકાત થૈ ગી. હવે તમે ગમે તેમ કરીને મારી બોનું ક્યાં ક્યાં રેર્યું ઈ સરનામાં જલદી ગોતી દ્યો. મારી માને એનો જલદીમાં જલદી મોંમેળાપ કરાવવો હે.

"સરનામાં તો હું ગોતી દઈશ બેટા, પણ તને ખબર હે તારી બોન જ્યોતિ છેલ્લે છેલે તારી માની વિદાય વખતે કેવું કેવું બોલી'તી ? ઈ તારી માને મળવા તૈયાર થશે ?" નાનબાઈએ શંકા વ્યક્ત કરી.

"માસી, ઈ ગમે તેવું બોલી હોય. હું હૌં ને. બધું હંભાળી લૈશ.એને પગે પડીશ, એને હાચી વાત જણાવીશ. પણ હું મા દીકરીનો મોંમેળાપ કરાવીને જ જંપીશ."

નાનબાઈ રતનની દીકરીનો જુસ્સો જોઈને વારી ગઈ. તેણે કહ્યું, 'બેટા,

સરનામાં લેવા ઓખાં (અઘરાં) નથી. હું તને મૈનામાં જ બધાં સરનામાં દઈ દઈશ. પણ એટલું ધ્યાન રાખજે આ તારી દુઃખયારી માની લાગણીને હવે બીજો કોઈ આઘાત ન પોંચે. ઈ હવે થાકી ગી હે. ભગવાને એની કસોટી કરવામાં કાંય બાકી નથી રાખ્યું. થોડું અટકીને નાનબાઈએ આગળ કહ્યું. "લાગેર્યું, તારી મા કોંક હરાપની મારી આવી પડી હે, નકો ઈ દેવી હશે દેવી. પણ એને આજ દી હોદી કોઈ ઓળખી નથી હક્યું. તું થોડીક ઓળખોરી એવું લાગેર્યું. બાકી તારા બાપુજીયેંય નીં. જ્યોતિકા નાનબાઈ માસીનો કહેવાનો મર્મ સમજી ગઈ "લાગેર્યું, મારી નિખાલસ ભોળી માએ માસીને હમણાં પાછળથી બનેલા બનાવો પણ કૈ દીધા હે"

રાત્રે મોડે સુધી આવી બધી વાતો કરી. હવે કામ થઈ જશે એવી આશા અને સંતોષ સાથે બંને મા-દીકરી સવારના પરત રવાના થઈ.

૩૨. કિશોરને અકસ્માત

જ્યોતિકા અને રતનની નાનબાઈ સાથેની મુલાકાતના થોડા દિવસ પછી મહિનાના પહેલા રવિવારે કિશોર અને સમાજના મિત્રો રાબેતા મુજબ માતાજીનો રવિવાર ભરવા ગયા હતા. એ દર વખતે મોડા આવતા હોઈ તેની રાહ જોયા વગર ઘરનાં બધાંએ જમી લીધું. સૂવાની તૈયારી હતી, ત્યાં રાત્રે દશ વાગે ફોન આવ્યો. તરત જ શામજીએ સુધીરને થોડી વાત કરી. સમાજના કેટલાક માણસો અને તેમના પડોશી ખાંડેકરને લઈ તરત જ નીકળી ગયા.

સુધીર સિવાય ઘરનાં કોઈને કંઈ વાત ન કરી. પણ રતનને અને મોટી વહુ શારદાને એટલી ખબર પડી કે ભાઈબંધો સાથે માતાજીનાં દર્શન કરવા અને મહિનાનો પહેલો રવિવાર ભરવા ગયેલ કિશોરની ગાડીને અકસ્માત થયો છે.

આમ તો માતાજીનાં દર્શન કરવા અને રવિવાર ભરવા બધા ભાઈબંધો લગભગ દોઢ બે વર્ષથી નિયમિત જતા હતા. પણ આવું આજે પહેલુંવહેલું બન્યું હતું. એ બધા દર્શન કરીને લગભગ બારેક વાગે આવતા ત્યારે ઘરનાં બધાં સૂઈ ગયેલાં હોય.

ધાર્મિક વાત હતી. એટલે ઘરનું કે ગામનું કોઈ વિરોધ કે શક ન કરતું બલકે આ જમાનામાં પણ સંતાનોમાં ધર્મભાવના જળવાઈ રહી છે એમ સમજી ઘરનાં અને સમાજનાં સૌ મનમાં આ દીકરાઓના સંસ્કાર બાબતે ગર્વ અનુભવતાં.

મોડે સુધી પણ કોઈ સમાચાર આવ્યા ન'તા. ઘરનું વાતાવરણ ભારેખમ અને ગંભીર બની ગયું. શારદાવહુ થોડી થોડી વારે તેની સાસુ રતનમા પાસે આવી કંઈ બોલ્યાચાલ્યા વગર પાછી જતી રહેતી હતી. એક-બે વાર આવું થતાં રતનને થયું. બિચારી કંઈ કહેવા-પૂછવા માંગેરી. પણ એની જીભ નીં ઉપડતી હોય. વહુના મનનો મૂંઝારો એ સમજી ગઈ.

રતન એની મનોસ્થિતિ અને એના મનની વેદના સમજતી હતી. તેણે આશ્વાસન પણ આપ્યું. "વહુ બેટા, જલાબાપાની માળા કરો. બધું બરાબર હશે. જલારામબાપો થ્યા હે નેં ચિંતા કરવાવાળા. પછી તમને કે મને ઢીલા થવાની શી જરૂર? આવે ટાંણે તાં પુન્ય જ કામ લાગે. તૈયેં તાં સાસ્તર કેર્યાં પુન્યની

પુરાંત હોય તો તલવારની ઘાત ટાંકણીથી ટળે. એટલે જ આપડાં માવતર રૂપિયાની ભઠડી કરતાં પુન્યની ભઠડી બાંધવામાં બહુ ધ્યાન રાખતાં.

શારદા વહુની આંખમાં આંસુ આવી ગયાં. "જુઓ બેટા, જૈયેં એક્સીડન થ્યોં હે તો થોડું ઘણું તાં બધાને વાગ્યું જ હોયને. મારો દીકરો જેવો તેવો ઢ્રાઇવર થોડો હેં. કેટલાં વરથી ગાડી હાંકલેર્યો. કદીએ કાંઈ થ્યું હે?" રતને જરા અટકીને આગળ કહ્યું. "ઈ તાં થાય. ક્યાંક હામેવાળાનીએ ભૂલ હોય. મારો દીકરો એવો કાંય ગાફેલ થોડો હે."

"પણ ઈ......," આટલું કહી શારદા આગળ બોલી ન શકી.

"પણ ઈ શું......?"રતને જિજ્ઞાસાથી શારદાને પૂછ્યું. શારદાની આંખમાં ફરીથી આંસુ આવી ગયાં. "બોલ બેટા શું વાત હે."

"ઈ જૈયેં દર્શન કરવા જતાં તૈયે દર વખતે પીને....!"

".....શું પીને આવતો.......? અને દર વખતે ....?"

રતને એક સાથે બે-ત્રણ સવાલો પૂછી નાખ્યા.

શારદાએ કંઈ જવાબ ન આપ્યો.

"ઈ દર વખતે પીને આવતો ને તમે અમને ફરિયાદે ન કરી? બેટા, બધું સહન કરાય પણ પીવાની બાબત સહન ન કરાય. ઈ દારૂના રાકસે (રાક્ષસે) કૈંક ઘર ઉજાડી નાખ્યાં હે, એને તાં કેટલીયુંએ બાઈમણુંની જિંદગી ને છોરાંનાં ભવિષ્ય બગાડી નાખ્યાં હે. ફેશનમાં છોરાંઉને શરૂઆતમાં એ દારૂની ભાઈબંધી હખર લાગેંરી. પણ ઈ એની જાત વતાવ્યા વગર રે? જોયોંને?" રતને આંખ બંધ કરી હાથ જોડી પ્રાર્થના કરી " હે જલાબાપા આજ મારા દીકરાનું રક્ષણ કરજો."

શારદાવહુની વાત સાંભળ્યા પછી રતનને પણ હુખ નો'તું આવતું. રતને તરત જ રાત્રે એક વાગે જલારામબાપાના ફોટા આગળ દીવો કર્યો. એ એની આગળ માળા કરવા બેસી ગઈ.

રાતના બે વાગે હમાચાર આવ્યા. "બધાં છોરાને ઓછું વધું લાગ્યું હે. ને બધાને દવાખાને દાખલ કર્યાં હે. એમાંથી એકને થોડું વધારે વાગ્યું હે ને ઈ ઢકળાઈ ગ્યો હે (બેભાન, કોમામાં છે.) બાકી બીજાને જોખમ નથી.

"એક કીયા છોરાને વધારે લાગ્યું હે?" એ પૂછવાની રતનની હિંમત ન ચાલી. કદાચ એના જવાબમાં એના....! રતનને આગળ વિચારતાં એના મનમાં એક બિહામણી કલ્પના આવી ગઈ. રતનને એવી બીક લાગી તેથી એ વાત એણે મોઘમ રહેવા દીધી.

ઘરમાં કોઈને ઊંઘ નો'તી આવતી.

માળા કરતી રતન ઘડી ઘડી ઘડિયાળ જોતી હતી કે હવારને હજી કેટલી વાર હે ? કૈયેં હવાર થશે ? રતનને થયું, "આજે ઘડિયાળ કેટલું ધીમું હાલેર્યું ? ના, આમ તો ઘડિયાળને ફિક્સ ગતિ હોયરી. પણ કૈંયેક આવી કસોટીનાં મહત્ત્વનાં ટાંણે સમયમાં મિનિટ અને કલાક લાંબા થઈ જતા હોયર્યાં (લાગે છે)."

દરરોજ પલકારામાં પૂરી થઈ જતી રાત આજ ખૂટતીં કાં નથી ? દરરોજ દોડતાં જતાં ઘડિયાળની એક એક મિનિટ આજે એક એક કલાક જેવડી લાગતી'તી. એ બબ્બે મિનિટે ઘડિયાળ સામે જોતી'તી. ક્યારે હવાર પડે ને ક્યારે કોઈ સારા સમાચાર લઈને આવે.

છેક... સવારે છ વાગ્યે સમાચાર આવ્યા. " કિશોરને માથામાં બૌં લાગ્યું હે ને ઈ સિરિયસ હે. ડૉક્ટર કેર્યાં બોત્તેર કલાક જોખમ હે. કાંઈ કહેવાય નીં. બીજા બધાને ઓછો વધુ ખાટલો હે, પણ બૌ જોખમ નથી."

આ સમાચારથી રતન સમજી ગઈ. કિશોર ગાડી ચલાવતો હશે. એણે દારૂ પીધો હશે ને વધારે થઈ ગ્યો હશે.

રતનને થયું "વઉને થોડી વઢું કે આ બધું દોઢ બે વરથી હાલતું'તું તો તેં આવડું બધું લકાડ્યું કાં?" અને તરત જ વિચાર આવ્યો. "આજે એને વઢવાનો સમય નથી. એને આશ્વાસન અને હિંમત દેવાનો સમય હે. મારો તો કદાચ એ...દીકરો હે. પણ એનો તાં સોહાગ હે ને !" તેથી રતન તેને આશ્વાસન અને હિંમત દેવા માગતી હતી. પણ એ કંઈ બોલી શકતી ન હતી. છેલ્લા સમાચારથી હતપ્રભ થયેલ રતનને સમજાયું નહીં કે વહુને ક્યા શબ્દોમાં આશ્વાસન દેવું ?

ઘરનાં બધાંને એવો આઘાત લાગ્યો હતો કે અહીં કોણ કોને આશ્વાસન આપે એ સવાલ હતો. ત્યાં બાજુનાં ગામમાં રહેતાં રતનનાં ફઈજીવાળા વિગતવાર હમાચાર લેવા હવારના પોરમાં આઠ વાગે પોચી આવ્યાં.

હાલ હવાલ પૂછ્યા, "વાંધો નીં આવે એવા હમાચાર હે." એવું કહ્યું. બીજી પણ થોડી વાતો કરી એટલે ઘરનું વાતાવરણ થોડું હળવું થયું.

રતનનાં ફઈજી આવ્યાં એટલે સારું રહ્યું. નૈંતો ત્રણે સાસુ-વહુ ચિંતામાં અને અઘટિત બીકનાં ઓછાયા તળે મૂરઝાઈ ગઈ હતી, ત્રણેના મોઢે જાણે તાળાં લાગી ગયાં હતાં એવા અબોલા હતા. તેથી બધાનો સમય પસાર થતો ન હતો. હવે ઉંમરલાયક ફઈજીની વાતોથી વાતાવરણ કંઈક હળવું થયું હતું.

ઘરના બધાં માટે બીજા દિવસની સાંજ જેમતેમ કરીને માંડ માંડ આવી.

બહારથી સગાંવહાલાંના ફોન ચાલુ હતા.

બધાને સુધીર 'ઠીક હે ! ઠીક હે !' સમાચાર આપતો હતો – લેતો હતો.

એ રીતે બીજો દિવસ પૂરો થઈ ગયો.

છતાં કોઈ સારા સમાચાર ન હતા. તેથી રાત્રે વાતાવરણ વધુ ગંભીર બની ગયું. રતનની નણંદ પણ ખબર પૂછવા અને હિંમત આપવા આવી ગયાં. જાગો-મીંચો કરતાં રાત પસાર કરવામાં ઘરનાં બધાંને જુગ જેટલો સમય લાગ્યો.

બીજા દિવસે સવારના રતનનાં મોટાં ફઈજી અને ફુઆજી પણ આવી ગયા,, આઠ વાગે શામજીનાં કૌટુંબિક ભાઈઓ અને સમાજનાં માણસો બાઈમણું સાથે આવી ગયાં. સંબંધીઓ પણ આવવા લાગ્યાં.

રતન સમજી ગઈ, રાત્રે જરૂર કંઈક અઘટિત બની ગયું હશે. પણ હજી એને કોઈએ કાંઈ કહ્યું ન હતું. અને આવેલ એનાં ફઈજીવાળાં તથા સમાજનાં માણસોને કાંઈ પૂછવાની એની હિંમત ચાલતી ન હતી. તેનું હૃદય તેજ ગતિએ ચાલતું હતું. એ આ દૃશ્યથી હેબતાઈ ગઈ હતી.

થોડી વાર થઈ, ત્યાં બાજુવાળાની જીપ ઘર આગળ ઊભી રહી. અને બીજી ગાડીઓ પણ આવી.

એક ભાઈએ આવી ફઈ, ફુવા અને રતનને કિશોરના મૃત્યુના સમાચાર આપ્યા અને ઘરમાં હૈયાફાટ રોકકળ થઈ ગઈ. સમાચાર જાણતાં શારદા ઢકળાઈ ગઈ. થોડી વારે ભાનમાં આવી. હૈયાફાટ રુદન કરવા લાગી. સાથે નાની વહુ, સુધીર અને રતને પણ કલ્પાંત કરી મૂક્યું.

જ્યારથી શારદાવહુએ દારૂની વાત કરી હતી ત્યારથી રતનના હૈયામાં છૂપી ફડક તો બેસી જ ગઈ હતી. ત્યારથી એનું મન સતત ગભરાતું હતું. એના મનમાં એક અઘટિત છૂપી દહેશત વ્યાપી ગઈ હતી. ત્યારથી એ જ્યારે જ્યારે નવરી પડતી ત્યારે "હે જલાબાપા ! આ ઘાતમાંથી મારા પરિવારને ઉગારજો" આવું વારંવાર સ્મરણ કર્યાં કરતી હતી ને મનને આશ્વાસન આપતી હતી.

જ્યાં આ સમાચાર આવ્યા ત્યાં શારદાવહુની સાથે એ પણ ભાંગી પડી; પરંતુ તરત જ એણે વિચાર્યું "હવે ઢીલી થયે કાંય નીં વળે. મારે તો હવે હૈયું કઠણ કરવું જ પડશે." એણે આંસુ લૂછી નાખ્યાં. એ શારદાવહુ પાસે ગઈ. એને ભેટીને બંનેએ હૈયાફાટ રુદન કર્યું. આમ તો એ શારદાવહુને આશ્વાસન આપવા માંગતી હતી. પણ સ્થિતિ એવી થઈ ગઈ કે લાગણીશીલ રતન પોતે જ આશ્વાસનને લાયક બની ગઈ.

શારદાવહુને ક્યા શબ્દોમાં આશ્વાસન આપવું એ જ એને ન સમજાયું.

ત્યાં પાટાપીંડીથી ઘણા બધા ઢંકાયેલા ચહેરાવાળા કિશોરના મૃતદેહને ઘરમાં લાવવામાં આવ્યો. ફરી વાતાવરણ ગમગીન બની ગયું. સગાંવહાલાં ને પડોશી વડીલો, બધાને શાંતિ રાખવાનું કહેતાં હતાં પણ સ્થિતિ અને સંજોગો જ એવા હતાં કે એ બધું કાબૂમાં રાખવું અઘરું હતું.

રોકકળને લઈને વાતાવરણ એટલું કરુણ થઈ ગયું હતું કે ભલભલા કઠણ કાળજાવાળાને પણ રોવું આવી જતું હતું. રાતનો બનાવ હોઈ મોટા ભાગનાં લાગતાં-વળગતાં આવી ગયાં હતાં. ફક્ત દીકરી જ્યોતિકાની રાહ જોવાઈ રહી હતી. ત્યાં જ્યોતિકાને લઈ એનાં સાસરિયાં આવી ગયાં.

ફરી રોકકળ થઈ ગઈ. શારદા અને રતનને મળતાં ત્રણે જણાં ફરી ઢકળાઈ ગયાં.

બધાંને એકબીજાંથી અલગ પાડી માંડ માંડ શાંત પાડ્યાં. અને સ્મશાનયાત્રાની તૈયારી શરૂ થઈ.

તૈયારી પૂરી થતાં સમાજના ભાઈઓની ગોઠવણી મુજબ સ્મશાનયાત્રા અને અંતિમક્રિયા પૂરી થઈ.

દિવસના અને સાંજના બેસવાના કાર્યક્રમો નિયમ મુજબ ચાલતા હતા. ચોથે દિવસે સમાજનું બેસણું હતું. હજી સુધી દેશમાં રહેતાં શારદાના માવતરવાળાં આવ્યાં ન હતાં.

પાંચમા દિવસે શારદાનાં માવતરવાળાં આવ્યાં.

કઠણ કાળજાં કરીને દીકરી શારદાને તથા સૌને મળ્યાં.

શારદાનું કલ્પાંત જોઈ એનાં માવતરવાળાં તો ઠીક, પણ હાજર રહેલ બધી મહિલાઓ હીબકે ચડી ગઈ. સૌનાં દિલમાં શારદા માટે કરુણા થઈ હતી, પણ થાય શું ? નિયતિને કોણ રોકી શક્યું છે ?

દેશમાંથી આવેલ વેવાઈ પરિવાર સ્વાધ્યાય પ્રવૃત્તિ સાથે સંકળાયેલો હતો. એણે જ સૌને સારા શબ્દોમાં આશ્વાસન આપ્યું. વાતાવરણ જેટલું કરુણ હતું તેના પ્રમાણમાં હળવું કરવામાં એ પરિવારે સારો ભાગ ભજવ્યો. ત્યાંથી આવેલ એક ભાઈએ “કર્મના સિદ્ધાંત”, “કર્મના કાયદા”ની, “અજર અમર આત્મા”ની, આત્મા અને પરમાત્માની તથા

*જાતસ્ય હિ ધ્રુવો મૃત્યું ર્ધ્રુવં જન્મ મૃતસ્ય ચ |
તસ્માદપરિહાર્યેઽર્થે ન ત્વં શોચિતુમર્હસિ || - (ગીતા, ૨-૨૭)

જન્મેલાનું મૃત્યુ નિશ્ચિત છે. અને મરેલાનો જન્મ નિશ્ચિત છે. તેથી આ આપણાં માટે ઉપાય વિનાના વિષયમાં શોક કરવો યોગ્ય નથી.

આત્મા સાથેનો આપણો સંબંધ અને શરીર સાથેના સંબંધ વિશે પણ ગીતામાં આપેલા જ્ઞાન વિશે એમણે સારી ભાષામાં દાખલા સાથે વિવરણ કરી વાતાવરણને હળવું કર્યું.

છતાં શારદાની માને માટે જમાઈના મૃત્યુનો આઘાત ખૂબ વસમો હતો. એ

આ બનાવથી ખૂબ જ નર્વસ થઈ ગયાં હતાં. બનાવ પણ ખૂબ જ કરુણ અને ગંભીર હતો. નાની ઉંમરની દીકરીને વિધવાના પરિવેશમાં ને એવી સ્થિતિમાં જોવું એક માતા-પિતા માટે એની જિંદગીનું એનાથી મોટું દુર્ભાગ્ય બીજું કંઈ ન હોઈ શકે. છતાં વાસ્તવિકતા સ્વીકાર્યે જ છૂટકો.

આમ તો અત્યારે બીજી કોઈ વાતો કરવાનો યોગ્ય સમય ન જ કહેવાય છતાં ઘરમાં થતી ગુસપુસ પરથી રતનને વાતનો થોડો અણસાર આવી ગયો.

એને જે બીક હતી એ જ વાત આવીને ઊભી રહી.

રતનના પતિ શામજી, પરિવારનાં કેટલાંક વડીલો જેમાં રતનની બે નણંદો અને બે ફઈજી બધાં કહેતાં હતાં. "આ તાં ભર્યું ભાદર્યું ઘર હે. દીકરો ને દીકરી કાલ મોટા થઈ રેશે. એટલે અમને લાગેર્યું એને નવું ઘર કરવાની કાંય જરૂર નથી."

સામે વેવાઈવાળાં એવો આગ્રહ કરતાં હતાં "આ ઉંમર કાંય ન કહેવાય! એને બેસાડી થોડી રખાય અને ઉઠાડી લેશું ને નવું ઘર કરાવશું. નૈ તો કાળામાંથી ધોળા કરવા ઘણાં ઓખા હે. "

વેવાઈવાળાની આ વાત સાથે રતન સહમત હતી. પણ એના દિલની વાત પરિવારમાં રજૂ કરવાની તેનામાં હિંમત ન'તી. એને એ બીક હતી. કોઈ મહેણાં મારશે ને ધારશે કે "ઈ એમ જ કેં એને એવા જ વિચાર આવે, ઈ એવી હતી તૈયેં તાં ઇ એની ઉંમરમાં પોતાનાં હુખ હારું ભાન ભૂલી'તી. ને છોરાંનોય વિચાર નો'તો કર્યો."

રતને પોતાના પતિ શામજી આગળ બીતાં બીતાં પોતાના વિચારો તો રજૂ કર્યા જ હતા. પણ જેને રતન આટલાં વર્ષે સમજી શકી ન હતી એ માણસને રતનની લાગણીવાળી વાતની કોઈ અસર ન થઈ.

હવે આ વાતનો દોર એ એકલાં પતિ-પત્નીનાં હાથમાં ન હતો. હવે એ બાબતનો નિર્ણય એની બે ફઈજી અને નણંદો કરે તેમ થાય એમ હતું. જ્યારે શારદાવહુના માવતરવાળાએ શારદાને ઉઠાડી જવાનો બહુ આગ્રહ કર્યો અને સ્પષ્ટ કહી દીધું, 'હો વાતની એક વાત અમે અમારી દીકરીને ઉઠાડી જશું. ત્યારે રતનની બે નણંદોએ કહ્યું. "તમારી દીકરીને ભલે ઉઠાડી જાઓ પણ છોરાં તો ઈંયાં જ રેશે. તમે કોર્યાં એમ કરીયે તો દીકરો તાં જતોર્યો પણ તમે છોરાંય તેડી જાઓ તો અમારા દીકરાના ઘરને તાળાં લાગી જાય ને એનું નામ નિશાનેય મટી જાય હમોળું."

વાત અહીં ગૂંચવાઈ.

શારદા કહે, "છોરાં તાં મને ખપશે. હું એના વગર નીં રૈ હકું. ને છોરાં

નીં ઘો તો હું એ નીં ઊઠું."

રતનથી હવે ન રહેવાયું. એને પોતાના છૂટકા વખતના દિવસો યાદ આવ્યા. તે વખતની પોતાની પીડા, વેદના અને હૃદયના જખમો યાદ આવ્યા. એની આંખમાં આંસુ આવી ગયાં.

એનું માથું ઘૂમવા લાગ્યું. એને પૃથ્વી ફરતી લાગી. એ પરસેવે રેબઝેબ થઈ ગઈ. એ પડતાં પડતાં માંડ બચી. એ જોઈ કોઈએ એને પાણી આપ્યું. પાણી પી, એ માથું પકડી સૂનમૂન બેઠી હતી. એની આંખમાં આવતાં આંસુ એ ઘડી-ઘડી લૂછતી રહી.

બધાને થયું કે આ રતનમાને ઓચિંતુ શું થયું કે એ રોવા લાગ્યાં.

એણે થોડી વારે સ્વસ્થ થઈ હિંમત કરી કહ્યું, " જ્યાં શારદાવહુ રેશે ત્યાં જ છોરાં રેશે છોરાંથી એની મા અલગ નીં રે."

શારદાનાં માવતરવાળાં તો જીદ કરીને જ બેઠાં હતાં કે શારદાને ઊઠાડી જ લેશું ને નવું ઘર કરાવશું.

"ઈ જે કરવું હોય ઈ કરો પણ છોરાંને એની માથી અલગ નીં થવા દઉં" રતનનાં મોંએથી આ વાત સાંભળી શારદાને હૈયામાં ટાઢક થઈ. પણ રતનનો પરિવાર આવું બોલવા બાબતે રતન ઉપર ખફા થયો. એનાં મોટા નણંદ બોલ્યાં "રતુભાભી કને એટલી બધી સત્તા નથી કે ઈ કે એમ થશે. આ છોરાંવાળી વાતમાં વચ્ચે બોલવાનો એને કાંય અધિકાર નથી. ઈ આ છોરાંની હગી ડાડી થોડી હે! જો હગી ડાડી હોત તો દીકરાનાં અંશ અને વંશની બાબતમાં આવું બોલતાં એની જીભ જ ન ઊપડી હોત. ઓરમાન ડાડીને પોત્રા પ્રત્યે હાચી લાગણી થોડી હોય. ઓરમાન ઈ ઓરમાન. ઓરમાન એનું ઓરમાનપણું વતાડ્યા વગર રે'તી હશે?' એણે પોતાની બંધ મુઠ્ઠી વતાડતાં કહ્યું, "આ બધું કહેવાય થોડું. આમ રખાય."

આ સાંભળી રતનની હાલત કાપો તો લોહી ન નીકળે તેવી થઈ ગઈ. એ એની નણંદને કાંઈ જવાબ ન દઈ શકી. એ ઓરમાન ડાડી હતી ને? જુદા જુદા ઉત્તર-પ્રત્યુત્તર થયા પણ કોઈ નિર્ણય ન લઈ શકાયો.

રાત પડી, સાંજે થોડો સત્સંગ રાખ્યો'તો; પરંતુ રતનનો સત્સંગમાં જરીકે જીવ ન લાગ્યો. દશ વાગે સત્સંગ પૂરો થતાં બધાં સૂતાં પણ રતનને ઊંઘ ન આવી.

એણે પોતે પોતાના છૂટકા વખતે બાળકોથી વિખૂટાં પડી તે વખતની પોતાની હાલત એને યાદ આવી. એ રડી પડી. એ વારંવાર નકારમાં માથું હલાવતી રહી ને આંસુ વહાવતી રહી. એને થયું ગમે તેમ થાય મને જે પણ

મેંણાં ટોણાં હાંભળવા પડે તે હાંભળીશ પણ એક માથી એનાં બાળકોને વિખૂટાં પડવા નીં જ દઉં. એના માટે મને જે કાંઈ સહન કરવું પડશે તે કરીશ પણ એમ તો થવા નીં જ દઉં.

રતને વિચાર્યું : શારદાવઉનાં માવતરવાળાં સમજે ને ન ઉઠાડે તો હું હેશ ત્યાં હોદી દુઃખી થવા નીં દઉં. એમ કરે તો વાંધો નીં. આમ તાં એકલપંડે લાંબી ઉંમર કાપવી ઓખી હે. પણ છોરાં વગર જીવવાની પીડા કરતાં ઈ ઓછું પીડાકારક થશે. એટલે એમ કરે તોય વાંધો નીં.

રતન, તારી વાત હાચી. પણ હથવારા વગર ઈ કઈ રીતે સંસારની કાંટાળી લાંબી કેડી ઉપર એકલી ચાલી શકશે? તારો જમાનો જુદો હતો ને આ જમાનો જુદો હે.

તોય ઈંયા મજૂરી નથી, અછત નથી. કોઈ દુઃખ નથી, ઈંયા તાં હુખ હુખ ને હુખ જ હે. તો તું ધારોરી એવી એને તકલીફ નીં પડે.

તકલીફ કાં નીં પડે? એને પોતાની લાગણી કે એના મનની વાત કહેવી હશે તો કોના આગળ કે'શે? એને કોઈ સુખ-દુઃખના પ્રસંગે પોતાનું હૈયું હળવું કરવું હોય તો ઈ કોના આગળ હૈયું હળવું કરશે? છેવટે ઈ યે એક બાઈમણ જ હે ને? રતન તે અછત જોઈ હે, દુઃખ જોયા હે, એકલતા જોઈ હે, અસહાય બાઈમણ અને એની આજુબાજુની દુનિયાયે તેં જોઈ હે. ઈ આજુબાજુવાળાની સહાનુભૂતિ અને સહાનુભૂતિ પાછળનાં કારણો પણ તે જોયાં હે એનાથીયે માંથે અસહાય અને છોરાંવછોઈ માની વેદના પણ જોઈ હે. શરૂશરૂમાં પરિવારની હૂંફથી કદાચ એના દિ જતા રે'શે પણ જૈયે ઘા ઠરશે ને દુઃખશે તૈયે શું? ગેઢપણમાં દીકરી એના સાસરે જતી રેશે, દીકરો એના ધંધામાં ને સંસારમાં રચ્યાપચ્યા હશે, તૈયે પોતાના પેટનાં જણ્યાની સુખ-શાંતિ અને ભવિષ્ય માટે પોતાની યુવાનીનાં બહુમૂલ્ય વર્ષો મનમારીને વિતાવનાર એક દુખિયારી અને ઓશિયાળી મા એ સમયે એકલતાની વેદના કેમ ખમી હકશે? રતન, તૈંયે ઈ ક્યાંયની નીં રે. એના કરતાં હમણાં મન કઠણ કરીને જે થાય તે લાંબો વિચાર કરીને થાય તો ધજ. નૈ તો પાણી વૈ ગ્યા પછી પાળ બાંધવાનો અર્થ નીં રે.

રતનને જલારામબાપા યાદ આવ્યા. "હે જલાબાપા, ગમે તેમ થાય પણ એક માથી એનાં છોરાં અલગ ન થાય એવું કરજો." આવી પ્રાર્થના કરતાં એના મગજમાં એક ઝબકારો થયો. "આમાં મને મારી દીકરી જ્યોતિકા જરૂર મદદ કરશે. એને મારી વાત મગજમાં જરૂર બેહશે." સાથે થોડી શંકા પણ થઈ એ લોહીના સંબંધને લઈને કદાચ શારદાવઉની લાગણી ન સમજે ને એને એની ફઈની વાત હાચી લાગે તો પછી હું કાંય ન કરી હકું. મારા કપાળે તો

ઓરમાનનું લેબલ લાગેલું હે ને ?"

મને એને એકલીને એક બાજુ બેહાડી આ વાત કેવી ખપે. પણ આવામાં ઈ વાત એના કને કૈયેં થૈ હકેં ? એવું એકાંત ને નિરાંત મલી તાં ખપે ?

રાત્રે એક વાગે રતન પાણી પીવાના બહાને ઊભી થઈ. પાણિયારા પાસે ગઈ. એણે અવાજ થાય એ રીતે જ લોટો સ્ટીલનાં ઢાંકણાં સાથે ભુસ્કાવ્યો. એને એમ હતું. આ અવાજ સાંભળી કદાચ જ્યોતિકા જાગે તો આ વાત કરું.

રતનની ધારણા સાચી પડી.

એને પણ ઊંઘ નીં આવતી હોય કે કેમ, અવાજ સાંભળી એ પણ પાણી પીવા આવી.

ઝીરો લાઇટના ઝાંખા અજવાળામાં રતનમાનો ચિંતાયુક્ત, બોઝિલ ચહેરો જોઈ એણે પૂછ્યું, "મા, તમને ઊંઘ નથી આવતી કે શું?"

"આવામાં ઊંઘ ક્યાંથી આવે બેટા!" એવું કહેતાં એની આંખમાં આંસુ આવી ગયાં. જ્યોતિકાએ ઝાંખા અજવાળામાં પણ એની માની આંખમાં આંસુ જોયાં.

"મા દુઃખ તાં બધાને થાયર્યું. પણ ભગવાન આગળ આપેં શું કરી હકનારા હૈયે ? ઈ જીવની આપણાથી લેણાંદેણી પૂરી થઈ ગઈ હમજો."

"એને તાં ભગવાને કાંક હારા કામ હારુ લઈ લીધો, પણ પાછળવાળાં બીજાની હાલતનો ભગવાને કાંય વિચારેય નીં કર્યો હોય ? આ રીતે પાછળવાળાં જીવીયે ન હકે ને મરીયે ન હકે એવું થ્યું." આંસુ લૂછતાં રતને કહ્યું.

"મા કર્મના કાયદાથી ખુદ રામ સીતાયે નથી છટકી હક્યાં. તૈયે આપેં તાં પામર જીવ હૈયેં. પોતપાતાનાં ભાગ્યનું ભોગવ્યે જ છૂટકો."

રતને જ્યોતિકાનો હાથ પકડ્યો અને એક બાજુ રૂમમાં લઈ ગઈ.

જ્યોતિકાને રતનમાનું આ વર્તન ન સમજાયું.

"જો બેટા મને તને એક વાત કરવી હે." કહેતાં રતન પલંગ પર બેઠી.

"બોલોને મા" જ્યોતિકા પણ એની માની બાજુમાં બેસી ગઈ.

"બેટા ! તું મને તારી જશોદામા માનો રી ને ?" રતને જ્યોતિકાની આંખમાં આંખ મેળવી વાત કરી.

"હોવે મા, ઈતાં દુનિયા આખી જાણેરી, તમે મારી જશોદામા હો."

"આ તારી જશોદામાને તારા કનેથી કાંક ખપેર્યું" કહેતાં રતને જ્યોતિકાના હાથ પોતાના હાથમાં લીધા.

"મારા કનેથી મા ?" જ્યોતિકાએ આંખ ઝીણી કરતાં કહ્યું.

"હોવે. તારા કનેથી જ મને ખપેર્યું મારી દીકરી. તારા સિવાય ઈ મને

કોય નીં દઈ હકે. તુ ધારે તો જ ઈ કામ થાય."

"મારાથી થાય એવું હશે ને હું નીં કરૂ એવું આજ તમે કેમ ધારી લીધું? મા હું તમને વચન દૌંરી, ઈ કામ કરીને જ રૈશ હું. હવે કો મને શું કરવું હે?"

રતનમાના હાથમાં દીકરી જ્યોતિકાના હાથ હતા. રતનમા કાંઈ બોલી ન શકી, ઊંડા ઊંડા શ્વાસ લઈ વિચારતી હતી.

"મા મોડું ન કરો, કઈ નાખો, તમારું ઈ કામ હું હરુભરુ કરીશ બસ" જ્યોતિકાએ માને ફરી વિશ્વાસ દેવરાવ્યો.

"જો કામ ઈ હે....આપણી શારદાભાભીનાં માવતરવાળાં કેર્યાં એને ઉઠાડી લેવી હે. અને હુંયે કૌંરી હજી બિચારીની ઉંમરે શું હે? તારા જેવડી તાં હે. આપડે એને ઈયાં બેહાડી રાખીએ ઈ એના માથે જુલમ જ કર્યો કહેવાય. અને આપુંને એનું પાપે લાગે. આપડાં બધાં કેર્યાં, છોરાં નીં દઈએ. ને ઈ કૈંરી જ્યાં છોરાં ત્યાં હું ને હું ત્યાં છોરાં. ને ઈ હેય હાચી બેટા! એક મા એના છોરાં વગર કેમ જીવી હકે? મને મા થી એનાં છોરાં અલગ નથી કરવાં. બેટા છોરાંવંછોઈ માની શું હાલત થાયરી ઈ તને નથી ખબર. ઈ એનાં છોરાં વગર કેવી રીબાયરી ઈ મેં જોયું હે. ખુદ મેં અનુભવ્યું હે. "એટલે મને ઈ તાં નથી જ થવા દેવું, હું તને પગે લાગુરી" કહેતાં પલંગ ઉપર બેઠેલી રતનમા બાજુમાં બેઠેલી દીકરીના પગ બાજુ નમી હાથ લંબાવ્યા.

"મા...મા... આ શું કરોર્યાં. મને પાપમાં કાં નાખોર્યાં " કહેતા દીકરીએ માના હાથ પકડી લીધા અને એને ભેટી પડી. દીકરીની આંખમાં પણ આંસુ આવી ગયાં.

"બેટા, મેં તને મારી પેટની દીકરી માનીને ઉછેરી હે તો એના બદલામાં હું તારી કને હાથ જોડી ખોળો પાથરું રીં. આ બધાને તું હમજાવ. હું તો ઓરમાન ડાડી હૌં. હું કૌરી તો બધા અવળો અર્થ કરેર્યાં. ઈ તું જ કરી હકીશ એટલે તને કૌ રીં. એક માને છોરાવંછોઈ થતી બચાવ. આપડાં કેર્યાં ઈ આપડા દીકરાનો અંશ ને વંશ હે એટલે છોરાં નીં દઈએ. બેટા, ઈ છોરાં આપું કને રે તો આપડો વંશ યોં કેવાયને બીજે મોટા થાય તો આપડો વંશ કેમ ન ગણાય? ઈ છોરાં ગમે ત્યાં મોટા થાય ઈ આપડું જ ગોત્ર ને આપડું જ લોહી કેવાશે એની મા ભેળા જશે તો આપડો વંશ થોડો મટી જનારો હે .....

".....આપડું લોહી હે એટલે આપુંને બધાને લાગણી હોય, ઈયે વાત હાચી હે. તો ભલે ઈ આપું કને આવે જાય દીકરી થૈને. આ આપડે થોડું કર્યું હે, ઈ તાં ભગવાને કર્યું હે. એમાં કોઈનો વાંક નથી. આપડા બધાના નસીબનો વાંક હે. એનું પરિણામ ઈ એકલીનેં ભોગવવાનું કાં કરેર્યાં.

"એક તાં બિચારીએ એનો જીવનસાથી ગુમાવ્યો હે એનું એને કેટલું દુઃખ હશે ઈ તને કે મને નીં હમજાય. ને ઉપરથી આપણે એના કાળજાંના કટકા જેવાં છોરાં લૈ લઈએ તો એની હાલત કેવી થાય? ઈ તું નિરાંતે વિચારજે. ઈ બિચારીનો તો પૂરો સંસાર...અરે સંસાર નીં; એની પૂરી જિંદગી જ ઊજડી જાય. ઈ એમ જીવી નીં હકે.

"જૈયેં આટલા વરથી આપડા બધાંના લાગણીના સંબંધ હે તો એને તોડવા ને ભૂલવા સહેલા નથી. દીકરા, ઈ બધું હું ભોગવી ચૂકી હૌં. એટલે જ તને હાથ જોડું રી. મને રાતની ઊંઘ નો'તી આવતી. મેં જલારામબાપાને પ્રાર્થના કરી તો બાપાએ કેધું જ્યોતિને તું કે. એટલે જ તને કૌંરી ને તારા કને આટલું માંગુરી. હવે એટલું તું કરાવી દે. પછી મારા છેલા દિ હોદી તારા કનેથી કાંય નીં માંગુ."

રતનમાની વાત સાંભળી જ્યોતિ વિચારમાં પડી ગઈ.

એને થયું, "મારી માને ભગવાને કઈ માટીમાંથી ઘડી હે? આટલી ઊંચી ભાવના અને સંસ્કારવાળી મારી મા પોતે મનથી બહુ જ દુઃખી હે. પોતાના કરતાં બીજા હારું બૌ જીવ બાળેરી. આપડાં કણબીમાં લોહીના સંબંધ કરતાં લાગણીના સંબંધ કઈ કમ નથી. ઈ મારી રતનમાએ સાબિત કરી દીધું. મારી મા જાણે પોતા હારુ નથી જીવતી, પણ બીજા હારું જીવે રીં."

જ્યોતિકાને થયું "માની વાત છે તો હાચી. આટલી નાની ઉંમરે વિધવા થાય એને ખરેખર બીજાં લગ્ન કરવાં જ ખપે. હથવારા વગર જન્મારો કાઢવો ઘણો ડોયલો થઈ પડે. વડીલોની મર્યાદા અને પરિવારની લાગણીને લઈને લાગણીમાં આવીને કે બીજાં શું વાતું કરશે એ બીકે ભલે હમણાં કદાચ ના પાડે. ને લગ્નનો વિચાર માંડી વાળે. પણ ખરેખર તાં બંને પક્ષના માવતરોની ફરજ ઈ હે એને હમજાવીને બીજા લગ્ન કરાવવાં ખપે. અને આ ઘરથી લાગણી હોય તો મારી મા કેર્યાં એમ ભલેને દીકરી થઈને આ ઘરે પણ આવે જાય. આ તો કોઈ વ્યક્તિની ભૂલ કે વાંકથી કે જાણી જોઈને આ થોડું થ્યું હે. આ તો ભગવાને કર્યું હે."

જ્યોતિકાએ કહ્યું, "ભલે મા તમે ચિંતા ન કરો, તમને વચન દૌંરી તમે કોર્યાં એમ જ થશે. હવે તમે બીજું કંઈ વિચાર્યા વગર હુઈ જાવ."

અને રતન પલંગમાં આડી પડી.

મા-દીકરીની વાત થયા પછી રતનને થોડી હળવાશ લાગી. એને શાંતિ થઈ ને એને ઊંઘ પણ આવી ગઈ.

પણ જ્યોતિને ઊંઘ ન આવી.

એ વિચારોએ ચડી ગઈ.

"હવે શું કરવું? આનો રસ્તો શો કાઢવો." એને એની ફઈની વાત યાદ આવી. "અમે ક્યાં કૈયેર્યાં. ઈ ઊઠી જાય. ઈયાં રેશે તો આ માલ-મિલકતમાં એનો ભાગ હે ને આ છોરાં એનાં જ હે. ને જવું હોય તો છોરાં મૂકીને જાય."

જ્યોતિકાને થયું, "આપણે દીકરા અને દીકરીમાં કેટલો ભેદ રાખીયેંર્યા? નૈં તો આ ઉંમરની મારા જેવડી મારી ભાભી માટે એમ ન જ કેવું ખપે કે "એને કોણ કેર્યું ઊઠી જાય? ઈ નવું ઘર નીં કરે તોયે દુઃખી નીં થાય." એમ કેર્યાં તૈયે એની જ પિસ્તાલી વરની(વર્ષની) કૌટુંબિક દેરાણી જતી'રી. તૈયે એમ કેર્યાં એના દેરનું ઘરગેણું કરાવવું હે. થોડું હલકું ભારે પાત્ર હશે તોય નિભાવશું. ગેઢપણમાં હથવારો તો ખપે નાં.! તો આ બાઈમણને શું હથવારો ન ખપે? આવડી લાંબી જિંદગી હથવારા વગર કેમ કપાય?

એના દેર હારું તાં બે વરથી દોડધામ કરેર્યાં. જ્યાં વાવડ મલે ત્યાં ધોડેર્યાં. એના હારું આખો દેશ ખૂંદી નાખ્યો. ને આજ હાવ નેનકડી મારી ભાભી હારું એમ કેર્યાં " એને કોણ કેર્યું ઊઠી જાય? આ બધું એનું જ હે ને? જ્યોતિકાને હમજણ ન પડી "આમ દીકરા-દીકરી હારું લેવા-દેવાના કાટલાં જુદાં કાં રાખેર્યાં માહણ? આ તો પુરુષપ્રધાન સમાજનાં બધા નિયમો પુરુષોને અનુકૂલના જ હોય ને? આ રીતે આજે મારી શારદાભાભી માટે આવું કોંક ભાઈમણ કે તો ઠીક પણ આ તો મારી ફઈયું બાઈમણું થઈને આવી વાતું કરે ઈ કેવું કહેવાય?

"આમ તો એના દેરનું કે ઈ ઉંમરના બીજા કોઈ પણ ભાઈમણનું ઘરગેણું કરવું કાંય ખોટી વાત નથી. જમાના પ્રમાણે ખરેખરતાં હરૂભરૂ કરાવ્યું જ ખપે. આવાં ઘરગેણાં કરાવ્યાં ખપે ઈ હાચું પણ કઈ બાઈમણ હાથે ઘરગેણું કરાવે? હામે જૈયેં આવા સંજોગો ઊભા થાય તૈયેં બાઈમણુંને પણ આ રીતનું પ્રોત્સાહન મળે તૈયેંને? પણ આપણી અભણ અને ગરીબ જેને ગૃહજીવનની સાચી અનુભૂતિ જ નથી એવા - ખેતીમાં મજૂરી કરનાર સમાજમાં જો કોઈ આવી વાત કરવા જાય તો બધા એને તોડી નાખે. અને એવું કે "એનું ફરી ગ્યું હે કે શું હે? આ ઉંમરે જ્યાં છોરાં પૈણાવ્યા જેવડાં થૈર્યાં હે તૈયે ઈ બીજે ઘરે થોડી જાય? અને એ એવું કરે તો છોરાંનું શું?

"અરે છોરાં તાં હવે બધું હમજેર્યાં. ને છોરાંને વાંધોય નથી. તૈયેં તાં શેંરમાં ભણેલાં ને સુધરેલાં પરિવારોમાં હવે ક્યાંક એવું બનેર્યું. કે એકલાં પડી ગયેલાં મા-બાપને ગેઢપણમાં હથવારા હારું એને એનાં પૈણેલાં છોરાં જ હથવારો ગોતી દઈ બધુ ગોઠવી દેર્યાં."

જ્યોતિકાને યાદ આવ્યું. થોડા સમય પહેલાં પેપરમાં આવો જ બનાવ વાંચ્યો તો તૈંયે થોડું વિચિત્ર લાગતું'તું. પણ જૈયેં આપેં વાસ્તવિકતાની નજીક જૈયેંર્યાં તૈયેં જ એની ગંભીરતા અને જરૂરિયાત હમજાયરી. ખરેખર એવા નિર્ણય લેતા દીકરા દીકરીયુંને ધન્યવાદ દેવાં ખપે.

આપડામાં પુનર્લગ્નની છૂટ હે. રિવાજ હે. ઈ હાચું પણ જે રીતનું પ્રોત્સાહન દેવું ખપે એ રીતથી પ્રોત્સાહન નથી દેવાતું. એકલડોકલ કોઈ વ્યક્તિ આવું કરવા પ્રયત્ન કરે તો એને ગાંડામાં ખપાવી નાખે. નહિ તો મારા હાહરાવાળા પરિવારમાં હમણાં જ બે બનાવ બન્યા હતાં કે માધાબાપાના પિસ્તાલી વરના દીકરા લાલજીકાકા ગુજરી ગ્યા. ને એક વર્ષ પછી એના ભાઇ નથ્થુબાપાનાં ઘરમાં એકતાલી વરના એક વહુ શાન્તાકાકી ગુજરી ગ્યાં. આ રીતે એક બાજુ ભાભી હથવારા વગરના થૈર્યાં ને હામે એનો કાકાઈ દેર હથવારા વગરના થૈર્યાં. તો આ પરિવારનું કેવું સરસ મર્જર થઈ હક્યું હોત." એને યાદ આવ્યું કોઈ વાત કરતું હતું, તે વખતે જ્ઞાતિ બહારના પણ એની બેઠકના એક ભણેલ ગણેલ ને સુધારાવાદી ભાઈએ "આમ ગોઠવો તો સરસ ગોઠવાય" એવા પોતાના વિચાર રજૂ કર્યાં તો એને આ બાબતે મગજમારી ન કરવા કહ્યું ને તમને અમારી સમાજની ખબર ન પડે કહી એને ડછોડછ કરી અપમાનિત કર્યાં. પણ આ વાત ગંભીરતાથી જો વિચારી હોત તો બે ખંડિત પરિવારમાંથી એક પૂર્ણ, સુખ, શાંતિ અને સંતોષવાળો સુરક્ષિત પરિવાર બની ગયો હોત.

બેયને ગેઢપણનો હથવારો મલી ગ્યો હોત. ઓશિયાળાપણું મટી ગયું હોત. એકબીજાને હૈયાનો હિલો ઠાલવવાનું ઠેકાણું મળી ગ્યું હોત. અને એથીય વિશેષ સારા માઠા દિવસોમાં માથું મૂકીને રડવાનો ઘરનો ખભો મલી ગ્યો હોત.

"આ તો એક જ પરિવારનું હતું. પણ ક્યાંક આવું બને અને બંને જુદા પરિવાર હોય તોય થતું હોય તો આવું કરવું જ ખપે. અરે પરિવારે કે સમાજુંએ આવું કરાવવું ખપે. આ એક પ્રકારે પુન્યનું કામ કેવાય." નાની ઉંમરની જ્યોતિકાની સોચ બિલકુલ જમાનાને અનુરૂપ હતી. અને એ એના બાહ્ય વાચનના શોખને આભારી હતી.

સંસ્કૃતિથી હટી, રૂઢિચુસ્તતાની પરંપરાઓ તોડીને કંઈક નવું કરવાનું હોય તો એકલદોકલ વ્યક્તિ હિંમત ન કરી શકે. અને કોઈ હિંમતવાળું એવું કાંઈ કરવા જાય તો પ્રજા એને એમ ન સ્વીકારે. એને થૂ થૂ કરી નાખે. એને નિષ્ફળતા અને નિરાશા જ સાંપડે. ત્યારે દૂરંદેશી આગેવાનોએ આવાં કામ એના એજન્ડામાં લેવાં જોઈએ. અને જ્ઞાતિના રીત-રિવાજો અને નિયમોનું સમયે સમયે રિનોવેશન કરાવવું જોઇએ.

કોઈ પણ કામ સફળ બનાવવું હોય તો એને કોઈ પણ સ્ટેજ ઉપરથી રજૂ કરવું પડે. એમાંય ધર્મગુરુ દ્વારા ધાર્મિક ગાદીના સ્ટેજથી મૂકેલી વાત જલદી અને સરળતાથી સ્વીકારાય. છતાંય સામાજિક રિવાજની વાત હોય ત્યારે આવાં કામ સમાજ લેવલથી થાય તોપણ અવશ્ય સફળ થાય.

જ્યોતિકાએ વિચાર્યું, "આના માટે સમાજમાં મહિલા કાર્યકરોની આગેવાનીમાં પુનર્લગ્ન કમિટી બનાવવી ખપે. અને એની આગેવાનીથી આ કામ થાય તો કોઈ ટીકા ન કરે. મહિલાને સમજાવી તેના મગજમાં વાત બેસાડવાનું કામ મહિલા જ કરી શકે. નહીં. તો કોઈ પણ સમાજમાં કોઈ પણ નવા પગલાંની કે નવી રીતની કે સુધારાની ટીકા થવાની જ. જેમજેમ સમય બદલાય ર્યો તેમ ભણતર અને આર્થિક સદ્ધરતાને લઈને જીવનશૈલી બદલાય ઈ સ્વાભાવિક હે. આવા સમયે આપડે આપડું જડપણું છોડી બદલાવને આવકારવો જોઈએ અને દરેક જ્ઞાતિએ પોતપોતાના રિવાજો બદલવા જોઈએ. સંસ્કૃતિથી હટીને કેટલીક પરંપરાઓ તોડવી પડે. અને જ્યાં આવા પ્રયોગો ન થાય ત્યાં કાં તો વિદ્રોહ થાય ને કાં તો બહારથી અકબંધ દેખાતી સંસ્કૃતિ અને સંસ્કારો અંદરથી બોદા થઈ જાય. તેને દંભ રૂપી ઊધઈ અંદરથી ખલાસ કરી નાખે. પરિણામે અંદરથી ઘણું-બધું પોલાણ થઈ જતું હોય છે. બહારથી એ ભલે ન દેખાતું હોય, એ સંસ્કૃતિ અને સંસ્કારોથી અકબંધ દેખાતો મહેલ ક્યારે કડડભૂસ થાય એ કઈ ન કહેવાય. એટલે જ જ્ઞાતિના આગેવાનોએ સમયસૂચકતા વાપરી જમાનાને અનુરૂપ બદલાવ લાવવો પડે. એ બદલાવને સામાજિક સ્વરૂપ આપવું જોઈએ.

– જ્યોતિકા, તારા મગજના ક્રાંતિકારી વિચારો તારા ભણતર અને વાચનનું પરિણામ હશે; પરંતુ ખાલી વિચારો કરવાથી કંઈ ન વળે. વિચારોને અમલમાં મુકાવી પરિણામ લાવવું પડે. જ્યોતિકા, એવાં જ એક પરિણામ માટે તારી હવે કસોટી થશે. જ્યોતિકા, વિચારવું અને વાતો કરવી એક બાબત હે. જ્યારે હિંમતપૂર્વક અમલ કરવો અને કરાવવો બીજી બાબત હે. જોઈએ હવે તું કેવી હિંમત કરી તારી ભાભીના ભવિષ્ય અને લાગણી માટે શું કરી હકોરીં? ઈ સમય જ કેંશે.

– ના. હું એમ નીં બીઉં. મારા મનનું ને મારું ધાર્યું કરીને જ રૈશ.

આવા વિચારો કરતાં-કરતાં એની આંખ મળી ગઈ.

૩૩. મા-દીકરીએ ધાર્યું કર્યું

આખા પરિવારનો રોષ વહોરીને પણ બંને મા-દીકરીએ પોતાનું ધાર્યું કર્યું. જોકે શામજી સહિત પરિવારના ઘણાં બધાંને તથા સગાંવ્હાલાને આ ગમ્યું ન હતું. સંબંધ તૂટ્યાં પછી "આવશે-જશે" એ સૌને અજુગતું લાગતું હતું.

બારમાની વિધિ પૂરી થઈ.

જમ્યા પછી બધાએ વિદાય લેવાની હતી. બે બાળકો અને શારદા સાથે એનાં માવતરવાળાં રજા લે એની સૌ રાહ જોતાં હતાં.

વિદાય લેતી શારદા રતનમાને પગે લાગી.

રતનમાને ભેટી એ રોઈ પડી. રતન પણ આંસુ ન રોકી શકી.

રોતાં રોતાં શારદા અને તેની દેરાણી ભેટીને મળ્યાં.

શારદા નણંદ જ્યોતિકાને મળવા આવી ત્યારે એને ભેટીને બંને એટલી બધી રોઈ કે એ દશ્ય જોઈને સગાંવહાલાં અને હાજર બધાંની આંખમાં આંસુ આવી ગયાં. નણંદ-ભોજાઈ મળતાં, માત્ર એ બે નણંદ ભોજાઈ નહીં પણ હાજર પૈકી ઘણાં બધાં તો હીબકે ચડી ગયાં.

એવું જ હૃદયદ્રાવક દશ્ય બાળકોને મોકલાવતાં સર્જાયું. બાળકો તો જાણે નાદાન હતાં પણ એની વિદાયથી રતન-શામજી અને પરિવારના સૌનાં હૃદય દ્રવી ઊઠ્યાં.

હાજર બધાંને થયું ભગવાન આવું તો દુશ્મનના ઘર સાથે પણ ન કરે.

રતને શારદાની માને ધીમા અવાજે કહ્યું "વેવાણ ભગવાનને ગમ્યું ઈ એણે કર્યું. ઈ આપુંને સ્વીકારે જ છૂટકો. પણ આપુંને ગમ્યું એનુંયે મહત્ત્વ ઓછું ન આંકજો, ને છોરાંને આવવા જવા દેજો. દુનિયાને ભલે જે વાતું કર્વ્યું હોય ઈ કરે." થોડું અટકીને રતન બોલી "અમારા કોઈથી કાંય વધઘટ બોલાયું-ચલાયું હોય તો મનમાં કાંય ન લેજો" એવું કહી આંસુભરી આંખે સૌએ વિદાય લીધી. દીધી.

વિદાય થતી વેવાઈની ગાડીની પાછળ અનિમેષ નયને રતન આંસુભરી

આંખે જોતી રહી. આંખોમાં આવેલાં ઝળઝળિયાંને લઈને ઝાંખી ઝાંખી દેખાતી ગાડી દેખાતી બંધ થતાં રતનને થયું. "છોકરમતથી થયેલાં નાના સરખા વ્યસને સ્વર્ગ જેવા સુંદર પરિવારને ક્યાંથી ક્યાં પોચાડી દીધો." અને એણે લાંબો નિસાસો નાખ્યો.

ભગવાને દાખલામાં એક બાદ કર્યો પણ જવાબમાં ચાર બાદ થૈ ગ્યાં. તાળો મેળવ્યો તો ચાર બાદ થયેલો જવાબ સાચો હતો. પછી સ્વીકાર્યે જ છૂટકો !

૩૪. જ્યોતિને રતનમાની યાદ

માતા અને સંતાનો વચ્ચે પરસ્પર એવું કંઈક અદશ્ય કુદરતી જોડાણ હોય છે. જે તેને પરસ્પર અજાણપણે પણ અવિરત ખેંચે છે.

જેમ રતનને એનાં બાળકો પ્રત્યેનું આકર્ષણ, ઝંખના અને મળવાની તલપ રહેતી હતી. તેમ સામે એનાં સંતાનો જે સમજણાં હતાં તેને પણ એટલું જ આકર્ષણ રહેતું. હતું.

તેમાય આ બન્યું ત્યારે જ્યોતિ તો નાસમજ નહોતી, એણે તો આમાંનું ઘણું બધું નજરે જોયું હતું. એ એની માને પૂરેપૂરી જાણતી હતી. તો આ બધું એ થોડું ભૂલી શકી હશે? તેમાંય એના લગ્ન વખતે, તેનાં ભાઈ-બહેનોનાં લગ્ન વખતે કે પોતાનાં અને એની બહેનોનાં બાળકોના જન્મ સમયે પિયરપક્ષેથી થતાં વહેવારોના પ્રસંગે તો એને એની માની યાદ ખૂબ તડપાવતી હતી.

એની માની યાદની સાથે કેટલાક એવા કલંકિત બનાવો જોડાયેલા હતા. તેના ભરડામાંથી માંડ માંડ તે છૂટતી ત્યાં એવો જ કોઈ પ્રસંગ આવીને ઊભો રહેતો, ને પાછી એવી જ લાગણીભરી યાદો વચ્ચે એ જ રીતે એ પિસાતી ને રિબાતી.

જ્યોતિને એની મા યાદ તો આવતી જ હતી. પણ એ જાણી જોઈને એ યાદની કલંકિત કાળી છાયામાંથી છૂટવા માગતી હતી. કોઈ વાર પોતાની ઓળખમાં એની માનું નામ આવતું ત્યારે એને બહુ પીડા થતી. અસહ્ય પીડા થતી. ના કહેવાય, ના સહેવાય ન રહેવાય એવી એ પીડા જ્યોતિને પરાણે સહન કરવી પડતી. કોઈ 'આ રતનબાઈની દીકરી હે' 'આ ઓલી રતન ખરીને ઓલ્યાવાળી ઇ એની મા થાય' 'આ ઓલ્યા મણાભાઈની દીકરી હે. એની મા...!' 'તમે તાં ઓળખતાં હશો એની માને...!' આવાં કેટલાંય વેણ એનાં કોમળ કાળજામાં ડામ દેતાં'તાં. અને એ સમસમી જતી'તી. આવા સંજોગોમાં પોતે મૂર્છાવસ્થામાં હોય તેમ સાંભળ્યું ન સાંભળ્યું કરતી. ન છૂટકે કરતી.

કોઈ વખત એને થતું : "જે હતું તે હાચું જ હતું. મારી માએ પોતાના વ્યક્તિગત સુખ અને સ્વાર્થમાં અમારો ચારે બોનુંનો વિચાર ન કર્યો, ઈતાં હાચું

જ, નૈ તો ગામમાં અને જ્ઞાતિમાં ઈ રીતે ઈ એકલી થોડી રે'તી'તી? ગામની પૅણેલી બાઈમણુંમાં ઇ સમયે મોટાભાગની બાઈમણું ઈ રીતે જ રેત્યુંત્યું. ને ઇ રીતે ઇ સમયે જિવાતું તું. ને બધાં જીવતાં'તાં.

આમ તો દરેક જીવમાં ભગવાને આવી લાગણી અને આવેગો હરખા જ મૂકેલા હોયર્યા. તો કોઈને કાંઈ ફરિયાદ, તકલીફ કે અસંતોષ ન'તો. તો મારી મા એમ બધાની જેમ કેમ રૈ ન હકી? ઈ સ્વાર્થી તો ખરી જ ને?

ગામ આખું કેતું'તું ઈ પ્રમાણે લીલાકાકી અને બીજી બાઈમણુંમાં મારી મા ના જેવો સ્વભાવ, લાગણી, ભાવના, સંસ્કાર એના જેવી ત્યાગની ભાવના ગામમાં કેનાયમાં નો'તી, તૈયેંતાં મારા બાપુજીની બીમારી વખતે ગામ આખાયે એને સતી સાવિત્રી કેધીતી. લાલીફઈનાં મામેરાં વખતે એને નાનાબાપાવાળાએ દીધેલો પોતાનો હાર લાલીફઈને દઈ દીધો. નૈ તો કોય બાઈમણ માવતરે દીધેલા દાગીના કોયને દે ખરી? અને ઇંયાથી છૂટી થૈ ને ગી તૈયે પાછો લેવાની હામેથી ના કૅધી. એની ઇ ભાવના કેટલી ઊંચી કેવાય? એનામાં ઇ બધું બઉ ઊંચું હતું. તો પછી એનાથી આવું પગલું કેમ ભરાઈ ગ્યું?

એક જ વાતને લીધે આજે મારી માનું નામ, વાત કે વિગત નીકળે તો મને નીચા જોવાપણું ને શરમાવા જેવું થાયર્યું! કૈયેંકતાં હલકટ બાઈમણુના કટાક્ષથી તો મરવા જેવું લાગતું. પણ થાય શું? હકીકત તો હું કે કોય નથી બદલી હકનારુંને? કર્યું એને ને આટલાં વર્ષો પછી હજીયે અમને જીવ બાળવો પડેર્યો.

કોઈની વાતુંમાં એની માના જેવું નામ આવતું ત્યારે પણ એ મૌન થઈ જતી. એને એમ થતું : 'મારી માની તો વાત નથી ને?' ને એ કાન દઈને સાંભળતી. ઘણી વખત સાંભળ્યું ન સાંભળ્યું કરી એ ત્યાંથી ખસી જતી.

ઘણી વખત એને એની મા પ્રત્યે લાગણી થતી ને વેદના પણ થતી. તો ક્યારેક નફરત પણ થતી.

જ્યોતિ પોતાનાં બાળકોને સામાન્ય તાવ તૈયાની તકલીફ હોય ત્યારે સંતાનો પ્રત્યેની લાગણીથી એ એના પ્રત્યે બહુ જીવ બાળતી. ત્યારે એને થતું, કોઈ પણ મા હોય ઇ એનાં છોરાંના સુખ-દુઃખનો વિચાર ન કરે ઇ હું નથી માનતી. મારી મા તો આખું ગામ જેનાં વખાણ કરતું એવી મા હતી. તો એવી મા પોતાનાં બાળકોનો વિચાર ન કરે એવું કેમ માનોરી જ્યોતિ?

માન કે ન માન જ્યોતિ, તારી માએ જે પગલું ભર્યું હતું ઇ જગજાહેર હતું ને તેય જોયું'તું ને? એણે છોરાંનો વિચાર ક્યાં કર્યો'તો? તૈયે તાં ગેઢેરા હામે ઈ કાંય બોલી નો'તી હકી. ને જે ન્યાય દીધો ઇ બોલ્યાચાલ્યા વગર

કબૂલી લીધો.

કબૂલવું જ પડેને. તે વખતે ગેઢેરા કેવા રોફથી બોલતા'તા? મરઘાંમા જેવાં મરઘાંમાય એનાથી બી ગ્યાં તાં. તૈયે તાં એને બોલવું તું તોય કાંય બોલી ન'તાં હક્યાં.'

આટલાં વર્ષોમાં આવા અનેક સંવાદો જ્યોતિ મનોમન કરી ચૂકી હતી. એના મને અનેક વખત એની માને દોષિત ઠેરવી હતી. તો અનેક વખત એનો બચાવ પણ કર્યો હતો. દેખીતી રીતે એ દોષિત હોવા છતાં એનો બચાવ કરવા કોઈ અદશ્ય તંતુ એને પ્રેરતું હતું.

જ્યોતિના વર્તમાનમાં એક બનાવ બન્યો ને એના આંખનાં પડળ એકદમ ખૂલી ગયાં.

આમ તો માતાને બધાં જ સંતાનો વહાલાં હોય છે; પરંતુ એ બાળકો પૈકી કોઈ એક બાળક પ્રત્યે એને કુદરતી અનોધું વહાલ હોય, વિશેષ લેણાદેણી હોય એમ જ્યોતિને એની મીનુ પ્રત્યે બહુ વ્હાલ હતું જેમ એની રતનમાને પોતાના પ્રત્યે અને નાની કોકી (કોકિલા) પ્રત્યે હતું. તે આવી જ વિશેષ લેણાદેણી એને મીનુ પ્રત્યે હતી.

એને જરા સરખું કંઈ થાય તો જ્યોતિને કંઈનું કંઈ થઈ જતું. એનાથી ન રહેવાતું ને એ એની તકલીફથી રઘવાઈ થઈ જતી. બે દિવસથી મીનુને તાવ આવતો હતો.

લૅબ કરાવી તો નિદાનમાં ટાઇફૉઈડ આવ્યો.

ડૉક્ટરે એને આઠ દિવસ સુધી અનાજ બિલકુલ ખાવા ન દેવું અને ચાર દિવસ માત્ર ફ્રુટ આપવું પછી ત્રણ દિવસ ભાતનું ઓસામણ આપવું ને પછી દાળભાત-ખીચડી જેવો હલકો ખોરાક આપવો એવી સૂચના આપી હતી.

જ્યોતિ એને જુદાં જુદાં ફ્રુટ ખવરાવતી. મીનુ જીદ કરતી તો એને સમજાવતી, બિવડાવતી પણ ડૉક્ટરની વાતનો કડક રીતે અમલ કરતી. આ રીતે જ્યોતિએ ત્રણ દિવસ કાઢ્યા. ત્રીજા દિવસે સાંજે મીનુએ ખાવાની જીદ પકડી.

'મમ્મી મને બહુ ભૂખ લાગી હે. મને ખાવા દે. મારાથી નથી રેવાતું.'

'પણ બેટા ડૉક્ટરે તને ખાવાની ના કેધી હે.' જ્યોતિએ મીનુને સમજાવી.

'ભલે ના કેધી હોય, તોય દે. મનીષાને દોર્યાં ને મને કાં નથી દેતાં.'

'જો બેટા મનીષાદીદીને તાવ નથી આવતો. તારી તાં દવા ચાલુ હે એટલે તારાથી રોટલી ન ખવાય." - જ્યોતિ મીનુને સમજાવતી બોલી.

'તો મનીષાદીદીને ને ભૈયાને ન દેજો.'

'ભલે લે, એનેય નીં દઉ બસ...' જ્યોતિએ કહ્યું.

'ના તોય મને ખપશે. મને ભૂખ લાગી હે.' મીનુએ જીદ પકડી.

"બેટા આજ આપેં રોટલી ક્યાં ઘડી હે આજ બધાં જ ફ્રુટ ખાશું." જ્યોતિએ મીનુને સમજાવવાનું ચાલું રાખ્યું.

'ના. તમે ખોટું બોલોર્યાં. બપોરે ઘડતાં'તાં. હું જોતી'તી. મને ખપશે. મને ભૂખ લાગી હે. હું ભૂખે મરું રી તોય તું ખાવા નથી દેતી. મમ્મી મને ખાવાનું દે. નૈ તો હું મરી જૈશ. પગ પછાડતાં મીનુ બોલી "તને તારી ભૂખે મરતી દીકરીને જોઈને કાંય નથી થતું. મમ્મી તું હખર મમ્મી નથી છટારી મમ્મી હો."

દીકરીની કાકલૂદી ને વલવલાટ જોઈ જ્યોતિ રડી પડી. મીનુને ખાવા માટે ટટળતી જોઈ જ્યોતિથી સહન ન થયું.

જ્યોતિએ ડૉક્ટરની સૂચના યાદ કરી. ચાર દિવસ પછી ભાતનું ઓસામણ કે બાફેલા મગનું પાણી આપી શકાય.

જ્યોતિએ ભાત ચડાવ્યા, ઓસામણ કાઢી વાટકીમાં ઠંડું કરી, રોઈને થાકી, ધીમાં ડૂસકાં ખણતી મીનુને બેઠી કરી. તેને ભાતનાં ઓસામણ વાળી વાટકી આપી. મમ્મી કંઈક ખાવાનું આપે રી સમજી મીનુએ વાટકી હાથમાં લીધી. એણે વાટકીમાં શું છે એ જોયું એ જોઈ મોં બગાડ્યું. 'આ તાં છાય હે ઈ નીં પીઉ જા.' કહી મીનુએ ગુસ્સામાં વાટકી ઘા કરી. પગ ઘસતી જોરથી રડવા લાગી. મીનુનું રોઘું જોઈ જ્યોતિની આંખમાં પણ આંસુ આવી ગયાં.

આખરે ભૂખી મીનુ રોતાં રોતાં જ ઊંઘી ગઈ.

જ્યોતિ આડી પડી પણ એને ઊંઘ ન આવી.

દીકરીનું રોંઘુ અને ખાવા માટેનો ટળવળાટ એનાથી સહન ન'તો થતો.

દીકરીની આ હાલત તેનાથી જોવાઈ નહીં. દીકરીના શબ્દો 'તું હખર મમ્મી નથી, છટારી મમ્મી હો.' ફરી ફરી એના મગજમાં પડઘાવા લાગ્યા અને... વાટકીનો ઘા કરતી મીનુવાળું દશ્ય દેખાવા લાગતાં.........જ્યોતિને વીસેક વરસ પહેલાં જ્યારે પોતે એની મા સાથે ગામડે રહેતી હતી ને તે દિવસે એક વાર આ જ રીતે નાની બહેન કોકીએ રોટલો ખાવા માટે હઠ કરી'તી. ઘરમાં રોટલો બનાવવા લોટ પણ નહોતો ને તેની મા તેને વાટકામાં આછી પાતળી રાબ દઈ, પી લેવા સમજાવતીતી ત્યારે કોકીએ આ રીતે જ વાટકીનો ઘા કર્યો હતો. તેને તે વખતનું દશ્ય યાદ આવ્યું. તેની મા તે વખતે પોતાની જેમ જ રડી પડી'તી.

જ્યોતિને આજે વર્ષો પછી એની રડતી મા રતનમાનો લાચાર દયામણો પણ રૂપાળો ચહેરો યાદ આવ્યો. ત્યારે પોતે બાર-તેર વર્ષની હતી. તે વખતે

જ્યોતિને એની માની હાલત નહોતી સમજાઈ. આજે પોતાની હાલત પરથી તે વખતે એની માની મનોસ્થિતિ શું હશે? એનો અંદાજ આવ્યો.

આ તો મીનુને ડૉક્ટરે અનાજ ખાવાની ના પાડી હે એટલે ખાવાનું બંધ હે. તોય પોતાથી મા તરીકે ભૂખી દીકરીનો ટળવળાટ ને ટટળાટ જોઈ તેનું હૈયું આટલું રડેર્યું, તો તે દી તાં ઘરમાં ખાવા માટે કાંય જ નો'તું. મા બિચારી લાચાર હતી. તો એમાં ઈ બીજું કરી પણ શું હકતી'તી. નાસમજ કોકીએ મીનુની જેમ જ વાટકાનો ઘા કર્યો'તો!

જ્યોતિને આજે સમજાયું, તે દિવસે તેની માએ જે કર્યું હશે તે સમજી વિચારીને જ કર્યું હશે. ચાર ભૂખીયું દીકરીયુંના દયામણા ચહેરા, રાબ નહીં પણ રોટલો ખાવા માટેની નાની દીકરી કોકીની હઠ અને વલવલાટ જોઈ કોઈ પણ મા કંઈ પણ કરે. એ જ્યોતિને આજે સમજાયું.

જ્યોતિને યાદ આવ્યું. તેના બીજા દિવસે રસકસ લેવા ગયેલી એની મા સાંજે થોડી મોડી આવી'તી. નાની કોકીએ પૂછ્યું, 'મા આવડી વાર ક્યાં ગ્યાં હતાં?'

'નરકમાં...' મા મૂડમાં ન'તી તેણે ટૂંકો જવાબ આપ્યો.

'મા નરક એટલે શું ...?'

'નરક એટલે નરક.'

'તમે તાં કે'તાં'તાં લોટ લેવા જાઉંરી.'

'હા, લોટ લેવા જ ગૈ'તી માએ કહ્યું.

'લઈ આયાં?' -કોકી એ પૂછ્યું

'હોવે!'

'મા નરકમાં લોટ મળે?'

'હા બધુંય મળે! હુઈ જા હવે છનીમની. બહુ ચાંપલી થ્યા વગર...!' અને ચારે બહેનો ને મા સૂઈ ગયાં હતાં.

જ્યોતિને આજે સમજાયું તે દિવસે તેની મા લોટ લેવા ક્યા નરકમાં ગઈ હતી?

જે પણ હોય તે, આજે મીનુના વલવલાટ અને હાલત થકી પોતાની થયેલી મનોસ્થિતિ જોઈ તેને લાગ્યું મા તરીકે તે દિવસે મારી માની હાલત શું હશે?

એવી હાલતમાં એક લાચાર મા એનાં ભૂખ્યાં બાળકોનાં પેટ ભરવા કાંઈ પણ પગલું ભરે ઈ સ્વાભાવિક લાગ્યું. જ્યોતિને આજે પહેલી વાર એની મા કુલ્ટામા નહીં પણ નાનબાઈ માસીએ કેધું તું એમ એને 'સતી' દેખાઈ અને

જ્યોતિની આંખમાં આંસુ આવી ગયાં.

જ્યોતિને થયું મેં મારી સતી જેવી માને કુલ્ટા કેધી? અમે ચાર બહેનોને પાંચમા ભાઈ માટે આટઆટલું ભોગવનાર એક લાચાર માને મેં ન ઓળખી. કોઈની વાતોમાં આવી જઈ કુલ્ટા કીધી. એ અમારા માટે નરકમાં ગઈ, નરક ભોગવ્યું... એણે અમારા માટે પોતાના સર્વસ્વનું બલિદાન દીધું. ને મેં અભાગણીએ છેલે છેલે મારા નાનાં ભાઈબહેનો માટેની ભલામણની વાત તો ન સાંભળી એ તો ઠીક પણ ઉપરથી કોઈના કહેવાથી મારી સગી માને મેં કુલ્ટા કીધી.

જ્યોતિને રડવું આવી ગયું. એનાથી મીનુની પીડા ભુલાઈ ગઈ. તેને તેની મા યાદ આવી. માની પીડાની યાદ આવી. ક્યાં હશે બિચારી? શું કરતી હશે એ? એને કેવું ઘર મલ્યું હશે. ક્યાંક ઉગમણા પાંચાડામાં ગૈ હે. ત્યાંના માહણને આપડા પાંચાડાના માહણમાં ફરક તો ખરો જ ને?

તૈયેં તાં પાંચાડા પાડ્યા હે ને. તૈ યે જ ત્યાં કોય દેતી લેતી નથી કરતું.

ત્યાં ઇ હુખી હશે કે દુઃખી? દુઃખી જ હશે! જો બિચારીના નસીબમાં હુખ હોત તો ભગવાને ઇયાં ય હુખ દીધું હોત ને. બિચારી મજૂરી કરવામાંથી ઊંચી જ ન આવી. પેટ ભરીને ખાધું યે નોતું એકેદી'. ભગવાને કીયા કરમની સજા દીધી હે એને?

ને મેં પેટની જણી થઈને એની પીડામાં વધારો કર્યો? જ્યોતિને ચેન ન પડતાં ઘરમાં આંટા મારવા લાગી.

જ્યોતિથી એની માની કાલ્પનિક મનોસ્થિતિ સહન થતી ન હતી. એને થયું એનું સરનામું મલે તો કાલે જ જઈને માફી માગું. શું કરું? આટલાં વર્ષોથી એના કંઈ વાવડ નથી. આપડા પાંચડામાં હોત તો ગમે તૈયે ક્યાંક ભૂટકાત. પણ ઇયાં પાંચાડો જ ભદલી ગ્યો એટલે હવે ક્યાં ગોતવી?

મારી આંખુંમાં તો લીલાકાકી જેવાં કોઈએ પાટા બાંધ્યા તા પણ એને શું અમે યાદ નીં આવતાં હૈયેં? નેનકડી હતી તૈયે હું ને કોકી તાં એને જીવથીયે વધુ વાલી હતી. જ્યોતિને યાદ આવ્યું મમ્મી એને ઘણીવાર કહેતી. આ મારી દીકરી નૈ દીકરો હૈ. ઇ જ્યાં જશે ત્યાં એનું ને મારું નામ ઉજાળશે.

આવાં અરમાન અને લાગણીવાળી મારી મા અમને છોરાંને ન જ ભૂલી હકે. અમે એને યાદ તાં આવતાં જ હસું પણ બિચારી ઇ શું કરે? કઈ રીતે ને કિયું બાંનું કાઢીને મલવા આવી હકે? કદાચ યાદ આવીયે ને મલવાની ઇચ્છા થાય તો પણ ત્યાં નવાં ઘરવાળાં આવવા દે તો ને? ત્યાં તો ઇ બિચારી જ હશે ને. આવા કલંકની કાળી છાયા નીચે જીવતી બાઈમણ ગમે તેવી હોશિયાર

ને હિંમતવાળી હોય તોય એને મદારીનું માંકડું થઈને જ જીવવું પડે. ઈ લોકો કે એમ કરવું પડે. અમને મલવા આવવાનો આગ્રહ કરે ને પેલા લોકો કંઈક બીજુ ધારી લે તો?

ઇ તાં બિચારી હૈયા માથે પાણો રાખીને જ જીવતી હશે.

સ્વાભાવિક હે ઈ બેચારી આ પાહે ન આવી હકે ને ઇયાના વાવડ પણ કોયને ન પૂછી હકે. પણ તું મૂઈ હગીમાને હમૂળી ભૂલી ગૈ? બિચારી કેવી કેવી તકલીફુ વેઠીને અમને બધાં છોરાંને મોટાં કરતી'તી.

જ્યોતિને ઊંઘ તો ન આવી. પણ મનમાં ઓસક પીડા થઈ. (અસુખ થયું.) તે ઘરમાં આંટા મારતી રહી.

બહારગામ ગયેલ તેનો પતિ ચિરાગ રાત્રે બે વાગે આવ્યો. પહેલા જ ટકોરે જ્યોતિએ બારણું ખોલ્યું જોઈ ચિરાગને નવાઈ લાગી. જ્યોતિ તું હજુ હુતી નથી? મીનુને તો બરાબર હે ને? તાવ તો નથી આવ્યો ને?' ચિરાગને પીડા થઈ મીનુ વધુ ઠીક નથી કે શું? એણે એક સામટા બેત્રણ સવાલો પૂછી નાખ્યા.

'મીનુને તો તાવ નથી આવ્યો પણ મને મારી મા....?' કહેતાં જ્યોતિ ચિરાગના ખભે માથું મૂકી રડી પડી. ચિરાગને કંઈ ન સમજાયું. ક્યારેય પોતાની માની વાત ન કાઢનાર અને ક્યાંક વાત નીકળે તોય વાતને ટાળનાર જ્યોતિને આજે એની મા કેમ યાદ આવી?

એ એકદમ રોઈ પડી, રોતી રહી. એ ડૂસકે ચડી ગઈ.

"જ્યોતિ વાત તો કર શું થ્યું? તારી માનું શું હે?"

અને જ્યોતિએ જાણતી'તી ઈ બધી વાત ચિરાગને કહી ને આગ્રહ કર્યો "ગમે તેમ કરીને મને મારી માને મલાવી ઘો. મને મારી માને મલવું હે. જલદી."

ચિરાગે જ્યોતિને આશ્વાસન આપ્યું. "તારી ઇચ્છા હશે તો તારી માને ગમે ત્યાંથી ગોતી કાઢશું. બીજેથી એના હમાચાર નીં મલે તોય તારા જૂના મામા કનેથી તો મલશે ને?'

"એની હાથે તાં કાકાવાળાએ છેડો ફાડી નાખ્યો હે તો?"

"તોંય સરનામું મળી જશે." ચિરાગે કહ્યું ત્યાં જ્યોતિને કંઈક યાદ આવતાં બોલી. "કોઈ કેતુ'તું નાનબાઈ માસીને હમણાં જ એક સમૂહલગ્નમાં મળ્યાં'તાં."

'તું ઇ બધી ચિંતા મ કર ને સૂઈજા. હું એ બધું ગોઠવી દઈશ.'

અને ચિરાગ સૂઈ ગયો.

જ્યોતિ મીનુ પાસે સૂતી પણ એની માના વિચારોએ એને ઊંઘવા ન દીધી. એ મોડે સુધી પડખાં ફેરવતી રહી.

૩૫. જ્યોતિ નાનબાઈ માસીને મળી

ટ્રીન ટ્રીન ટ્રીન ફોનની રિંગ વાગી.

નાનબાઈએ ફોન ઉપાડ્યો. "હેલ્લો! હું નાનબાઈ બોલું તમે કોણ?"

"હેલ્લો જયશ્રીકૃષ્ણ માસી હું જ્યોતિ બોલું રી."

નાનબાઈ આટલાં વર્ષો પછીયે જ્યોતિનો અવાજ અને લયકો ઓળખી ગઈ.

"જયશ્રીકૃષ્ણ! કેમ હે બેટા? તું મજામાં હો ને?"

"હા માસી, હું તાં મજામાં હૌં. તમે બધા મજામાં હો?"

"હોવે. અમે તાં મજામાં હૈયે. તું ક્યાંથી બોલોરી?"

"અમે ગોવા રૈયેર્યાં, માસી, મારી મા તમને મલ્યાં'તાં તે ઇ ક્યા' રે ર્યાં? મને મારી માને ખાસ મલવું હે જલદીથી." જ્યોતિ બોલી.

"કઈ મા? કુલ્ટા માને? તને શું કામ મલવું પડે કુલ્ટા માને! તને તાં એને મા કહેતાંય શરમ આવતીતીને?" નાનબાઈએ મોકો જોઈને હથોડી મારી.

"માસી મને માફ કરો. હું તમારી ને મારી માની ગુનેગાર હૌં. તે'દી હું નેનકડી - નાદાન હતી. લીલાકાકી ને ગામની બીજી બાઈમણુની વાતુંમાં આવી મારી માને જેમ તેમ બોલી'તી. પણ માસી હું મા બન્યા પછી મને હવે હમજાયર્યું કે મા એટલે શું? અને મા હારું છોરાં એટલે શું?"

નાનબાઈ કંઈ ના બોલી એટલે જ્યોતિએ આગળ કહ્યું. 'માસી, મહેરબાની કરીને મને માફ કરી દ્યો. મને મારી માને મલવું હે. એની પણ માફી માગવી હે. મને તમારી અને મારી મા હાથે ઘણી બધી વાતું કર્વ્યું હે. પ્લીઝ, માસી પ્લીઝ?!' જ્યોતિએ વિનંતી કરી.

"બેટા એને મલવાનું હવે કેમ બને?"

"માસી! મને કોક કેતું'તું તમારા કને ઇ આવે જાયર્યાં ને તમારે પાહે[૪૩] ક્યાંક રેર્યાં. માસી થોડી મેરબાની કરો. જિંદગીભર તમારો આભાર નીં ભૂલું. મેં હાચી વાત જાણી તૈયેંથી મને ઊંઘ નથી આવતી. માસી રાતની ઝબકીને

૪૩. પાહે – આજુબાજુ

જાગી જાઉંરી. જાણે મારી મા મને બૌં હંભારે રી. ઇ અમારાં મોં જોવા તડપેરી. એકવાર અમારો મોં મેળાપ કરાવી દ્યો. ફરી કદીયે તમને ધર્મસંકટમાં નીં નાખું."

નાનબાઈ વિચારવા લાગી જ્યોતિને હવે શું કહેવું. ત્યાં જ્યોતિએ કહ્યું.

"માસી, ગઈ સાલ આપડા ગામની ઉજવણી ટાણે તમે જ મને કેધુ'તું.' તારી માને તારા ભેગી છેલ્લે છેલ્લે થોડી વાતું કર્વ્યુંત્યું પણ તે તેં દી ભૂરાટી થૈ કાંય ન હાંભળ્યું એનું એને બઉ દુઃખ રૈ ગ્યું."

"તો માસી આજ હું તમને હામેથી હાથ જોડુંરી. તમે ગમે તેમ કરીને અમારો મા-દીકરીનો મેળાપ કરાવી દ્યો. તમને ધરમ થશે." રોતાં અવાજે જ્યોતિએ કહ્યું.

"તો એમ કર બેટા, મને ફોન કરીને ગમે તે શનિવારે હાંજે આવી જા. રવિવારે તારા માસા અને બધાં હાલશું ને મળવાનું ગોઠવશું." આ પ્રમાણે ફોનથી ગોઠવણી કરી ફોન મૂકી દીધો.

હવે નાનબાઈને રતન અને તેની દીકરી જ્યોતિની મુલાકાત કઈ રીતે ગોઠવવી એ વિચારોએ મગજ ચકરાવે ચડ્યું. જૂની યાદો ઉપર જામેલા વિસ્મૃતિના પોપડા પણ ખસી ગયા.

નાનબાઈએ લાંબો નિસાસો નાખ્યો એની આંખમાં આંસુ આવી ગયાં.

* * * * *

એક શનિવારની સાંજે જ્યોતિ તેના પતિ ચિરાગ સાથે નાનબાઈને ત્યાં આવ્યાં. બધાંને મળી ખૂબ આનંદ થયો. નાનબાઈને જમાઈ ચિરાગ પણ ઠરેલ અને સમજદાર લાગ્યા.

રાત્રે માસી-ભાંણેજે, એ જમાનાની, ગામડાંની તેના પરિવારની અને તેની રતનમાની ખૂબ વાતો કરી. નાનબાઈ માસી તે દિવસે જ્યોતિને જે વાતો ન'તી કરી શકી, તે વાતો ને વિગત નાનબાઈએ જ્યોતિને આજે કહી.

રતનમાના જીવનના ટર્નિંગ પોઇન્ટ એવા એ કલંકિત બનાવની ભીતરની વાસ્તવિકતા સમજાવી સંજોગો બતાવ્યા. તે વખતે બનેલા બનાવનો ઘટનાક્રમ કોઈ પણ જાતની મર્યાદા રાખ્યા વગર સાચેસાચો જ્યોતિને કહી સંભળાવ્યો.

તેનાં કારણો, પરિબળો અને આવેલા પરિણામ વિશે, તેના પ્રત્યેની લાગણીથી બળતા જીવે બધું કહ્યું. બીજી પણ ઘણી બધી વાતો કરી.

દરમિયાન વાતોમાં આવતા એવા ઘણા બધા ટોપિક ઉપર બંને માસી-ભાણેજ આંખમાં આવતાં આંસુ લૂછતી રહી.

હકીકત જાણ્યા પછી જ્યોતિને છેલ્લી મુલાકાત વખતનો બનાવ અને

પોતાના વર્તન બદલ તેને પસ્તાવો અને શરમ થઈ. જ્યોતિને પોતાની ભૂલ સમજાઈ. તે દિવસે પોતે રતનમાને દોષિત ગણી થપ્પડ મારવા જતી હતી ત્યેરે માસીએ એનો હાથ પકડી પોતાને બે લપણ મારીને તારી મા કુલ્ટા નૈ ઇ એક સતી હે સતી કહ્યું'તું. તેની વાસ્તવિક પૃષ્ઠભૂમિ આજે તેણે જાણી.

રતનમાથી વિદાય વખતના બનાવ માટે જ્યોતિને અંતઃકરણથી પસ્તાવો થયો. એ વર્ષો પહેલાંના બનાવ માટે જ્યોતિએ નાનબાઈ માસીની ફરી ફરી માફી માગી.

'બેટા, મારી માફી માગવાની જરૂર નથી. પણ તને તારી ભૂલ હમજાઈ એટલે બસ.'

જ્યોતિનું મન તો તેની મા પાસે પહોંચી ગયું હતું. તેને થયું કાલે ત્યાં જઈ માને મળી એની હૃદયપૂર્વક માફી માગવી હે. પોતે તાં હુખી હે, પણ કદાચ મારી મા દુઃખી હશે તો ગમે તે ભોગે એને મદદરૂપ થઈશ. ઇ કે'તી'તીને જ્યોતિ મારી દીકરી નીં પણ દીકરો હે. હું દીકરો સાબિત થઈ બતાવીશ.

પરંતુ માસી પાસેથી માહિતી જાણી જ્યોતિને ખૂબ આનંદ અને સંતોષ થયો. તારી મા બઉ હોખી હે. પણ એના અંતરમાં તમને મળવાની ભૂખ અને અતૃપ્ત ઝંખનાની આગ હજીયે એવી ને એવી જ એના હૈયામાં ભડકે બળેરી. જે એને આજ પણ રાત દી દઝાડેરી. ને તારી મા એને લીધે રીબાયરી. એને મનમાં એમ હે જીવતે જીવ એકવાર મારાં છોરાંના મોં જોવા જડશે તો જ હું નિરાંતે મરી હકીશ. નૈતો હું નિરાંતે મરીયે નૈ હકું ને 'અવગતે' જઈશ. આ વાત માસી પાસેથી સાંભળી જ્યોતિ વિહ્વળ બની ગઈ. એની આંખમાં આંસુ આવી ગયાં. એ રોઈ પડી.

નાનબાઈએ એને હૈયાધારણ આપી. 'કાલે મળશું. બધું ભરાભર થઈ જશે.' જ્યોતિને થયું. ચાલો મોડું તો મોડું પણ મને હમજાયું તો ખરું. હું માને મળીશ અને જેમ બને તેમ જલદી મારી માની માફી માગીશ અને તેના અંતરની ઇચ્છા પૂરી કરી મારા પાપનું પ્રાયશ્ચિત કરીશ.' વિચારતાં-વિચારતાં તેની આંખ મળી ગઈ.

૩૬. મા-દીકરીનું અધૂરું મિલન

સવારે છ વાગ્યે મનસુખભાઈ સાથે નાનબાઈ, જ્યોતિ અને ચિરાગ રતનના ગામ જવા નીકળ્યાં. ત્રણ કલાક જેવો રસ્તો હતો.

જ્યોતિ આજે ગઈકાલ કરતાં થોડી નર્વસ દેખાતી હતી. આજે તેણે રસ્તામાં એની મા વિશે નાનબાઈને કશું પૂછ્યું નહીં ને એની વાત પણ ન કાઢી. જ્યોતિને મૌન જોઈ નાનબાઈએ કહ્યું:

"બેટા, આજે તું કંઈ બોલતી નથી, તો તને ઠીક તાં હે ને?"

"હોવે માસી મને કાંઈ નથી થ્યું પણ કોણ જાણે કેમ મને આજે મજા નથી આવતી. મને થાયર્યું. મારી મા આપડી છેલ્લી મુલાકાત યાદ કરીને મારાથી નારાજ હશે તો?"

અરે બેટા જોજે તા ખરી તમને જોઈને કેવી ગાંડી-ઘેલી થઈ જાય રી? મેં એને ફોનમાં કઈ દીધું હે હવારે જ્યોતિ–જમાઈ ને અમે તમને મલવા આવીયેર્યાં. તો ઈ પહેલાંતાં હાચું નોતી માનતી. પણ મેં કીધું હાચાહાચ આવનારા હૈંયે. તારા હમ. તૈયેં તાં ઈ માની ને પછી રાજીપામાં રોઈ પડી. પછીતાં મેં બધું કઈ દીધું કે જ્યોતિએ હાચી વાત જાણી તૈયે એને બૌ પસ્તાવો થ્યો. તૈયેં તાં ઈ માફી માગવા આવેરી. મેં કીધું જ્યોતિ કે'તી'તી મારી મા મારાથી નારાજ હશે તોય મને મારી સતી માનાં દર્શન કરવાં હે. એટલું કીધું તો ઈ ફરી રોઈ પડી. એના પછી ઈ ઝાઝી વાતે ન કરી હકી. મને કે બાઈ તેંતા મને મારું જીવતેજીવ સરગ દઈ દીધું. એનો બદલો હું કેમ વાળીશ? બાઈ, આ વખતે તાં જલાબાપાએ મારી અરદાસ જલદી હાંભળી.' આ સાંભળીને જ્યોતિની આંખમાં આંસુ આવી ગયાં. આવી નવી જૂની વાતો કરતાં એ નવ વાગ્યે રતનનાં ગામ પહોંચ્યાં.

તેના ઘરનું સરનામું મનસુખભાઈ પાસે હતું. તે પૂછતાં-પૂછતાં એક સોસાયટી આગળ પહોંચ્યાં. એ સોસાયટીમાં કોઈ ઘેર કંઈક અજુગતું બન્યું હશે એવાં ચિહ્નો દેખાયાં. ભાઈઓ ગળામાં ગમચાં નાખી આડા-અવળા થતા'તા

ને નવા આવતા જતા હતા.

મનસુખભાઈએ ગાડી ત્યાં જ ઊભી રાખી, બધાં નીચે ઊતર્યાં.

મનસુખભાઈએ રામ રામ કરી પૂછપરછ કરી. જવાબ સાંભળી એણે લાંબો નિસાસો નાખ્યો. તેણે ઇશારો કરી નાનબાઈને એકબાજુ બોલાવી. વાત કરી તો નાનબાઈની આંખમાં આંસુ આવી ગયાં.

એ માંડ માંડ આંસુ રોકી શકી. જ્યોતિ ન દેખે તેમ આંસુ લૂછી, જ્યોતિને લઈ પેલા ભાઈએ બતાવેલ ઘર બાજુ ચાલ્યાં. તેણે જ્યોતિને કંઈ જણાવ્યું નહીં. ઘરની નજીક પહોંચતાં નાનબાઈને જ્યોતિકા દેખાઈ. તે પણ નાનબાઈને ઓળખી ગઈ. નાનબાઈને મલી તેને ભેટી પડી અને 'માસી મારી મા...!' આટલું બોલી એ રડી પડી. એના ગળે ડૂમો ભરાયો. એ આગળ ન બોલી શકી.

આવનાર જ્યોતિને આ બધું ન સમજાયું.

નાનબાઈએ જ્યોતિ તરફ હાથનો ઇશારો કરતા કહ્યું, "તારી બહેન જ્યોતિ !"

આવનાર જ્યોતિને (નવી) બહેન જ્યોતિકા ભેટીને 'બહેન મા...' આટલું કહેતાં જ એ રોઈ પડી. આવનાર જ્યોતિને સમજતાં વાર ન લાગી. સામે જોયું તો શણગારેલ અર્થી ઉપર તેની માને સૂતેલી જોઈ. એનાથી ન રહેવાયું. તે દોડીને અર્થી ઉપર સુવડાવેલા એની મૃત માના દેહને ભેટી રડી પડી. છંછોડી છંછોડીને એને જગાડવા મંડી. આક્રંદ કરતી કહેવા લાગી:

'મા એકવાર આંખ ખોલ. જો તો કોણ આવ્યું હે ? હું તારી જ્યોતિ. મા હું તારી લાડકી જ્યોતિ, તને મલવા આવી હૌં. બોલ મા એક વાર બોલ. હું તને મળવા આવત'તી ને તું એકાએક મને મલ્યા વગર રવાના થઈ ગઈ. તું માસીને કેતીતી ને તને એકવાર જ્યોતિને, તારી દીકરીને મલવું હે. હું હામેથી મલવા આવતી'તી ને તેં ઉતાવળ કરી. થોડીકતાં વાટ જોવી'તી.'

"મા મારી ભૂલ થૈ હું મોડી પડી. તું વાટ જોતી'તી પણ હું અભાગણી મોડી પડી. તને મળવું તું પણ ન મળી હકી. મને માફ કર. તું હાચાહાચ સતી હો માસીએ રાતે જ બધી વાત કરી. મને એક વાર હોંકારો દે. મા મને એક વાર હોંકારો દે. મને માફ કર. હું તને નો'તી ઓળખી હકી. ભૂલો બીજાની હતી ને બોલ્યાચાલ્યા વગર સજા તું ભોગવતી રહી. હે ભગવાન મને જન્મોજન્મ આ જ મા દેજો.'

જ્યોતિ કાલાવાલા અને આક્રંદ કરતી રડતી રહી.

નાનબાઈ પણ રતનના પગ પકડી રડી રહી હતી.

રતનની બીજી બાજુ જ્યોતિકા પણ આક્રંદ કરતી હતી.

રતનની અંતિમ ક્રિયામાં આવેલ તમામ સ્ત્રી-પુરુષો આ અપરિચિત વ્યક્તિઓનાં આક્રંદને જિજ્ઞાસાથી જોઈ ગુસપુસ કરી, આ લાગણીસભર દૃશ્ય જોઈ સૌની આંખો ભીની થઈ ગઈ.

બધાના કહેવાથી એ બંને દીકરીઓએ માને કાંધ આપ્યું.

સૌ સ્મશાને ગયાં અને દીકરીના હાથે જ રતનમાના રતન જેવા દેહને અગ્નિદાહ આપ્યો. ભડભડ થતી એની જ્વાળા કહેતી હતી "કોઈ માને છોરાં વછોઈ ન કરજો. જનેતા માથી છોરાંને જુદાં કરવા ઈ દુનિયાનું મોટામાં મોટું પાપ હે. માના દિલ ઉપર મોટામાં મોટો અત્યાચાર હે."

અને છોરાંવછોઈ રતનનો દેહ એનાં બાળકોનાં મોંમેળાપની અતૃપ્ત ઝંખના સાથે પંચ મહાભૂતમાં વિલીન થઈ ગયો.

સમાપ્ત

Z816735